திரும்பிப் பார்க்கையில்

ஷாஜி
நினைவு, திரை, இசை, கவிதை

திரும்பிப் பார்க்கையில்	:	அனுபவங்கள்
ஆசிரியர்	:	ஷாஜி
	:	© ஆசிரியருக்கு
முதற்பதிப்பு	:	டிசம்பர் 2019
அட்டை வடிவமைப்பு	:	ராஜன் புதியேடம்
வெளியீடு	:	வம்சி புக்ஸ்
		19, டி.எம்.சாரோன்,
		திருவண்ணாமலை - 606 601
		9445870995, 04175 - 235806
அச்சாக்கம்	:	மணி ஆப்செட், சென்னை - 600 077
விலை	:	₹250/-
ISBN	:	978-93-84598-70-9

Thirumbi Paarkaiyil	:	Experiences
Author	:	Shaji
	:	© Author
First Edition	:	December - 2019
Wrapper Design	:	Rajan Puthiyedam
Published by	:	Vamsi books
		19.D.M.Saron,
		Tiruvannamalai - 606 601
		9445870995, 04175 - 235806
Printed by	:	Mani Offset, Chennai - 600 077
	:	₹250/-
ISBN	:	978-93-84598-70-9

www.vamsibooks.com - e-mail: vamsibooks@yahoo.com

நேற்று என்பது நினைவில் மட்டுமே நமக்குச் சொந்தமானது
இன்றோ 'இன்று' என்று சொல்லும் முன்னரே
இளமைக்காலம்போல் முடிந்துவிடுகிறது
நாளை?
ஒருபோதும் வராத அந்த நாளைக்காக
நான் எனது கோப்பையை உயர்த்துகிறேன்

- நிக்கனோர் பார்ரா

ஷாஜி

இசைத்துறையில் பல பதிற்றாண்டுகள் பணியாற்றியவர். உலகப்புகழ் பெற்ற இசை வெளியீட்டு நிறுவனங்களின் இசைப்பதிவு மேலாளராக இருந்தவர். கேரளத்தில் தமிழ்நாடு எல்லைப் பகுதியான இடுக்கி மாவட்டத்தில் கட்டப்பன என்ற ஊரில் 1968 ஜூன் 6ஆம் தேதி பிறந்தார். இசை, வாழ்வியல், திரைப்படங்கள் சார்ந்த கட்டுரைகள் தமிழ், ஆங்கிலம், மலையாளம் என மூன்று மொழிகளில் எழுதுபவர். சொல்லில் அடங்காத இசை, இசையின் தனிமை, இசையின் ஒளியில், இசை திரை வாழ்க்கை, ஷாஜியின் இசைக்கட்டுரைகள், சினிமா வெறியின் 40 ஆண்டுகள் எனும் நூல்கள் தமிழிலும், பாட்டல்ல சங்கீதம், சினிமாப் பிராந்தின்டெ 40 வர்ஷங்ஙள் எனும் நூல்கள் மலையாளத்திலும் வெளியாகியுள்ளன. விளம்பரத் துறையிலும் திரைப்படத் துறையிலும், எழுத்தாளராகவும், நடிகராகவும் பணியாற்றுகிறார். சென்னையில் வசிக்கிறார். மனைவி ஜெஸி. மகள் கீதி சலிலா.

இணையதளம்: shajichen.com

மின்னஞ்சல் : shaajichennai@gmail.com

இப்புத்தகம்

2014இன் தொடக்கத்திலிருந்து 2019 இறுதி வரைக்கும் நான் எழுதிய பலதரப்பட்ட கட்டுரைகள், குறிப்புகள், கவிதை மற்றும் பாடல் மொழிபெயர்ப்புகள் போன்றவற்றின் தொகுப்பு இப்புத்தகம். இசை, திரைப்படம், இலக்கியம், வாழ்வியல், உணவு, நினைவுக் குறிப்புகள் என இவ்வெழுத்துக்களின் தளம் விரிவானது. உயிர்மை, அந்திமழை, தமிழ் ஹிந்து, படச்சுருள், தீராநதி இதழ்களில் வெளியானவை மட்டுமல்லாது முகநூலில் எழுதிய தேர்ந்தெடுத்த குறிப்புகளும் இங்கே தொகுக்கப்பட்டுள்ளன.

மனுஷ்ய புத்திரன், இசை, வெங்கட பிரகாஷ், அசோகன், அந்திமழை இளங்கோ, தமிழ் ஸ்டுடியோ அருண், மிஷ்கின், சீனு ராமசாமி, தியாகராஜன் குமாரராஜா, ராம், பவா செல்லதுரை, எஸ் கே பி கருணா, சேலம் வினோத், டா. ராஜசேகர், ஃபெலிக்ஸ், சுரேஷ் அனைவருக்கும் எனது நன்றியை உரித்தாக்குகிறேன். மனைவி ஜெசிக்கும் மகள் கீதி சலிலாவிற்கும் அன்பு. இப்புத்தகத்தை சிறப்பாக வெளியிடும் வம்சி பதிப்பகத்திற்கும் தோழி ஷைலஜாவுக்கும் நன்றிகள்.

நாம் ஒவ்வொருவரும் கடந்துவந்த வாழ்க்கைப் பாதைகளை ஒருகணம் திரும்பிப் பார்க்க வாருங்கள்.

உள்ளடக்கம்

புத்தகத்தின் இறுதிப் பக்கங்கள் 11

பின்னணிப் பாடகனின் மரணம் 24

அழிவற்றவன் சத்யன் 36

கவிதை என்பது 40

பிரபஞ்சனும் நானும் 44

பமேலாவின் குழந்தைகள் 58

சுதந்திரமாகப் பிறந்தவன் 68

உலகின் மிகவும் சுவையான மீன்! 71

எது நடக்குமோ அதுவே நடக்கும் 82

தமிழ், மலையாள சினிமாவின் ஆணிவேர் கே.எஸ்.சேதுமாதவன் ... 84

ஆதாம்	88
அழகான எழுத்தாளன்	90
மஞ்சள் விஷ மாலையிலே	92
இந்தக் கவிதை	95
எட்டரை இடைவெட்டுகள் (உரையாடல்)	97
காற்றில் சுழலும் பதில்கள்	120
இந்திய மாற்றுச் சினிமாவின் வானுயரம்	123
துயரத்திற்கு ஓர் இரங்கல் கீதம்	139
கம்யூனிஸ சினிமாவும் கம்யூனிஸமும் கேரளத்தில்	141
மக்சேசே விருதில் என்ன இருக்கிறது?	151
உழைக்கும் வர்க்க நாயகன்	164

நின்றுவிட்ட காலைத் தென்றல்	167
எனது மகளின் கண்களில்	174
வண்டி எண் 27 கீழ்நோக்கிப் பாய்கிறது	177
ஒரு கறுப்புப் பறவையை பார்ப்பதன் பதிமூன்று விதங்கள்	186
இணையம் தழுவும் எழுத்து	191
குறுகிய வாழ்நாள் நீண்ட கனவுகள் காண விடுவதில்லை	202
பாடலின் உரிமை யாருக்கு?	204
கார்காலம்	210
கண்ணாடியில் தெரியும் மனிதன்	215
மறைந்துவிட்ட மகேந்திர ஜாலக்காரன்	220
தோற்கடிக்க முடியாதவன்	232

பாட்டே வராதா? சினிமாவில் பாடுங்கள்!	234
இயல்பாக நடிப்பது	241
திரும்பிப் பார்க்கையில்	243
மனிதன் மனிதனிடம்	251
ரித்விக் கட்டக்கின் காதலி	253
அனைவருடன் தனியே	271

புத்தகத்தின் இறுதிப் பக்கங்கள்

''டேய் ஒழுங்கு மரியாதையா புத்தகங்களத் திருப்பிக் கொடுத்துரு. ஒனக்கான கடைசி எச்சரிக்கை இது. ஓங்கப்பாட்ட சொல்லிட்டு லைப்ரரி ரூல்படி ஒம்மேல கடுமையான நடவடிக்கை எடுத்துருவேன்'' என்னை எங்கே பார்த்தாலும் இப்படிச் சொல்லிப் பயமுறுத்துவார் மானிச் சேட்டன். அவரது கண்ணில் படாமல் ஒளிந்து ஒளிந்து சுற்றிக் கொண்டிருந்தேன். இருந்தும் சிலசமயம் அவர் முன்னால் வசமாகச் சிக்கி விடுவேன். எண்ணற்ற 'கடைசி' எச்சரிக்கைகள் கடந்த பின்னரும் அந்தப் புத்தகங்களை என்னால் திருப்பிக் கொடுக்க முடியவில்லை. எப்படி முடியும்? அந்த விமலா ஒருத்திதானே இதற்கெல்லாம் காரணம்! அவளுக்கென்ன? நடவடிக்கை வரப்போவது என்மேல்தானே!

செண்பகப் பாறை பொது மக்கள் நூலகத்தின் பொறுப்பாளரும் நூலகரும்தான் மானிச் சேட்டன். அன்பான மனிதர். யாரிடமும் கோபப்படாதவர். ஆனால் அவரையே கடும் கோபத்திற்கு ஆளாக்கியது வெறும் பதினைந்து வயதிலிருந்த எனது சில செயல்பாடுகள்! அப்பாவின் பெயரில் நூலகத்திலிருந்து புத்தகங்களை எடுத்துகொண்டிருந்த எனது வாசிப்பு ஆர்வத்தைப் பார்த்து என்னையும் நூலக உறுப்பினராக்கியவர் மானிச் சேட்டன். ஒரு தடவை

ஒரு புத்தகம்தான் கிடைக்கும். ஆனால் எனது ஆர்வத் தொல்லை தாங்க முடியாமல் சிலபோது இரண்டு மூன்று புத்தகங்களை எடுக்க அனுமதிப்பார். புத்தகங்களும் வாசிப்பும் மட்டுமே வாழ்வின் ஒரே கனவாக இருந்த காலம் அது.

விக்டோர் யூகோ (Victor Hugo), அலெஹான்ட்ரே டூமா (Alexandre Dumas) போன்ற பிரஞ்சு எழுத்தாளர்களின் மொழிபெயர்ப்புகளைப் படித்து உலக இலக்கியங்களில் ஆர்வமுடையவனாக நான் மாறியிருந்தேன். ஒருநாள் நார்வே நாட்டு எழுத்தாளர் க்னூட் ஹாம்ஸுன் (Knut Hamsun) எழுதிய 'விசப்பு' (பசி) என்ற நாவலையும் மலையாள எழுத்தில் எனக்கு மிகவும் பிடித்திருந்த எஸ் கே பொட்டெக்காட் எழுதிய விஷ கன்யக என்ற நாவலையும் எடுத்தேன். 'ன்யூட் ஹாம்ஸன்' என்று மலையாளத்தில் எழுதப்பட்டிருந்த அந்த எழுத்தாளரை அதன்முன் கேள்விப்பட்டிருக்கவில்லை. இருந்தும் மிகுந்த ஆர்வத்துடன் 'பசி'யைப் படித்தேன். உணவுக்கு வழியில்லாமல் கஷ்டப்படும் ஒரு எழுத்தாளனின் வாழ்க்கைப் போராட்டத்தின் உருகவைக்கும் கதை அது.

''தெளிந்த இந்த பகலில் எதாவது சாப்பிடக் கிடைத்தால் எவ்வளவு நன்றாக இருக்கும்! கொஞ்சம் ஏதாவது போதுமே என்று வெளியே வந்த என்னை அழகான அந்த பகல் பொழுதின் துல்லியம் குதூகலப்படுத்தியது. கிழிந்த பையுடன் கசாப்பு கடையின் முன்னால் ஒரு பெண் அமர்ந்திருந்தாள். இரவு உணவுக்கு ஒரு இறைச்சித் துண்டைத் தருமாறு அவள் கடைக்காரனிடம் கெஞ்சிக் கொண்டிருந்தாள். நான் அவளைக் கடந்து சென்றபோது அவள் தலை தூக்கி என்னைப் பார்த்தாள். அவளது கீழ் ஈற்றிலிருந்த ஒரே ஒரு பல் சீழ் மஞ்சள் நிறத்தில் விரல்போல் துருத்தி நின்றது. ஒரு பச்சை இறைச்சித்துண்டின் கனவு அவளது கண்களை ரத்தச் சிவப்பாக்கியது.

எனது பசி மரத்துப் போய்விட்டது. நான் வாந்தியெடுக்கத் துவங்கினேன்''

இரண்டு புத்தகங்களையும் ஒரு வாரத்தில் படித்துமுடித்து திருப்பிக் கொடுக்க நூலகம் சென்றுகொண்டிருந்தேன். காமாட்சி வயல் கடந்து பாட்டுபாறை வாய்க்காலை தாண்டும்போது விமலாவின் வீட்டின் முன்றிலை எட்டிப் பார்த்தேன். அவள் தென்படவில்லை. பிற்பகல் மூன்றுமணி கடந்த நேரம். வயல்புறங்களுக்கும் தோட்டங்களுக்கும் மேல் மினுமினுக்கும் சூரிய ஒளியைத்தவிர யாருமேயற்ற இடங்கள். வேகமாக நடந்தால் நாலு மணிக்குள்ளே நூலகத்தை அடையலாம். இதழ்களைப் படித்து, புத்தகங்களைத் தேடி எடுத்து இருளும் முன் வீடு திரும்பலாம்.

மெலிதான மேடுபள்ளங்களில் சாய்ந்துகிடக்கும் காரிக்கொம்பு பாறையைக் கடக்கும்போது சூ. சூ. என ஒரு சத்தம் காதில் விழுந்தது. திரும்பி பார்த்தேன். மூச்சிரைக்க ஓடி வருகிறாள் விமலா. அவளுக்கு பதினான்கு வயதிருக்கும். அழகி என்றெல்லாம் சொல்ல முடியாது. ஆனால் கோதுமை நிறத்தில் துடிப்புடன் வளரும் பதின்பருவப் பெண்மையின் வனப்பும் வசீகரமும் அவளுக்கிருந்தது. விமலாவும் நானும் முற்றிலும் மாறுபட்ட இரண்டு உயிர்கள். ஒருவர்மேல் ஒருவருக்குக் காதல் எதுவும் இருக்கவில்லை. நட்பும் இருக்கவில்லை. ஆனால் மோகம் இருந்தது. தூய்மையான பதின் பருவக் காமம்! யாருமற்ற கிராம வழிகளில் எங்கேயாவது அவ்வப்போது நாங்கள் சந்தித்தோம். எதாவது ஒன்றை பேசினோம். அவள் பேசுவது எதுவுமே எனக்குப் புரியாது. நான் பேசுவது அவளுக்கும்.

ஓடி வந்து நின்ற விமலாவின் மூக்கு நுனியில் வியர்வைத் துளிகளாக சூரியன் மின்னியது. பாறைகளுக்கு மேல் பலகாலமாக மனிதர்கள்

நடந்து வெளிர் பழுப்பு நிறத்தில் உருவான நடைபாதையில் நாங்கள் சேர்ந்து நடந்தோம். எனது கையிலிருந்து புத்தகங்களைப் பறித்து புரட்டிப் பார்த்தாள். ''இதென்ன? எப்பப் பார்த்தாலும் நீ புத்தகம் படிச்சிட்டே இருக்கியே! இதெல்லாம் நீ எதுக்குப் படிக்கிறே? அப்டி என்ன இருக்கு இதுல? நீ வர்றதப் பாத்து வீட்டுக்குப் பின்னாடி நின்னிட்டிருந்தேன். அம்மாவோட கண்ணுலப் படாமக் கிளம்பறதுக்குக் கொஞ்சம் நேரமாச்சு'' அவள் நிறுத்தாமல் பேசிக்கொண்டிருந்தாள். யாராவது எங்களைப் பார்க்கிறார்களா என்று நான் நாலாபக்கமும் பார்த்தேன். பாறை இடுக்கில் நுரைந்து ஓடும் வாய்க்கால் நீரின் ஓசையும் பின்நேரப் பறவைகளின் ஒலிகளும் மட்டுமே அங்கு இருந்தன.

வாய்க்காலின் கரையில் பெரிய கரும்பச்சை இலைகளுடன் அடர்ந்து நின்ற மேட்டுக் காப்பி மரம் ஓர் இலைக் குடிலாக எனக்குத் தோன்றியது. வளர்ந்திறங்கிய கிளைகள் மண்ணைத் தொட்டு நிற்கின்றன. அதன் கீழே நுழைந்தால் யார் கண்ணுக்குமே தெரியாது. நாம் அங்கே புகுந்திடலாமா என்று அச்சத்துடன் விமலாவைக் கேட்டேன். ''ச்சீ.. போ'' என்று சொன்னவள் உடனே 'காப்பிக் கீழே வச்சு நீ என்னை என்ன பண்ணப்போறே?' என்றாள். அதோடு எல்லாக் கட்டுப்பாட்டையும் இழந்த நான் அவளைக் கட்டியணைத்து ஒரு முத்தம் கொடுத்தேன். 'ச்சீ போடா' என்று என்னைத் தள்ளிவிட்டாள். 'சரி போறேன்' என்று ஓடி வாய்க்காலைத் தாவிக் கடந்து திரும்பிப் பார்த்தேன். அதோ விமலாவும் ஓடி வருகிறாள்! வெளிச்சம் குறைவான காப்பி மரத்தடியில் தவழ்ந்து புகுந்தேன். கண நேரத்தில் விமலாவும் வந்து உள்ளே புகுந்தாள்.

கையிலிருந்த புத்தகங்களை ஒரு கல்லின்மேல் வைத்து அவசர அவசரமாக நான் விமலாவைக் கட்டியணைத்து என்னென்னமோ

செய்ய முயன்றேன். 'ச்சீ... உனக்கு வெட்கமே இல்லையா?' என்றெல்லாம் கேட்டு அவள் ஒரே நேரத்தில் எதிர்ப்பையும் ஒத்துழைப்பையும் வெளிப்படுத்தினாள்! இத்தகைய நேரங்களில் ஆணும் பெண்ணும் என்னென்ன செய்வார்கள் என்று புத்தகங்களில் படித்திருக்கிறேன். அதில் எதைச் செய்யலாம் என்று யோசித்தபடி நான் சில வீண்முயற்சிகளில் ஈடுபட்டிருக்கும்போது திடீரென்று மரத்தின் பின்னருகில் தாமஸுட்டி வைத்தியரின் தோட்டப் பகுதியிலிருந்து ஓர் ஆணின் உரத்த இருமலொலி கேட்டது. எனது பாதி உயிர் ஆவியாகப் பறந்தது. இருமலொலி நெருங்கி வருகிறது! வேறு எதுவுமே யோசிக்காமல் நான் தவழ்ந்து வெளியேறித் திரும்பிப் பார்க்காமல் ஓடினேன்.

அன்றிரவு என்னால் தூங்க முடியவில்லை. மரத்தின் கீழிருந்து நான் இறங்கி ஓடுவதை யாராவது பார்த்திருப்பார்களா? அந்த இருமல்காரர் யார்? அவர் என்னையும் விமலாவையும் பார்த்திருப்பாரா? விமலாவுக்கு என்ன ஆயிருக்கும்? அவள் பிடிபட்டிருப்பாளா? 'உன்னோட இருந்தவன் யாருடீ?' என்ற கேள்விக்கு அவள் என் பெயரைச் சொல்லியிருப்பாளா? ஒரு வேளை அவள் சொல்லவில்லை என்றாலும் புத்தகங்களின்மேல் நூலகத்தின் முத்திரை இருக்கிறதே! நான்தான் என்று எளிதில் கண்டுபிடிப்பார்கள். நூலகப் புத்தகங்களைக் காட்டில் எறிந்து விட்டு தங்கம்மாவின் மகளுடன் காப்பி மரத்திற்குக் கீழே உல்லாசத்திற்கு ஒதுங்கிய வெட்கம் கெட்ட நாய்!

இல்லை எதுவுமே நடந்திருக்காது. விமலா என்னை விடத் தைரியமானவள். அவள் தப்பித்திருப்பாள்.. காலையில் சென்று புத்தகங்களை எடுத்துவிடலாம் என்று உள்ளுக்குள்ளே எனக்கே ஆறுதல் சொல்லிக்கொண்டு தூங்க முயலும்போது திடீரென்று மழை

விழத்தொடங்கியது. இரவு முழுவதும் ஓயாமல் பெய்த அந்தக் கனமழையில் எனது புத்தகக் காகிதங்கள் உதிர்ந்து கரைந்து ஒழுகிப்போவதை நினைத்து நான் நடுங்கினேன்.

விமலா சில சிறு குழந்தைகளுடன் சில்லி விளையாடிக் கொண்டிருந்தாள். முன்தினம் என்ன ஆயிற்று என்று கேட்டபோது யாருமே அவளைப் பார்க்கவில்லை என்று சொன்னாள். நான் ஓடிப்போன உடனே வேறு திசையில் வேகமாக ஓடி அவளும் வீடு வந்து சேர்ந்தாளாம். புத்தகங்களைப் பற்றி கேட்டபோது ‘எனக்கென்ன தெரியும்?’ என்றாள். பயந்து நடுங்கி தெறித்து ஓடியபோது நானே மறந்துவிட்ட அந்த புத்தகங்களை அவள் எப்படி நினைவு கூர்ந்திருப்பாள்! காப்பி மரத்தின் கீழ் கருகிப்போன இலைகள் நனைந்து மக்கி ஈரத்தில் பதுபதுத்துக் கிடந்தன. அங்கு புத்தகங்களின் தடையமே இல்லை! அந்த புத்தகங்கள் எங்கே போயின என்று இன்று வரைக்கும் எனக்குத் தெரியாது!

''புத்தகமென்பது வலுவற்ற ஓர் உயிரினம். அதைக் காலப்பழக்கத்தின் பிடியிலிருந்தும், வானிலையின் பியிலிருந்தும் கொறித்துத் தின்னும் பூச்சிகளின் வாயிலிருந்தும், கவனமற்ற மனிதனின் எண்ணைப் பிசுக்கு படிந்த கைகளிலிருந்தும், அவனது மறதிகளிலிருந்தும் காப்பாற்றுகிறவர் நூலகர்'' என்று உம்பேர்தோ எகோ (Umberto Eco) சொல்லியிருப்பது மானிச் சேட்டனைப் பற்றியேதான் என்று நான் பிற்பாடு பலமுறை யோசித்ததுண்டு. இறுதியில் பொறுமை இழந்த அவர் நூலகத்திலிருந்து என்னை வெளியேற்றினார். அப்பாவிடமிருந்து புத்தகங்களின் விலையை வசூலித்தார். அப்பா வழக்கம்போல் என்னை வெளுத்து வாங்கினார். வயதுக் கோளாறினால் நடந்த அந்தத் தவறு புத்தகங்களுடனான எனது தொடர்பை சிலகாலத்திற்கு அறுத்துவிட்டது.

புத்தகம் படிப்பவர்கள் நூலகங்களை மட்டுமே நம்பி வாழ்ந்த காலம் அது. புத்தகங்களை விலைக்கு வாங்கும் பழக்கம் யாருக்குமே இருக்கவில்லை. எனது நண்பர் ஸ்ரீநிவாசன் கரண்ட் பதிப்பகத்தின் 'வீட்டில் ஒரு நூலகம்' திட்டத்தில் சேர்ந்து தவணை முறையில் பணம் செலுத்திப் புத்தகங்களை தபால் வழியாக வாங்கியதுதான் நான் அறிந்த முதல் இலக்கியப் புத்தகம் வாங்குதல். அப்புத்தகங்களை இரவல் வாங்கி நானும் படித்தேன். வீட்டையும் ஊரையும் விட்டு ஏதேதோ திசைகளில் பயணித்து ஒழுகிய எனது வாழ்க்கையில் போகுமிடமெல்லாம் எனக்குத் துணையாக இருந்தவை நூலகங்களும் புத்தகங்களும் மட்டுமே.

புத்தகங்கள் இடையறாமல் மனிதனை, வாழ்க்கையை, இயற்கையைப் பேசுவதோடு மற்ற புத்தகங்களையும் பேசுகின்றன. ஒரு புத்தகம் இன்னொரு புத்தகத்திற்கு வழி வகுக்கிறது. ஒரு புத்தகமென்பது அதிலிருக்கும் வார்த்தைகள் மட்டுமல்ல. அவ்வார்த்தைகளுக்கு அப்பால் சென்று வாசகன் தனதுக்குள் இருக்கும் கற்பனை வளத்தைத் தொட்டு அறியும் பயண வழி அது. எழுத்தாளனுடன் அவன் நிகழ்த்தும் மௌனமான உரையாடல். காலங்கள் கடந்தோடினாலும் நினைவில் மிதந்துகொண்டேயிருக்கும் புத்தகங்களின் வாசனை. ஒருபோதும் மறக்கமுடியாத ஓர் அனுபவம் ஒரு நல்ல புத்தகம்.

புத்தகங்களை விலைகொடுத்து வாங்க ஆரம்பித்தபோது எனக்கு ஒன்று வெளிச்சமானது. நூலகங்களிலிருந்து எடுக்கும் புத்தகங்களையும் இரவல் வாங்கும் புத்தகங்களையும் நாம் கட்டாயம் படித்துவிடுவோம். விலைகொடுத்து வாங்கும் புத்தகங்கள் நம்மிடமே இருக்கின்றவை என்பதால் எப்போது வேண்டுமானாலும் படிக்கலாமே என்ற எண்ணம் தானாக வந்துவிடும். உடனடியாகப் படிக்கப்படாமல்

அப்புத்தகங்கள் தள்ளி வைக்கப்படும். சிலசமயம் ஒருபோதும் படிக்கப்படாமல் அடுக்கத் தட்டுகளிலேயே அவை அமர்ந்திருக்கும். இங்கே ஒரு கேள்வி எழுகிறது. நம்மிடமிருக்கும் புத்தகங்கள் அனைத்தையும் வரிக்கு வரி நாம் படித்திருக்க வேண்டுமா? படிக்காத புத்தகங்களைச் சேர்த்துவைப்பதால் என்ன பயன்?

தமிழ்த் திரைப்பட இயக்குநர் மிஷ்கின் புத்தகங்களின் தீராக்காதலன். புத்தகம் வாங்க வழியில்லாத காலத்தில் புத்தகங்களுடன் நெருக்கமாக இருப்பதற்கும் படிப்பதற்கும் ஒரு புத்தகக் கடையில் விற்பனையாளனாக வேலை பார்த்தவர். ஓயாமல் படிப்பவர். இருபதாயிரத்திற்கும் மேல் புத்தகங்களை இதுவரைக்கும் வாங்கியிருக்கிறார்! வாசிப்பில் நாட்டமுள்ள நண்பர்களுக்கு எந்தவொரு புத்தகத்தையும் அன்பளிப்பாக எந்த நேரமும் கொடுக்கத் தயங்காதவர். நூற்றுக்கும் மேலான புத்தகங்களை எனக்கு மட்டுமே தந்திருக்கிறார்! பதினெட்டாயிரம் புத்தகங்களை இப்போதும் வைத்திருக்கிறார்!

தனது புத்தகங்களை அரங்கப் பொருட்களாக மட்டுமே அவர் பயன்படுத்துகிறார் என்ற குற்றச்சாட்டையெல்லாம் பலமுறை சந்தித்தவர் மிஷ்கின். தனது பதினெட்டாயிரம் புத்தகங்களையும் அவர் படித்திருக்கிறாரா? சிந்தனையாளர் சேலம் ஆர் குப்புசாமி 65000 புத்தகங்களைச் சேகரித்து வைத்திருக்கிறவர். அந்த 65000 புத்தகங்களையும் அவர் படித்திருக்கிறாரா? கடந்த 28 ஆண்டுகளில் ஒவ்வொன்றாகச் சேகரித்த ஐயாயிரத்திற்கும் மேலான ஆங்கில, தமிழ், மலையாளப் புத்தகங்கள் என்னிடம் இருக்கின்றன. நான் அந்த புத்தகங்கங்களையெல்லாம் படித்திருக்கிறேனா?

ஒருவர் ஒரு புத்தகத்தை வாங்குவதே அது தனக்குத் தேவையானது அல்லது அது உயர்வானது என்கின்ற எண்ணத்துடன்தான்.

புத்தகங்களை நேசிப்பவர்களும் தொடர்ந்து படிக்கும் பழக்கம் கொண்டவர்களும் மட்டும்தான் இடைவிடாமல் புத்தகங்களை வாங்குவார்கள். ஆனால் தங்களிடமிருக்கும் அனைத்து புத்தகங்களையும் அவர்கள் படித்திருக்கவேண்டும் என்று எந்த அவசியமும் இல்லை. வாங்கிப் பலகாலமாகிய ஒரு புத்தகத்தை படிக்கலாமென எடுக்கும்போது அந்த புத்தகம் ஏற்கனவே நன்கு பரிச்சயமானதாகத் தோன்றும் அனுபவம் எனக்குப் பலமுறை நிகழ்ந்திருக்கிறது. எப்போதாவது அதை புரட்டிப் பார்த்து மறந்திருக்கலாம். படித்த சில புத்தகங்களில் அதைப்பற்றியான குறிப்புகள் வந்திருக்கலாம். படித்த ஏதோ ஒரு நண்பர் அதைப்பற்றிச் சொல்லியிருக்கலாம்.

முழுமையாகப் படித்த புத்தகங்களைப் பற்றியே நம்மிடம் இருப்பது தோராயமான சில நினைவு கூறல்கள்தாம். முழுப்புத்தகத்தையும் நம்மால் ஒருபோதும் நினைவுகூற முடியாது. அனைத்தையும் நினவில் வைக்குமளவில் நினைவாற்றல் இருக்கும் ஒருசிலருக்கு ஒருவேளை அது சாத்தியப்படலாம். அவர்கள் கணினிகளைப் போன்றவர்கள். ஆனால் அது ஒரு தனித்திறனாகவோ சாதனையாகவோ நான் கருதவில்லை. பாகுபாடில்லாமல், பகுத்தறியாமல் படித்த அனைத்தையும் நினைவில் சேமித்து வைப்பதனால் யாருக்கு என்ன பயன்?

படித்தவை படிக்காதவை என்பதைக் கடந்து புத்தகங்கள் என்னிடமிருக்கும்போது நான் தனியனல்ல என்பதை உணர்கிறேன். என்றைக்காவது படிக்க முடியும் என்கின்ற கனவுடன் ஒவ்வொரு புத்தகத்தையும் வாங்குகிறேன். வாழ்க்கையில் வாசிப்பு மட்டுமே இருக்கும் ஒரு காலம் கனவில் எப்போதும் ஒளிர்ந்துகொண்டிருக்கிறது.

ஒருபோதும் அது நடக்காது என்று அறிவேன் என்றபோதிலும்! என்னிடமிருக்கும் புத்தகங்களில் பலதையும் படிக்காமலேயே நான் இறந்து போகலாம். இருந்தும் கையில் பணமிருந்தால் நான் புத்தகங்களை மேலும் வாங்குவேன். என்னிடம் இருக்கவேண்டும் என நினைக்கும் புத்தகங்களை யார் தந்தாலும் வாங்குவேன்.

எனது வீட்டின் நூலகத்தை பார்த்து பக்கத்து வீட்டில் வசிக்கும் மாமா ''எங்களது பழைய வீட்டைவிடப் பெரிய வீட்டில்தான் நான் இப்போது இருக்கிறேன். ஆனால் வீடுமாறி வரும்போது, பத்து பைசாவுக்கு உதவாத இதையெல்லாம் வைக்கப் புதுவீட்டில் இடமில்லை என்று சொல்லி, நூற்றுக்கணக்கான எனது புத்தகங்களையும் நாற்பதாண்டுகாலம் நான் எழுதிய நாள் குறிப்புகளையும் தூக்கிப் போட்டார்கள். பழைய அட்டை விலைக்கு கூட அதை வாங்க யாருமே முன்வரவில்லை'' என்று வேதனையுடன் சொன்னார். அதைக் கேட்டபோது இனம் புரியாத ஒரு துயரத்தில் நானும் தடுமாறிப் போனேன். எனது வாழ்நாளின் மறுவிலையாக நான் வாங்கிய புத்தகங்கள் இடத்தை அடைக்கும் பழங்காலக் குப்பைகளாக ஒருநாள் வெளியே தூக்கி எறியப்படுமா? அதை நினைத்து அன்றிரவு என்னால் சரியாகத் தூங்க முடியவில்லை! ஆனால் காலத்தின் ஓட்டத்தை குறுக்கிட யாரால் முடியும்?

உலக அளவில் பார்த்தால் காகிதத்தில் அச்சிடப்பட்ட புத்தகங்களின் காலம் ஏறத்தாழ முடிந்துவிட்டது என்றே சொல்லலாம். மின் புத்தகங்களின் (eBook) காலம் ஆரம்பமாகி இப்போது சில ஆண்டுகளாகிவிட்டன. எனது வீட்டின் வரவேற்பறையின் பெரும்பகுதியாக இருக்கும் புத்தக நிலையடுக்கில் இருப்பதை விட நூறு மடங்கு அதிகம் புத்தகங்களை இன்று ஒரு சின்னஞ்சிறிய கைக்

கணினியில் அடக்கலாம். சட்டைப்பையில் போட்டு எங்கேயும் கொண்டு செல்லலாம். 5000 காகிதப் புத்தகங்களை சேகரிக்க எனக்கு 28 ஆண்டுகள் தேவைப்பட்டது. ஆனால் கடந்த ஓராண்டில் மட்டும் ஆயிரத்திற்கும் மேலான மின் புத்தகங்களைச் சேர்த்திருக்கிறேன்! அச்சிட்ட வடிவத்தில் என்னிடம் இல்லாதவை அவை. அப்புத்தகங்களும் என்னிடம் இருக்கின்றன என்கின்ற உடைமை உணர்வுக்காகத்தான் அவற்றை நான் சேர்க்கிறேன் என்றாலும் ஒரு புத்தகம் கையில் இருக்கிறது என்ற உணர்வை மின் புத்தகத்தால் ஒருபோதும் தரமுடியாது.

கின்டில் (Kindle), நூக் (Nook), கோபோ (Kobo), ஐ பேட் (iPad) போன்ற கைக்கணினிகளில் மின் புத்தகத்தைப் படிக்கலாம். கின்டிலில் புத்தகம் படிக்கும் பெரும்பாலானோர்கள் அச்சிட்ட புத்தகங்களுக்கு வைத்திருக்கும் பெயர் 'பழங்காலத்து காகித அட்டை' (Old Fashioned Paperback) என்றுதான்! ஆனால் வேடிக்கையைப் பாருங்கள்! உயர் ரக கின்டில் கருவியின் பெயரோ 'காகித வெண்மை' (Paper White)!

மின் புத்தகங்களைப் பல மணிநேரம் தொடர்ச்சியாகப் படித்துக் கொண்டிருந்தால் கண் வீங்கிவிடும், அவை கண் பார்வையை வேகமாக மங்கலாக்கும் என்றெல்லாம் சொல்லப்படுகிறது. வெளி வெய்யிலில் அவற்றைப் படிக்க முடியாது, இரவல் வாங்கிப் படிக்க முடியாது, பழைய புத்தகங்களை விற்கும் கடைகளிலிருந்து அரிதான ஒரு பழைய மின் புத்தகத்தை கண்டடைந்து சந்தோஷப்பட முடியாது, சுவாரசியமான ஒரு பக்கத்தைப் படித்துகொண்டிருக்கும்போது திடீரென்று மின்கலத்தில் மின்சாரம் தீர்ந்து விடலாம், அபிமான எழுத்தாளரின் கையொப்பம் மின் புத்தகத்தின்மேல் வாங்க முடியாது, புத்தகக் கடைகளின், நூலகங்களின் காகித வாசனையை

உணரமுடியாது என மின் புத்தகங்களுக்கு எதிராக எவ்வளவு நான் யோசித்தாலும் வரப்போகும் ஆண்டுகளினூடாக காகிதப் புத்தகங்களின் இடம் இல்லாமலாகிவிடும் என்பது உறுதியாகிவிட்டது.

ஆனால் புத்தகங்களை வாங்குவதிலிருந்து இது எதுவுமே இப்போதும் என்னை தடைவதில்லை. தற்போது சார்லஸ் ப்யுகோவ்ஸ்கியின் 'ஹேம் ஆன் றை', ஸில்வியா ப்ளாத்தின் 'பெல் ஜார்' ஆகிய புத்தகங்களுக்கு அமேசானில் அனுப்பாணைக் கொடுத்து அவை வருவதற்குக் காத்திருக்கிறேன்! சமீபத்தில் ஒருநாள் தில்லி விமான நிலையத்தின் மூலையிலுள்ள ஒடிஸி புத்தகக் கடையிலிருந்து றஸ்கின் பாண்ட் எழுதிய 'பல வண்ணங்களிலான அறை' எனும் குழந்தை இலக்கியப் புத்தகத்தை வாங்கினேன். மிக அழகாய் வடிவமைக்கப்பட்ட அற்புதமான புத்தகம். விமானத்தில் ஏறின உடன் படிக்கத்துவங்கினேன்.

எனது பக்கத்து இருக்கையில் வந்து அமர்ந்தவர் தனது மின்புத்தகக் கருவியை வெளியே எடுத்து அதன் குரல்வாங்கியைக் காதில் வைத்தார். பாட்டு கேட்டுக்கொண்டே படிக்கப் போகிறாரோ என்று யோசித்து அக்கருவியின் திரையை பார்த்தேன். புத்தகம் ஒன்று 'ஓடி'க்கொண்டிருக்கிறது. ஆனால் அவர் கண்மூடி அமர்ந்திருக்கிறார்! ஒரு பெண்குரல் மென்மையாக அவரது காதில் புத்தகத்தைப் படித்துக் கொடுக்கிறது! புத்தகங்களை இனிமேல் நாம் சிரமப்பட்டு படிக்க வேண்டியதுமில்லை! இளம் பெண்களின் இனிமைக்குரல்கள் நமது காதுகளில் தேன் பாய்வதுபோல் புத்தகங்களை படித்துத் தரும்!

ஒரு கணம் நான் விமலாவை நினைத்தேன். ஒரு புத்தகத்தைக் கூட படிக்காத விமலா! பல காதல்களையும் பிரிவுகளையும் திருமணங்களையும் மணமுறிவுகளையும் பிரசவங்களையும் தாங்கி

இளமையிலேயே கிழவியாகிப்போன விமலா இறந்துபோய் இப்போது பல ஆண்டுகள் ஆகின்றன. மழைநீரில் கரைந்து காணாமல்போன அந்த புத்தகங்களைப்போல் விமலாவும் இல்லாமலாகிவிட்டாள்.

உயிர்மை - 01/2016

பின்னணிப் பாடகனின் மரணம்

ஒவ்யூர் அருங்கா பதினேழாவது வயதில் தனது வீட்டின் சுவரை அடித்து உடைத்தார்! வீட்டின் முக்கியமான தாங்குச் சுவர். வீடே கிட்டத்தட்ட சரிந்தது. தாய் தந்தையினர் திரும்பிவந்தபோது நிலநடுக்கத்தில் சிக்கியதுபோல் அந்த வீடு காட்சியளித்தது. என்ன நடந்தது என்ற கேள்விக்கு தனது ட்ரம்பெட்டின் (Trumpet) ஒலி அந்தச் சுவரில் இடித்து எதிரொலித்து இசையை தெளிவற்றதும் நாராசமானதும் ஆக்குவதால் வேறு வழியில்லாமல் அதை உடைத்தேன் என்றுச் சாதாரணமாகச் சொன்னார்! வீட்டைச் சரிசெய்து அதில் முறையான ஒலி தடுப்பான்கள் அமைத்த ஒரு அறையை கட்டிக்கொடுக்கும் கட்டாயத்திற்கு ஆளாகினார்கள் ஒவ்யூரின் தாய் தந்தையினர். ஒவ்யூர் அருங்கா இன்று கென்யாவின் மிக முக்கியமான, உலகப்புகழ் பெற்ற ட்ரம்பெட் கருவியிசைக் கலைஞர்.

இசைக்கும் தொழில்நுட்பத்திற்கும் சம்பந்தமேயில்லை என்கிறார்கள் சில இசை நிபுணர்கள். இசை வியாபாரத்திற்கு தொழில்நுட்பம் தேவை ஆனால் இசைக்கு அது அறவே தேவையில்லை என்கிறார்கள். ஒரு இசைக்கலைஞன் இசைக்கும் இசையின் தரம் ஒன்றுதான் என்றாலும் அதன் தொனியும் தரமும் அந்த

இசை ஒலிக்கும் இடத்திற்கு தகுந்ததுபோல் மாறுவது எப்படி? ஒவ்யூர் அருங்காவைப்போன்ற அற்புதமான ஓர் இசைஞனுக்கே தனது இசையொலி கர்ணகடூரமாக இருந்தால் அதைக் கேட்கும் ரசிகனின் நிலைமை என்னவாக இருக்கும்? இசை என்பதே ஒரு வகையான தொழில்நுட்பம் தானே?

இல்லையென்றால் ஒவ்வொரு இசைக்கருவியும் குறிப்பிட்ட அளவைகளில் மட்டுமே உருவாவது எப்படி? மிருதங்கம், தபலா போன்ற எளிதான இசைக் கருவிகளுக்குக் கூட கனக்கச்சிதமான அமைப்பு நுட்பங்கள் இருக்கிறதே. விதவிதமான ஒலி தரும் புல்லாங்குழல்கள் ஒவ்வொன்றும் வெவ்வேறு அளவை நுட்பங்களை வைத்துதானே அமைக்கிறார்கள்? இசையின் அடிப்படை உருவாக்கத்திலேயே தொழில்நுட்பம் கலந்திருக்கிறது. ஆனால் இசை எழுப்புதலுக்கும் இசை பெருக்குதலுக்குமான அந்த தொழில்நுட்பம் வளர்ந்து பூதாகாரமாகி இன்று இசையையே அழிக்கும் அளவிற்கு வந்து விட்டது எப்படி என்பதைத்தான் நாம் யோசிக்கவேண்டும்.

1926 காலகட்டம். ஒலி வாங்கிகளோ ஒலி பெருக்கிகளோ ஒலிப்பதிவு தொழில்நுட்பங்களோ இல்லை. துல்லியமான கர்நாடக இசையில், கமாஸ் ராகத்தில் 'காமி சத்தியபாமா கதவைத் திறவாய்' என்று உச்சஸ்தாயியில் பாடிக்கொண்டு மேடையில் நடிக்கிறார் எஸ். ஜி. கிட்டப்பா. அவர் ஒரு மரபிசைப் பாடகர். ஆழ்ந்த இசைஞானமும் ஆன்மா ததும்பும் பாடும்முறையும் கொண்டவர். ஆனால் தன்னை ஒரு நடிகராகத்தான் அவர் முன்வைக்கிறார்! இசைஞானமும் பாடும் திறனும் மேடையில் தோன்றி நடிப்பதற்கான அடிப்படைத் தகுதி மட்டுமே அவருக்கு! நவீன தொழில்நுட்பத்தின் எந்தவொரு உதவியுமில்லாமல் இங்கு இயங்கிய கடைசிப் பாடக நடிகர் அவர். தொழில்நுட்பத்தின்

அடுத்த கட்டக் குதிப்பான பேசும் திரைப்படங்களின் வருகைக்கு முன்னரே அவர் இறந்துபோனார்.

1930களில் ஒலியுள்ள திரைப்படங்கள் வந்தபோதும் இசைஞானிகளான பாகவதர்கள் தாம் நடிகர்களாகத் தோன்றினார்கள். ஒவ்வொரு திரைப்படத்திலும் எண்ணற்ற பாடல்கள். முக்கால் பங்கு வசனங்களும் பாடல்களே! பி யூ சின்னப்பா பாகவதர் வந்தார், எம் கே தியாகராஜ பாகவதர் வந்தார். பெயரில் பாகவதர் என்று இல்லாமலேயே சி எஸ் ஜெயராமனும் டி ஆர் மகாலிங்கமும் ஜி என் பாலசுப்ரமணியமும் வந்தனர்.

எண்ணற்ற அழகர்களும் அழகிகளும் நடிப்புத் திறமைகளும் இருக்கும்போது பாடத்தெரிந்த பாகவதர்கள் மட்டும் நடித்தால் போதும் என்று சொல்வதில் என்ன நியாயம்? நூற்றில் இருபது பேருக்கு ஓரளவுக்கு பாடல் முனகும் திறன் இருந்தாலும் இரண்டு பேருக்குக் கூட நன்றாக பாடும் திறன் இல்லை! ஒருவேளை அப்படி இருந்தால்கூட பல ஆண்டுகள் பயின்றால்தான் கொஞ்சமாவது இசைபாடும் ஞானம் வரும்! என்ன செய்வது? இதற்கு ஒரு முடிவு கட்டித்தான் தீரவேண்டும் என்கின்ற கட்டாயம் ஏர்ப்பட்டது.

புதிதாக வந்த ஒலிப்பதிவு தொழில்நுட்பத்தின் உதவியுடன் ராய்சந்த் பொரால் எனும் வங்க - இந்தி இசையமைப்பாளர் 1935ல் இந்தியாவில் முதன்முதலாக பின்னணிப்பாடல் எனும் கலையை அறிமுகம் செய்தார். தூப் சாவோன் (வெயில் நிழல்) எனும் படத்தில் சுப்ரபா, ஹரிமதி எனும் இரண்டு நடிகைகளின் முன்னிலையில் 'நான் ஆனந்தமாக இருக்க விரும்புகிறேன்' எனும் பாடலை பல பெண்கள் பாடி ஆடுவதுபோன்ற காட்சிக்கு பாருல் கோஷ் எனும் பாடகி யும் குழுவினரும் பின்னணி பாடினர். ஆனால் பின்னணிப் பாடல் எனும்

அந்த உத்தியோ அதன் தொழில்நுட்பமோ அப்போது பிரபலமடையவில்லை. காரணம் பாடக நடிகர்களின் செல்வாக்கும் ஆதிக்கமும்.

ஹிந்தியில் கே எல் சைகாள், பங்கஜ் மல்லிக், கே சி டே, கனான் தேவி, நூர்ஜஹான், சுரய்யா போன்ற சிறந்த இசைக் கலைஞர்கள் அனைவரும் நடிகர்களாக புகழ்பெற்றிருந்தனர். அவர்களது பேசும் குரலும் பாடும் குரலும் மக்களுக்கு நன்கு பரிச்சயமானதாக இருந்தது. அவர்கள் வாயசைக்கும்போது வேறு குரல்கள் வெளிவருவதை ரசிகர்கள் விரும்பவில்லை. தமிழிலும் இதுவேதான் நிகழ்ந்தது. சின்னப்பா, தியாகராஜ பாகவதர், டி ஆர் மகாலிங்கம், சி எஸ் ஜெயராமன் போன்றவர்கள் பாடி நடிக்காத படங்களை ஏறெடுத்து பார்க்கக்கூட மக்கள் முன்வரவில்லை. இந்தப் பாடக நடிகர்களில் பெரும்பாலானோருக்கு சராசரிக்கும் கீழான நடிப்புத் திறன் தான் இருந்தது. இறுதியில் பாடத்தெரியாதவர்களுக்கும் சினிமாவில் நடிக்கும் சுதந்திரம் 1947ல் கிடைத்து விட்டது.!

'எம் ஜி ராம்சந்தர்' என்று தலைப்புக் காட்சியில் பெயர் காட்டப்பட்டு எம் ஜி ஆர் கதாநாயகனாக நடித்த ராஜகுமாரி எனும் படத்தில் பின்னணி பாடிக்கொண்டு அறிமுகமானார் தமிழ் திரைப்படத்தின் முதல் பின்னணிப் பாடகர் திருச்சி லோகநாதன். ராஜகுமாரிக்கு பின்னர் வந்த மந்திரிகுமாரி அவரை நடிக்காமலேயே ஓர் உச்ச நட்சத்திரமாக்கியது. பாடக நட்சத்திரங்களின் காலம் ஆரம்பித்தது. தான் ஒரு நடிகனாக இருந்தேன் என்கின்ற கவலையேதுமில்லாமல் பிற நடிகர்களுக்காக சிறப்பாக பின்னணி பாடினார் சி எஸ் ஜெயராமன்.

ஹிந்தியில் முஹம்மத் ரஃபியும் தலத் மெஹ்மூதும் மன்னா டேயும் முகேஷும் வந்தனர். நடிகனாக வந்த கிஷோர் குமார் முதலில் தனக்கே

பின்னணி பாடி பின்னர் நடிப்பையே விட்டு முழுநேர பாடகரானார். இங்கு டி எம் சௌந்தரராஜனும் ஏ எம் ராஜாவும் பி பி ஸ்ரீநிவாசும் வந்தனர். 'நடித்தால் மட்டுமே பாடுவேன், பாடினால் மட்டுமே நடிப்பேன்' என்று அடம் பிடித்த அற்புதப் பாடகர் டி ஆர் மகாலிங்கமும் தனக்காக பின்னணி பாட நேர்ந்தது. விரைவில் அவருக்குத் திரைப்பட வாய்ப்புகளே இல்லாமலாகியது! பாடக நடிகர்களின் காலம் முடிந்து விட்டது.

ஒலித் தொழில்நுட்பம் வேறு வேறு திசைகளில் இசையை கொண்டு சென்றது. ஒலிவாங்கிகளின் (Microphone) வருகை பல நூற்றாண்டுகளாக பாடல்கள் பாடிவந்த விதத்தையே மாற்றியமைத்தது. மெதுவாக பாட வேண்டிய பகுதிகள் உரத்தும் உரத்து பாடவேண்டிய பகுதிகள் மெதுவாகவும் பாட வேண்டும் என்பது ஒலிவாங்கியில் பாடுவதன் அடிப்படையாகியது! ஒலிவாங்கிக்கு ஏற்ற குரல்கள் மட்டுமே (Mic voice) முன்நிறுத்தப்பட்டன. ஒலியுடனான திரைப்படங்களின் வருகை திரை அரங்குகளின் அமைப்பையே மாற்றியது. ஒலி எதிரொலித்து முழங்கி தெளிவற்றுப் போகாமல் ஒலி தடுப்பான்களும் ஒலிச்செறிவு சுவர்களும் அங்கு பொருத்தப்பட்டது. மேடை நிகழ்ச்சிகள் நடத்தப்படும் அரங்கங்களின் அமைப்பும் மாறியது. அரங்கின் பின் வரிசையில் அமர்ந்திருப்பவர்களுக்கும் கேட்க வேண்டுமே என்று மேடைப் பாடகர்கள் கத்திப் பாடுவது பழங்கதையானது.

முறையான ஒலிதடுப்பான்கள் பொருத்தப்பட்ட ஒலிப்பதிவுக் கூடங்களில் பின்னணிப் பாடகர்கள் இரவுபகல் பாடினார்கள். முதலில் ஒரே ஒரு ஒலிவாங்கி நடுவில் வைத்து அதன் பக்கத்தில் பாடகன் நின்று இசைக்கருவிக் கலைஞர்கள் வேறு வேறு அகலத்தில் நின்றுகொண்டு பாடல்களைப் பாடி, இசைத்துப் பதிவு செய்தனர். பதிவிற்கு அப்போது

ஒரே ஒரு ஒலித்தடம் மட்டுமே. பின்னர் பாடகனுக்கு ஒன்று இசைக்கலைஞர்களுக்கு ஒன்று என இரண்டு ஒலிவாங்கிகளும் ஒலித்தடங்களும் வந்தன. நமது திரையிசையின் பொற்காலம் என்று சொல்லப்படும் காலகட்டத்தின் ஏராளமான பாடல்கள் பதிவு செய்யப்பட்டது இந்த தொழில்நுட்பத்தில்தான்! கொஞ்சம் கொஞ்சமாக ஒலிவாங்கிகளின் எண்ணிக்கையும் ஒலித்தடங்களின் எண்ணிக்கையும் அதிகமாகிக்கொண்டே போனது. அதற்கு ஏற்றார்போல் பின்னணிப் பாடகர்களின் எண்ணிக்கையும் அதிகமாகியது. ஆனால் முக்கியமான ஒருசிலரைத் தவிர மற்றவர்களை ஏற்க ரசிகர்கள் முன்வரவில்லை. அதன் காரணமும் நடிகர்களின் செல்வாக்கும் ஆதிக்கமும்தான்!

வீரசாகச நாயகர்களாகவும் கடவுளர்களாகவும் ஏழைப் பங்காளர்களாகவும் 'நடித்து' நாயக நடிகர்கள் மக்களின் ஆராதனை மூர்த்திகளாக மாறினர். அவர்களின் குரலுக்கும் நடிப்புக்கும் ஏற்ப பாடும் பின்னணிப் பாடகர்கள் மட்டுமே விரும்பப்பட்டனர். திரை வணிகமும் அவர்களை மட்டுமே முன்னிறுத்தியது. மற்ற பாடகர்களுக்கு அசரீரிப் பாடல்களோ, கூட்டுக்குரல் பாடல்களோ, முக்கியத்துவம் இல்லாத நடிகர்கள் வாயசைக்கும் பாடல்களோ கிடைத்தன. இந்தியாவின் முக்கியமான பின்னணிப் பாடகர்களாக வலம் வந்த முஹம்மத் ரஃபி, கிஷோர் குமார், தலத் மெஹ்மூத், மன்னா டே, சி எஸ் ஜெயராமன், டி எம் சௌந்தரராஜன், ஏ எம் ராஜா, பி பி ஸ்ரீநிவாஸ், யேசுதாஸ் போன்றவர்கள் நடிகர்களின் பாணிகளுக்கு ஏற்ப பாடிக்கொண்டே அரிதான பாடகர்களாகவும் திகழ்ந்தனர்.

பிரபலமான நடிகர்களில் சிறப்பான பாடும் திறன் இருந்த திலீப் குமார், வைஜயந்தி மாலா (ஹிந்தி), ராஜ் குமார் (கன்னட) போன்ற

நடிகர்கள் பின்னணிப்பாடல் வந்த பின்னர் தங்களை பாடகர்களாக முன்வைக்கவே விரும்பவில்லை. திலீப் குமார் ஓரிரு பாடல்களை மட்டுமே பாடினார். சலில் சௌதுரியின் இசையில் அவர் பாடிய லாகி நஹி சூட்டே ராமா (படம்: முசாஃபிர் - 1957) என்கின்ற பாடல் அவரது பாடும் மேதமையையும் இசைஞானத்தையும் வெளிப்படுத்தியது. ஆனால் தொடர்ந்து அவர் பாடவேயில்லை. தமிழில் ஆரம்பித்து இந்தியா முழுவதும் கொடிகட்டிப் பறந்த நடிகை வைஜயந்தி மாலா ஹடே பாஜாரே எனும் வங்க மொழிப் படத்தில் பாடிய சேய் தாகே சேய் தாகே எனும் பாடல் அவரது குரல் வளத்திற்கும் அலாதியான பாடும் திறனுக்கும் சாட்சியம். அவரும் ஒரு பாடகியாக மாற முன்வரவில்லை. ராஜ் குமார் தனக்காக பி பி ஸ்ரீநிவாஸ் மட்டும்தான் பாடவேண்டும் என்று வலியுறுத்தினார். ஆனால் 1970களில் ஓரிரு பாடல்களை தற்செயலாகப் பாடிய பின்னர் ராஜ் குமார் நடிக்கும் பாடல்கள் அவரே பாடவேண்டும் என்று திரையுலகம் விரும்பியது. தன்னுடைய பாடல்களை அவரே பின்னணி பாடும் நிலைமை வந்தது. நடிகரென்பதை விட அரிதான பாடகர் ராஜ் குமார்.

ஜெயலலிதா தமிழில் தான் நடித்த சில பாடல்களுக்கு பின்னணி பாடினார். அடிமைப் பெண்ணில் (1969) வந்த அம்மா என்றால் அன்பு, அன்பைத் தேடி (1974) படத்தின் சித்திர மண்டபத்தில் போன்ற பாடல்களை சிறப்பாகவே பாடினார். இயல்பான பாடும் திறனும் இளவயதில் கற்ற கர்நாடக இசையின் தாக்கமும் அவரது பாடும்முறையில் பிரதிபலித்தது. கமல் ஹாசன் சிறுவயதிலிருந்தே பாடி வந்தவர். இதுவரை எண்பதுக்கும் மேலான திரைப்பாடல்களை அவர் பாடியிருக்கிறார். பெரிய அளவில் இசைப் பயிற்சி இல்லையென்றாலும் இயல்பான இசை நாட்டமும் இசைத்திறனும் கொண்டவர் கமல். உணர்ச்சிகரமாக பாடக்கூடியவர். இந்தியாவின்

முதல் ராப் பாடல் என்று சொல்லக்கூடிய விக்ரம் (படம் : விக்ரம்) எனும் பாடலையும் ராஜா கைய வச்சா (அபூர்வ சகோதர்கள்), உன்ன விட (விருமாண்டி), கண்மணி அன்போடு (குணா), சுந்தரி நீயும் சுந்தரன் ஞானும் (மைக்கேல் மதன காம ராஜன்) போன்று இளையராஜா இசையமைத்த பல பாடல்களை தனக்கேயுரிய தனித்துவமான பாணியில் பாடியிருக்கிறார்.

பாடும் திறன் என்பது பேசும் திறனின் நீட்சி மட்டுமே என்பதனால் பேச முடிந்தவர்களெல்லாம் பாடவும் முடியும் என்று ஒரு மேலைநாட்டு 'நிபுணர்' எழுதியதைப் படிக்க நேர்ந்தது. ‘இது என்னடா முட்டாள்தனம்!' என்றுதான் அப்போது யோசித்தேன். ஆனால் அந்தக் கருத்தை உண்மையாக்கும் வகையிலான விஷயங்கள்தான் கடந்த பல ஆண்டுகளாக இந்தியத் திரையிசையில் நடந்துகொண்டிருக்கிறன. குளியலறைப் பாடகர் என்ற தகுதிக்குமேல் போகாத அமிதாப் பச்சன் 1981ல் லாவாரிஸ் என்ற படத்தில் பாடிய மேரே அங்கனே மே என்ற குத்துப் பாட்டு புகழ்பெற்றது. அதன் தாக்கத்தால் அங்கும் இங்கும் நடிகர்கள் மீண்டும் பாடத்துவங்கினார்கள். அமிதாப் பின்னரும் சில பாடல்களை பாடினார். ஆனால் தான் ஒரு சிறந்த பாடகன் அல்ல என்பதை உணர்ந்து தயங்கித் தயங்கி பாடுவதுபோல் தான் அவரது பெரும்பாலான பாடல்கள் ஒலித்தது. 1998ல் ஆமிர் கான் ஆத்தீ க்யா கண்டாலா என்று பாடியதும் இதே தயக்கத்துடன்தான்.

ஆனால் 2000த்துக்கு பின்னர் நட்சத்திர நடிகர்கள் எந்த தயக்கமுமின்றி பாட ஆரம்பித்தனர். ஹிந்தியில் பின்னணி பாடாத நடிகர்களே இல்லை என்றாகிவிட்டது. ஷாரூக் கான், சல்மான் கான், ரித்திக் ரோஷன் (இவர் பழம்பெரும் இசைமேதை ரோஷனின் பேரன்), பர்ஹான் அக்தர், அபிஷேக் பச்சன், பிரியங்கா சோப்ரா என ஏறத்தாழ

அனைத்து முன்னணி நடிகர்களும் இன்று பாடுகிறார்கள். மலையாளத்தில் மோகன்லால், மம்மூட்டி, சுரேஷ் கோபி, பிருத்விராஜ், இந்திர்ஜித் என ஏறத்தாழ அனைவருமே இன்று பாடகர்கள்! தமிழில் பின்னணி பாடாத நட்சத்திர நடிகர்கள் யாருமேயில்லை என்றாகி விட்டிருக்கிறது. தனுஷ், விஜய், சூரியா, சிம்பு, விக்ரம், சித்தார்த், பரத், சிவ கார்த்திகேயன் என அனைவரும் இங்கு பாடகர்களாகி விட்டனர். இதற்கான காரணங்கள் என்ன?

முதல் காரணம் ஏ ஆர் ரஹ்மான். இரண்டாவது காரணம் தொழில் நுட்பம். எல்லாவற்றிற்கும் மேலே மக்களுக்கு நடிகர்களின் மேலிருக்கும் பெரும் மோகம்! பல ஆண்டுகளாக பிரபலமாகயிருக்கும் பின்னணிப் பாடகர்கள் தனது பாடல்களை பாடும்போது அவற்றில் புதுமை இருக்காது என்ற திடமான கருத்தைக் கொண்டவரைப்போல் ஏ ஆர் ரஹ்மான் எண்ணற்ற புதுக் குரல்களைத் திரையிசைக்கு கொண்டுவந்தார். அவரில் பெரும்பாலானோர் சராசரிப் பாடகர்கள். வித்தியாசமான, விசித்திரமான குரல்தான் அவரில் பலரையும் பாடகர்கள் ஆக்கியது. நவீன ஒலிப்பதிவு தொழில்நுட்பத்தின் சாத்தியங்கள் நன்கு அறிந்த ரஹ்மான் அதைப் பயன்படுத்தி தனது பாடல்களை அழகாக அமைத்தார். ஆனால் அதே பாடகனோ பாடகியோ வேறு இசையமைப்பாளர்களுக்கு பாடும்போது அவர்களின் சாயம் வெளுத்தது.

ரஹ்மானின் ஒரே பாடலில் பல குரல்கள் பாடியிருக்கும். ஆனால் திரையில் ஒரே நடிகன் பாடுவதாகயிருக்கும் அப்பாடல் காட்சி! இது எதையுமே மக்கள் பெரிதாக கவனிக்கவில்லை. காளான்களைப்போல் முளைத்துப் பரவிய தொலைக்காட்சிகளும் உலகை ஒரு பேரலையாக ஆக்ரமித்த கணினியும் இணையமும் சேர்ந்து மனிதர்களை மூளைச்

சலவை செய்து அவர்களை நுட்பங்கள் கவனிக்கத் தெரியாதவர்களாக்கியது. அவர்கள் காதே அற்றவர்களாகியது. பெரும்பாலான பாடல்கள் 'இதோ வந்து விட்டது, அதோ போய் விட்டது' என்று வெறுமனே வந்துபோனது.

ஒலிவாங்கிகளும் ஒலித்தடங்களில் இசைப்பதிவு செய்யும் தொழில்நுட்பமும் ஒன்றாக வளர்ந்து வந்தவை. ஆனால் இன்று ஒலிப்பதிவு கூடங்களில் பழைய காலம்போல் ஒரு ஒலிவாங்கி மட்டுமே போதும் என்கின்ற நிலமை திரும்பி வந்திருக்கிறது. ஆயிரக்கணக்கான ஒலித்தடங்கள் மட்டுமே கணினியில் விரவிக்கிடக்கிறது. ஒரு சுரம் கூட பாடத் தெரியாதவர்களேயே பாடகர்களாக்குகிறது இந்தக் காலகட்டத்தின் ஒலித் தொழில்நுட்பம். வெறுமனே பேசினால் போதும்! அதை ஒரு பாடலாக்கி மாற்றலாம்! பேச்சை ஒவ்வொரு இசைச் சுரங்களாக மாற்றி, அவற்றை தாளத்திற்குள் பிடித்து வைத்து, குரலை செம்மைப்படுத்தி, சுருதி சேர்த்து ஒரு பாடலை உருவாக்குவது என்பது இன்று சர்வ சாதாரணமான ஒன்றாகி விட்டது. இசையமைப்பாளனுக்கு இசையின் இலக்கணமும் ஆட்டோ டியூன், மேலோடைன், வேவ்ஸ் டியூன் போன்ற 'இசைச் சமையல்' மென்பொருட்களின் செய்முறைகளும் தெரிந்திருக்க வேண்டும். இல்லையென்றாலும் அதைத் தெரிந்தவர்களை கூலிக்கெடுப்பதில் சிரமமேதும் இல்லை. சிறப்பாகப் பாடும் பின்னணிப் பாடகர்கள் இனிமேல் எதற்கு? நுட்பங்களற்ற ரசிகன் எதையும் கூர்ந்து கேட்பதில்லை. அவனுக்கு எதாவது ஒன்று கேட்டால் போதும். விசித்திரமாக இருந்தால் மட்டும் அவன் கவனிப்பான். இல்லையென்றால் அக்கணமே அதை மறந்து வேறு ஏதோ ஒன்றுக்கு திரும்புவான்.

ஒருபுறம் ரசனை இப்படியிருக்கிறது. மறுபுறம் தொழில்நுட்ப உதவியுடன் யார் வேண்டுமானாலும் பின்னணி பாடலாம் என்ற நிலைமை! குளியலறையில் ஓரளவிற்கு நன்றாகவே பாடும் நாங்கள் ஏன் பாடக்கூடாது என்ற கேள்வி நடிகர்களுக்கு வந்ததில் ஆச்சரியம் என்ன? ஒரு பாடலில் இரண்டு நிமிடங்கள் கேட்கும் பாடகனின் குரலை விட திரைப்படத்தில் இரண்டு மணிநேரம் கேட்கும் நடிகனின் குரல் ரசிகனுக்குப் பிடித்துப்போகிறது. அந்த நடிகன் பாடி ஆடும்போது அப்பாடலும் அதே குரலிலேயே கேட்பது அவனுக்கு ஒருவகையான கிளர்ச்சியைத் தருகிறது. சமகாலத்தில் பிரபலமான பல பாடல்கள் இவ்வாறாக நடிகர்கள் பாடியதே என்பதன் காரணம் இதுதான். படம் ஓடி முடிவதோடு பாடலின் ஆயுளும் முடிந்து விடுகிறது.

கடந்த ஒரு நூறாண்டுகாலமாக இந்தியாவில் பொதுமக்களுக்கு இருந்த ஒரே இசை திரையிசை. அது நமது வாழ்வோடு நேரடியாக சம்பந்தப்பட்டிருந்தது. ஆனால் இன்றைய திரையிசைக்கும் வாழ்க்கைக்கும் எந்த சம்பந்தமுமில்லை. திரைப்படத்தை விளம்பரப்படுத்துவதற்கான ஓர் உத்தி மட்டும்தான் இன்று பாடல்கள்! அசாத்தியப் பாடகர்களான நடிகர்களிலிருந்து நமது திரைப்பட அனுபவத்தை ஆரம்பித்த நாம் இன்று 'படுபாட்டு பாடாத கழுதையில்லை' என்ற சொல்லுக்கு ஏற்பப் பாடுபவர்களிடம் அதைக் கொண்டு வந்து சேர்த்திருக்கிறோம். ஒரு சுரம் கூட சுருதியில் பாடத்தெரியாதவர்களின் பாடல்களை இன்று சுருதி சுத்தமாக நாம் கேட்டுக்கொண்டிருக்கிறோம்! தொழில்நுட்பம் அனைத்தையும் சாத்தியமாக்கி தருவதாலும் எல்லாவற்றையும் மேலோட்டமாகப் பார்க்கும் நவநாகரீக குணத்தாலும் 'எதுவுமே சம்மதம்' என்று சுரணையில்லாமல் நாம் வாழ்ந்துகொண்டிருக்கிறோம்.

நமது திரையிசையின் பொற்காலம் என்பது பின்னணிப் பாடகர்கள் ஒளிர்ந்து விளங்கிய காலம். இசையை ஆழமாக நேசித்து இசையில் மூழ்கி வாழ்ந்த விந்தைக் கலைஞர்கள் அவர்களில் பலர். ஒருவர் நடிகனாக சினிமாவில் வெற்றிபெறுவதற்கு உடல் சார்ந்த தகுதிகளும் நடிப்புத்திறனும் மட்டுமே போதும், இசை சார்ந்த எந்த கவலைகளுமே அவருக்கு தேவயில்லை என்ற நிலைமையை உருவாக்கி, அதனூடாக பல்வேறுத்தரப்பட்ட நடிகர்களின் வருகைக்கு வழிவகுத்து இந்திய திரைத்துறையை வளர்த்தவர்கள் நமது பின்னணிப் பாடகர்கள்.

திரை இசையை அதன் உன்னதங்களில் பேணிக்காத்த அந்த பின்னணிப் பாடகன் இன்று முற்றிலுமாக மறைந்து விட்டான். திரைப் பாடகனின் மரணம் என்பது திரைப் பாடலின் மரணம். நமது திரைப் பாடல் கலை இன்று வலிமையேதுமில்லாமல் கணினிச் சுவர்களுக்குள்ளே தரைமட்டமாக விழுந்து கிடக்கிறது. ஒவ்யூர் அருங்காவின் டிரம்பெட் இசையைப்போல் சுவர்களை கிழித்து இனி ஒருபோதும் அது வெளியேறப் போவதில்லை. விரைவில் நிகழப்போகும் அதன் மரணத்தை அறிவிக்கும் மணியோசை எந்தவொரு தொழில்நுட்பத்தாலும் சுருதி சேர்க்கமுடியாமல் இரைந்துப் பொங்கி எனது காதுகளை அடைக்கிறது.

தமிழ் ஹிந்து தீபாவளி மலர் - 10/2014

அழிவற்றவன் சத்யன்

ஏழு வயதில் முதல்முறையாக நான் ஒரு சினிமாவைப் பார்க்கும்போது சத்யன் இறந்து நான்கு ஆண்டுகளாகிவிட்டிருந்தன. அதாவது எனக்கு மூன்று வயதிருக்கும்போதே அவர் இறந்துவிட்டார். ஆனால் என்னைப் பொறுத்தவரையில் இன்றுவரை மலையாள சினிமாவின் ஆகச்சிறந்த நாயக நடிகர் சத்யன்தான். மலையாளம் மட்டும் ஏன்? எனது நாற்பதாண்டுகால உலக சினிமாத் தேடல்களில் நான் கண்ட மிகச் சிறந்த நடிகர்களில் ஒருவர் சத்யன்.

அவரது தலைமுறையின் மற்ற நடிகர்களில் பெரும்பாலானோர் மக்களின் நினைவிலிருந்து எப்போதே நீங்கிவிட்டனர். ஆனால் இன்று வரை அனைவரின் மனங்களிலும் சத்யன் வாழ்கிறார். திரைநடிப்பில் அவர் வெளிப்படுத்திய ஆற்றல், ஆளுமை மற்றும் யதார்த்தவாதம் இன்றளவும் போற்றப்படுகின்றன. அவரது காலத்தின் மற்ற நடிகர்கள் மேடை நாடகப் பாணியிலான உரத்த நடிப்பைப் பின்தொடர்ந்தபோது, சத்யன் தனது கதாபாத்திரங்களை உண்மையின் நுணுக்கங்கள் வழியாக வெளிப்படுத்தினார்.

ஒளிரும் ஹீரோவாக மட்டுமே திரையில் தோன்றியவர் அல்லர் சத்யன். ஒரு நொறுங்கிப்போன முதியவர், பிடிவாதமான தந்தை,

வறுமையில் வாடும் கைவண்டி இழுப்பவர், வாழ்க்கை சிதைந்துபோன மீனவர், சாகசக்காரரான விஞ்ஞானி, ஏழை கம்யூனிஸ்ட், இரக்கமற்ற கோடீஸ்வரர், காமக்கொடூரன் என ஒன்றுக்கொன்று மாறுபட்ட எண்ணற்ற வேடங்களில் நடித்தார். பைத்தியக்காரத்தனம், சுறுசுறுப்பு, இரக்கம் என எண்ணற்ற உணர்ச்சிகளை அலாதியாகச் சித்தரித்தார். எளிமையான வெளிப்புறத் தோற்றத்தைக் கொண்டிருந்த அவரது நடிப்பு மிகவும் ஆழமானது. அதனால்தான் சத்யனை ஒரு முறையாவது திரையில் பார்த்த அனைவரின் நினைவுகளிலும் இன்றுவரை அவர் நீடித்து நிற்கிறார்.

தாழ்த்தப்பட்ட சமூகத்திலிருந்து வரும் ஏழைப் பெண்ணைக் காதலித்து ஏமாற்றும் நீலக்குயிலின் ஸ்ரீதரன் நாயர், வடக்கன் பாட்டுக் கதாநாயகன் தச்சோளி ஒதேனன், ஓடயில் நிந்நுவின் ஏழைக் கைவண்டிக்காரன், செம்மீனின் அப்பாவி மீனவன், யக்ஷியின் அசிங்கமான தோற்றமுடைய விஞ்ஞானி, போரிடும் தந்தையும் மகனுமாகக் கடல்பாலத்தில் வரும் இரு பாத்திரங்கள், மூலதனத்தின் பணிவான கம்யூனிஸ்ட் தலைவர், வாழ்வே மாயத்தின் மனைவியைச் சந்தேகிக்கும் கணவர், அனுபவங்ஙள் பாளிச்சக்களின் புரட்சியாளராக மாறும் ரவுடி, கரகாணாக்கடலில் எல்லாவற்றையும் இழக்கும் வயதானவர்... அவரது நடிப்பினால் மட்டுமே தீவிரமாக வெளிப்பட்ட எத்தனையோ பாத்திரங்கள்.

கேரளத்தில் பிறந்து வளர்ந்தாலும் சத்யன் அடிப்படையில் ஒரு தமிழர். அவரது இயற்பெயர் சத்திய நேசன். ஒரு தனியார் பள்ளி ஆசிரியராகத் தனது வாழ்க்கையைத் தொடங்கினார். பின்னர் ஒரு அரசாங்க எழுத்தர் வேலை. விரைவில் பிரிட்டிஷ் இராணுவத்தில் அதிகாரியாகச் சேர்ந்தார். இரண்டாம் உலகப் போரின்போது பர்மா மற்றும் மலேசியாவில் பணியாற்றிய பின்னர் வீடு திரும்பி

திருவாங்கூர் மாநில காவல்துறையில் ஆய்வாளராகச் சேர்ந்தார். 1947-1948இல் கேரளாவில் நிகழ்ந்த கம்யூனிஸ்ட் கிளர்ச்சியின் போது, அந்தக் கலவரங்களை ஒடுக்கித் தகர்த்த அதிகாரிகளில் முக்கியமானவர் அவர். ஆனால் பின்னர் தனது பல படங்களில் கம்யூனிச ஆர்வலராகவும் புரட்சியாளராகவும் நடித்தார்.

தனது 40 வயதில்தான் சத்யன் படங்களில் நடிக்க ஆரம்பித்தார். 1951இல். அவரது முதல் படமான தியாக சீம வெளிவரவில்லை. அடுத்த ஆண்டு ஆத்மசகியில் கதாநாயகனாக நடித்தார். பின்னர் நீலக்குயில். தொடர்ந்துவந்த இரண்டு பதிற்றாண்டுகளில் மலையாளத்தின் மிகவும் விரும்பப்பட்ட கதாநாயகனாக மாறி மலையாள சினிமாவின் முதல் சூப்பர் ஸ்டார் ஆனார். மிகச்சிறப்பாக நடிக்கக்கூடிய ஒரு சூப்பர் ஸ்டார்!

சத்யன் தனது குடுமபத்தின்மேல் மிகுந்த ஆர்வமும் அக்கறையும் கொண்டிருந்தவர். அன்பான தந்தை. ஆனால் அந்த சினிமா உச்ச நட்சத்திரத்தின் தனிமனித வாழ்க்கை மிகுந்த துயரத்தினூடாகத்தான் நகர்ந்தது. அவரது மூன்று மகன்களும் கண்பார்வை மெல்ல மெல்ல இல்லாமலாகும் கொடூர நோயுடன் பிறந்தவர்கள். அந்தக் காலகட்டத்தில் அதற்கு எந்தச் சிகிச்சையுமே இருக்கவில்லை. சத்யனின் பெரும்புகழ் அக்குழந்தைகளின் நிலைமையை மாற்ற எந்தவகையிலும் உதவவில்லை. தன் குழந்தைகளைக் காப்பாற்ற தன்னால் எதுவுமே செய்ய முடியவில்லையே என்ற வலி ஒவ்வொருநாளும் சத்யனைப் பீடித்தது. தனது துக்கங்கள் அனைத்தையும் நடிப்பில்தான் அவர் மூழ்கடித்தார்.

ஐம்பத்தேழு வயதில், தனது திரை வாழ்க்கையின் உச்சத்தில் இருந்தபோது இரத்தப் புற்றுநோயால் பாதிக்கப்பட்டுள்ளார் எனக்

கண்டுபிடிக்கப்பட்டது. அவருக்கு வாழ வெறும் நான்கு மாதங்கள் மட்டுமே மருத்துவர்கள் அவகாசம் அளித்தனர். ஆனால் சத்யன் அதைப் புறக்கணித்து ஒரே நேரத்தில் பல படங்களில் நடித்துக்கொண்டே இருந்தார். 1971இல் அவரது 14 திரைப்படங்கள் வெளியாயின. இரண்டு ஆண்டுகள் இரத்தப் புற்றுநோயை எதிர்த்துப் போராடிய பின்னர் 1971 ஜூன் 15 அன்று தனது 59 ஆவது வயதில் சத்யன் இறந்தார். அவரது மிகப் பெரிய படங்களான அனுபவங்கள் பாளிச்சகள், கரகாணாக்கடல் மற்றும் சரசய்யா அவரது மரணத்திற்குப் பிறகுதான் வெளியாயின.

சத்யனின் பல கதாபாத்திரங்கள் ஒடுக்கப்பட்ட, கைவிடப்பட்ட மனித ஆத்மாவின் கண்ணீரை உதிர்த்த போதிலும் அவரது நடிப்பு அப்பாத்திரங்களுக்குமே துணிச்சலான ஒரு பரிமாணத்தை அளித்தது. வாழ்வின் எண்ணற்ற துயரங்களால், ஏன் அகால மரணத்தால் கூட சத்யன் எனும் ஒப்பிலாக் கலைஞனைத் தொட முடியவில்லை. அவர்தான் இப்போதும் மலையாளத்தின் வலிமையான கதாநாயகன். அந்த நடிப்பை அண்ணாந்து பார்ப்பது மட்டுமே நம்மால் செய்யமுடிகிறது. சத்யன் எனும் நித்யக் கலைஞனுக்கு எனது கண்ணீர் அஞ்சலி.

08/19

கவிதை என்பது

சிறு வயதிலிருந்தே சிறந்த கவிதைகளும் அவற்றை உருவாக்கும் கவிஞர்களின் உள்ளங்களும் எனக்கு மிகுந்த ஆச்சரியங்களாகத்தான் இருந்திருக்கின்றன. ஒரு கவிதை படிக்கும்போது அக்கவிதைக்கு பின்னால் செயல்பட்ட கவிமனம் என்னவென்றும் எப்படிப்பட்ட தென்றும் ஆழ்ந்து யோசிப்பது எனது இயல்பு. (இசையிலுமே அவ்வண்ணம் தான்). நான் படித்த உலகக் கவிதைகளில் என்னை மிகவும் ஆச்சரியப்படுத்திய சில கவிதைகளை ஒரு வாசகனின் சுதந்திரத்துடனும் ஒரு எழுத்தாளனின் பார்வையுடனும் தமிழில் தனிமுறை மொழிபெயர்ப்பு செய்ய முயல்கிறேன்.

உலகக் கவிஞர்களின் கவிஞன் என்று அழைக்கப்படும் பாப்ளோ நெரூதா (1904-1973) தனது 60 ஆவது வயதில் எழுதியது 'கவிதை' என்ற இக்கவிதை. ஸ்பானிய மொழியில் போயெசியா (Poesia) என்று அவர் பெயரிட்ட இக்கவிதைக்கு போயெட்ரீ (Poetry) என்ற பெயரில் பல ஆங்கில மொழிபெயர்ப்புகள் உள்ளன. ஒரு கவிஞனாக தனது வாழ்க்கையை திரும்பிப் பார்க்கும் நெரூதா, கவிதை என்பது எப்படி உயிருள்ள ஒன்றாக தன்னை தேடி வந்தது என்றும் அது தன்னை எப்படி முற்றிலுமாக ஆட்கொண்டது என்றும் இக்கவிதையில் விளக்குகிறார்.

எழுதியவர் : பாப்ளோ நெரூதா (Pablo Neruda)

பெயர் : கவிதை (Poetry)

மொழி : ஸ்பானியம்

நாடு : சிலே

ஆண்டு : 1964

அந்த வயதில் ஒருநாள் கவிதை வந்து சேர்ந்தது
என்னைத் தேடி
எங்கிருந்து என்று தெரியவில்லை
குளிர்காலத்திலிருந்தா? ஒரு நதியிலிருந்தா?
எப்படி? எப்போது?
ஒன்றுமே பிடிபடவில்லை

அது சொற்களாக வரவில்லை
சத்தங்களாகவோ மௌனமாகவோ வரவில்லை
அது என்னை வரவழைத்தது
ஒரு தெருமுனையிலிருந்து
இரவின் கிளைகளிலிருந்து
வன்மத்துடன் எரியும் நெருப்பிலிருந்து

அது பிறரிலிருந்து என்னை பிரித்தெடுத்தது
முகமற்றவனாக நான் தனிமையில் திரும்பும்போது

என்னை தொட்டது
என்ன சொல்வதென்றே தெரியவில்லை
எனது வாய் திறக்கவில்லை
எனது கண்கள் குருடாயின

ஆன்மாவில் ஏதோ ஒன்று இயங்கத் துவங்கியது
காய்ச்சலா? நான் எங்கேயோ மறந்து வைத்த எனது சிறகுகளா?
நெருப்பின் ரகசிய பாஷையை
நானே மொழிபெயர்க்கத்துவங்கினேன்
வலுவற்ற எனது முதல் வரியை எழுதினேன்
தளர்ந்து மங்கலானது, பொருள் சொல்லவியலாதது
தூய்மையான மடத்தனம்
ஒன்றுமே தெரியாதவனின் பரிசுத்த ஞானம்

திடீரென்று ஆகாயம் கட்டவிழ்வதைக் கண்டேன்
கோள் கிரகங்கள் திறக்கப்பட்டன
தோப்புகள் துடித்தெழுந்தன
ஓட்டைகள் விழுந்த நிழல்களின்மேல்
இனம்புரியாத அம்புகள் பாய்ந்தன
பற்றியெரியும் தீ, பூக்கள்
சுழன்றடிக்கும் இரவு, பிரபஞ்சம்
எனது முடிவற்ற இருப்பு

விண்மீன்களின் வெறுமையை குடித்த போதையில்

சரிசமமாய், மறைபொருளின் உருவமாய்

அடியாழத்தின் தூய்மையான துண்டாய்

சக்கரங்களேறி நான் பயணிக்கத்துவங்கினேன்

நட்சத்திரங்களுடன்

என் இதயம் உடைந்து சிதறி காற்றில் தூசியாய் பறந்துபோனது

உயிர்மை - 2014

பிரபஞ்சனும் நானும்

"நமது புத்தக வெளியீட்டு விழாவில் சிறப்பு விருந்தினராகப் பிரபஞ்சனையும் அழைப்போமே. உங்களது கட்டுரைகளை எல்லாம் படித்துப் பாராட்டி அடிக்கடி என்னிடம் பேசுவார்" என்று சொன்னார் பதிப்பாளர் கவிஞர் மனுஷ்யபுத்திரன். எனக்கு மிகுந்த மகிழ்ச்சி. மானுடம் வெல்லும், வானம் வசப்படும், சில சிறுகதைகள் என ஓரளவுக்குப் பிரபஞ்சனை படித்திருக்கிறேன். அவரது எளிமையான மொழிநடையும் பாத்திரப் படைப்புகளும் எனக்குப் பிடித்தமானவை. ஆனால் அதுவரை நான் அவரைச் சந்தித்திருக்கவில்லை. அவர் ஒரு திரையிசைப் பிரியர், முற்போக்கு எண்ணங்கள்கொண்ட கறாரான நாத்திகர் என்பதையெல்லாம் கேள்விப்பட்டிருந்தேன். எனது 'சொல்லில் அடங்காத இசை' புத்தக வெளியீட்டு விழாவிற்கு அவரை அழைக்கச் சென்றேன்.

ஓர் உணவுவிடுதியில் நிகழ்ந்தது அச்சந்திப்பு. வடிவான நீல வண்ண ஜிப்பா அணிந்து நறுமணங்களைப் பூசி குளிர் கண்ணாடியை வைத்து மெலிந்து உயர்ந்த மனிதராக பிரபஞ்சன் காட்சியளித்தார். எண்ணற்ற வெண்சுருட்டுகளைப் புகைத்துத் தள்ளிக்கொண்டு, பலகுவளை ஃபில்டர் காப்பிகளை குடித்து முடித்தவாறு கிட்டத்தட்ட மூன்று

மணிநேரம் என்னிடம் பேசினார். பலகாலமாகத் தெரிந்த இரண்டு நண்பர்கள் பேசுவதுபோல் இலக்கியம், இசை, வரலாறு, இதழியல் எனப் பலவற்றைப் பேசிக்கொண்டேயிருந்தோம்.

எம் எஸ் விஸ்வநாதன், பி பி ஸ்ரீநிவாஸ், நாஞ்சில்நாடன், எஸ் ராமகிருஷ்ணன் போன்றவர்களுடன் பிரபஞ்சனும் புத்தக வெளியீட்டுவிழா மேடையை அலங்கரித்தார். புத்தகத்தை அவர் வெகுவாகப் பாராட்டினார். இத்தகைய எழுத்து தமிழுக்கே புதுசு என்று பேசினார். புத்தகத்திலிருந்து மேற்கோள் காட்டி அவர் பேசிய ஒரு நாத்திகச் சாயலுள்ள ஒரு கருத்தை, தனது உரையில் கடுமையாக விமர்சித்துப் பேசினார் நாஞ்சில்நாடன். அப்போது பிரபஞ்சன் என் காதில் ''இவருக்கு திடீர்னு என்னாச்சு?'' என்று சிறு புன்னகையுடன் கேட்டார். அதன்பின் பிரபஞ்சனுடன் எத்தனையோ சந்திப்புகள். உரையாடல்கள். எனது புத்தகத்திற்கு அவர் விரிவான மதிப்புரை ஒன்றை எழுதினார். அவரது பீட்டர்ஸ் சாலை இல்லத்திலும் வேறு வேறு உணவு விடுதிகளிலும் நாங்கள் அடிக்கடி சந்திக்கத் தொடங்கினோம்.

பழைய ஹிந்திப் பாடல்களின்மேல் பிரபஞ்சனுக்கு நாட்டம் இருந்தது. ஒருமுறை ரோஷன், மதன்மோகன் போன்றவர்கள் இசையமைத்த, என்னிடம் இல்லாத சில தொகுப்புகள் அவரிடம் இருப்பதைக் கண்டேன். ''உங்கள் கட்டுரைகளைப் படித்த ஆர்வத்தில் பம்பாயிலிருந்து ஒரு நண்பர் வழியாக வரவைத்தேன்'' என்றார். அவற்றைப் பதிவெடுக்க நான் இரவல் வாங்கினேன். ஆனால் சொன்ன நேரத்திற்குத் திருப்பிக்கொடுக்க முடியவில்லை. அதற்காக என்மேல் சற்று கோபமானார். பிரபஞ்சனுக்குள்ளே ஒரு கோபக்காரரும் இருப்பதை உணர்ந்தேன். இருந்தும் எங்கள் நட்பு ஒவ்வொருநாளும் மேம்பட்டுக்கொண்டேபோனது.

அக்காலத்தில் பிரபஞ்சனையும் என்னையும் சிங்கப்பூர் நண்பர் பரணி சிங்கப்பூருக்கு அழைத்துச் சென்றார். முதலில் எஸ் ராமகிருஷ்ணனும் நானும் செல்வதாக இருந்தோம். ஆனால் ஏதோ காரணங்களால் ராமகிருஷ்ணனால் வரமுடியாமல்போனபோது தான் வருவதாகப் பிரபஞ்சன் ஒப்புக்கொண்டார். விமான நிலையத்தில் நாங்கள் இருவரும் சந்தித்தபோது பிரபஞ்சன் ஊக்கமிழந்து காணப்பட்டார். ''எனக்கு ஏனோ இந்தப் பயணம் சுவாரசியமாகத் தோன்றவில்லை'' என்றார். டைகர் ஏர்வேய்ஸ் எனும் சிக்கன விமானத்தில்தான் பயணம். அதில் குடிக்கும் தண்ணீரைக் கூடப் பணம் கொடுத்துதான் வாங்கவேண்டும். விமானத்தில் ஏறி அமர்ந்தவுடன் நான் குடிக்கும் தண்ணியை வாங்கினேன். ஒரு புட்டி ஷிவாஸ் ரீகல் விஸ்கி!

அதிலிருந்து இரண்டு மூன்று லார்ஜ்களை மடமடவெனக் குடித்தோம். சற்றுநேரத்தில் ''இப்போ நல்லாருக்கு'' என்றார் பிரபஞ்சன். ''பயணம் சுவாரசியமாச்சா?'' என்று கேட்டபோது. ''சுவாரசியமோ சுவாரசியம்..'' என்றார் வெள்ளந்தியான சிரிப்புடன். ''னோ றிய்யேன் தோ றிய்யேன் நோன் ழே நே ரிக்ரெற்றொ றிய்யேன்'' நான் பாடத் தொடங்கினேன். ''அட! உங்களுக்கு ஃபிரெஞ்சும் தெரியுமா?'' என்று வியந்தார் பிரபஞ்சன். ''இல்ல சார்.. நீங்க ஒரு ஃபிரெஞ்சுகாரர் தானே. அதனால எனக்குத் தெரிஞ்ச ஒரேயொரு ஃபிரென்சு பாட்டை எடுத்துவிட்டேன்'' என்றுச் சொன்னேன். பிரபஞ்சன் மகிழ்ச்சியுடன் தாளம் தட்டி ரசித்தார். பிறகெப்போதோ குறட்டைவிட்டுத் தூங்கத் தொடங்கினார்.

ஆவணங்களின் அடிப்படையில் பிரபஞ்சன் தமிழ்நாட்டுக்காரரோ இந்தியரோ அல்லர். அவர் ஃபிரான்ஸ் நாட்டைச் சேர்ந்தவர்! அவரே விரிவாக எழுதிய, அவர் பிறந்து வளர்ந்த நிலப்பகுதியின் வரலாற்றுப்

பின்புலம்தான் அதன் காரணம். கிட்டத்தட்ட ஒன்றரை நூற்றாண்டு காலம் ஃபிரான்ஸ், ஹாலந்து, இங்கிலாந்து என மாறி மாறி மூன்று வெள்ளை வெளிநாட்டவர்களின் குடியேற்ற நிலப்பகுதியாக இருந்து, இறுதியில் 140 ஆண்டுகாலம் ஃபிரான்ஸ் நாட்டின் பகுதியாகவே இருந்த பாண்டிச்சேரியில் 1945 ஏப்ரல் 26ஆம் தேதி பிறந்தவர் பிரபஞ்சன். இயர்பெயர் சாரங்கபாணி வீரபத்திரன் வைத்திலிங்கம்.

1954ல் பாண்டிச்சேரி இந்தியாவின் பகுதியாக மாறுகிறது. அப்போதுமே அது இந்தியாவை விட ஃபிரான்ஸாகத்தான் இருந்தது. 1963இல் பாண்டிச்சேரி மக்களுக்கு ஃபிரான்ஸ் நாடு ஓர் அறிக்கை விட்டது. அவர்கள் ஃபிரான்ஸ் நாட்டின் குடிமக்கள் என்கின்ற அந்தஸ்தைப் பெற்றுக்கொண்டு ஃபிரான்ஸ் நாட்டிற்குக் குடியேறலாம். அல்லது ஃபிரான்ஸ் நாட்டின் குடிமக்கள் எனும் அந்தஸ்துடன் பாண்டிச்சேரியிலேயே வாழலாம். நுழைவனுமதிச் சீட்டு இல்லாமலேயே எந்தநேரமும் ஃபிரான்ஸ் செல்லலாம். ஃபிராங்கோ-பாண்டிச்சேரியர்கள் என்று அவர்கள் அழைக்கப்படுவார்கள். ஆனால் அந்த அந்தஸ்தை அடைவதற்குச் சிலபல சட்டதிட்டங்கள் முன்வைக்கப்பட்டன.

அதில் ஒன்று தமது பெயரின் எழுத்துகளை ஃபிரெஞ்சு மொழிக்கு இணங்குவதுபோல் மாற்றவேண்டும் என்பது. அதாவது கிருஷ்ணமூர்த்தி Kichenamourty ஆகவேண்டும். குமார் Coumer ஆகவும் வீரபத்திரன் Virapattirane ஆகவும் மாறவேண்டும். இவற்றை எல்லாம் ஒப்புக்கொள்வதாக அவர்கள் எழுதித்தரவேண்டும். தானும் குடும்பமும் ஃபிரான்ஸ் நாட்டின் குடிமக்களாக மாற ஒப்புக்கொண்டு எழுதிக்கொடுத்தது பிரபஞ்சனின் குடும்பம். பிரபஞ்சனின் இயற்பெயரின் ஆங்கில எழுத்துகள் Sarangabany Dit Virapattirane

Vaithilingam. பிற்காலத்தில் அவரது இரண்டு மகன்கள் ஃபிரான்ஸ் நாட்டிற்குச் சென்று அங்கேயே தங்குவதற்கான சூழல் உருவானதுமே பிரபஞ்சனுக்குப் பரம்பரையாகக் கிடைத்த இந்த ஃபிரான்ஸ் நாட்டுக் குடியுரிமையினால்தான்.

ஒருவாரம் நீண்ட எங்களது சிங்கப்பூர் பயணத்தில் சிங்கப்பூர் தேசிய நூலகம், அங் மோ கியோ நூலகம் எனப் பல இடங்களில் நடந்த கூட்டங்களில் நாங்கள் பேசினோம். சிங்கப்பூரின் பசுமைச் சாலைகளில் பலமணிநேரம் நடந்து திரிந்தோம். இசை, இலக்கியம், வரலாறு, கிசுகிசு எனப் பரந்து விரிந்த உரையாடல்கள். நடுவே தமிழ்த் திரைப்படப் பாடல்கள். அதிலும் முக்கியமாக டி எம் எஸ் பாடல்கள். 'இந்தப் பாடல் தெரியுமா? அந்தப் பாடல் தெரியுமா?' என்றெல்லாம் ஆர்வத்துடன் கேட்பார். தெரிந்ததும் தெரியாததுமான எத்தனையோ பாடல்களை அவருக்காக நான் பாடினேன்!

நான் சந்திக்கும் காலத்தில் பிரபஞ்சன் எழுத்தை மட்டுமே நம்பித்தான் வாழ்ந்துவந்தார். முன்பு ஓர் இதழாளராகவும் சில தொலைக்காட்சிகளின் ஆலோசகராகவும் வேலை செய்திருக்கிறார் என்பது தெரியும். குமுதத்திலிருந்து பிரிந்த பின்னர் சொல்லும்படியாக எங்கேயும் அவர் வேலை செய்யவில்லை என்றே நினைக்கிறேன். எழுத்தின் வழியாக அவ்வப்போது கிடைக்கும் சிறு ஊதியத்தையும் மேடைப்பேச்சுக்களுக்காக வழங்கப்படும் சன்மானத்தையும் வைத்துக்கொண்டு ஒருவர் வாழ்க்கையை நடத்த முடியாது. அதுவும் பிரபஞ்சன் போன்ற ரசனையான ஒரு மனிதர். அவரை ஆதரிக்கும் வாசக நண்பர்களின் உதவிகள் அவருக்கு முக்கியமானவையாக இருந்தன. அத்தகைய ஒருவர்தான் எங்களை சிங்கப்பூருக்கு அழைத்துச் சென்ற பரணீதரன். பிரபஞ்சனுக்குப் பலவகையான

உதவிகளைச் செய்தவர் அவர்.

பரணியின் வீட்டில் ஒருநாள் இரவு இரண்டுமணிக்குப் பிரபஞ்சனுக்கும் பரணிக்குமிடையே எதிர்பாராமல் ஒரு வாக்குவாதம் ஏற்பட்டது. எரியும் தீயில் விஸ்கியையும் ஊற்றிக்கொண்டிருந்ததால் அந்த வாக்குவாதம் கை மீறிப் போனது. ''ஒரு கடைக்கோடி வாசகனாக நான் உங்களுக்கு எத்தனை உதவிகளைச் செய்திருக்கிறேன். ஓர் எழுத்தாளனாக நீங்கள் எனக்கு என்ன செய்தீர்கள்?'' என்று ஏதோ ஒரு வேகத்தில் பரணி கேட்டு விட்டார். பிரபஞ்சன் மௌனமானார். ஆனால் எனக்குக் கோபம் தலைக்கேறியது. ''ஓர் எழுத்தாளனால் வாசகனுக்குத் தர முடிந்தது அவனுடைய எழுத்துக்கள் மட்டுமே. வேறு எதைத் தர வேண்டும் என்று நீங்கள் எதிர்பார்த்தீர்கள்? பிரபஞ்சன் சார்.. இந்த அவமானத்தைத் தாங்கிக்கொண்டு நீங்கள் ஒரு கணம்கூட இவரது வீட்டில் தங்கக் கூடாது. நாம் இப்போதே இங்கிருந்து கிளம்புவோம்'' என்று நான் பெட்டி படுக்கையை எடுத்தேன். ஆனால் பிரபஞ்சன் அமர்ந்த இடத்திலிருந்து நகரவே இல்லை. எனது குரல் மேலும் உரத்தபோது பரணி பிரபஞ்சனின் கால்தொட்டு மன்னிப்புக் கேட்டார். அத்துடன் எல்லாம் சமாதானமாயின.

ஒருமுறை ஜெயமோகனும் நானும் சத்யம் திரையரங்கிலிருந்து படம் பார்த்துவிட்டு வெளியே வந்தபோது ''படமோ சகிக்கமுடியவில்லை, பக்கத்திலிருக்கும் பிரபஞ்சனை சந்திக்கப் போகலாமா?'' என்று கேட்டேன். அக்காலத்தில் சிலபல மனஸ்தாபங்களால் பிரபஞ்சனும் ஜெயமோகனும் மனதளவில் மிகவும் விலகி இருந்தனர். அதனாலேயே நான் அப்படிக் கேட்டேன். முதலில் மறுத்தார் என்றாலும் சிலநிமிட யோசனைக்குப்பின் என்னுடன் வரவே செய்தார் ஜெயமோகன். நாங்கள் பிரபஞ்சனின் கதவைத் தட்டினோம். ஒரு துண்டை மட்டும்

கட்டிக்கொண்டு குளிக்கப் போகும் நேரத்தில் எரிச்சலோடு கதவைத் திறந்து பார்த்த பிரபஞ்சன் எங்களை, குறிப்பாக ஜெயமோகனைப் பார்த்து ஆச்சரியப்பட்டார். மகிழ்ந்தார்.

அவர் குளிக்கப்போன நேரத்தில் ஜெயமோகனும் நானும் அந்த அறையின் நாலாபக்கமும் குவிந்துகிடந்த ஆயிரக்கணக்கான புத்தகங்களிலிருந்து சிலவற்றைப் புரட்டிப் பார்த்துக் கொண்டிருந்தோம். அழகான வெள்ளை வண்ண ஜிப்பாவைப் போட்டு நறுமணங்கள் பூசிக்கொண்டு புது மலர்ச்சியுடன் வந்தமர்ந்தார் பிரபஞ்சன். அவரும் ஜெயமோகனும் பலமணிநேரம் பேசினார்கள். கீழடி, கீழ்வளை, ஆதிச்சநல்லூர், கங்கைகொண்டசோழபுரம் என அவர்களது பேச்சு எனக்குப் பெரியளவில் பிடிப்பில்லாத தொல்பொருளியல் குறித்துத்தானிருந்தது. நான் மௌனமாகக் கேட்டுகொண்டிருந்தேன். நடுவே அந்த உரையாடல் ஓவியங்களுக்குத் திரும்பியபோது 'ஒரு மிகச்சிறந்த ஓவியனாக வரவேண்டியவன் எனது இரண்டாவது மகன். ஆனால் மனநலம் பாதிக்கப்பட்ட அவனால் இன்று ஒரு புள்ளியைக் கூட வைக்க முடியவில்லை' என்று கண்கலங்கினார் பிரபஞ்சன்.

''மனிதமனம் மிகவும் சிக்கலானது. அதன் பாதைகளை யார் கண்டார்! உங்களுக்குக் கட்டற்ற இலக்கியப் படைப்பு மனத்தை அளிக்கும் அதே மரபணுதான் அவனுக்குள் ஒரு நோயாக வெளிப்படுகிறது! என்ன செய்வது'' என்று சொன்னார் ஜெயமோகன். பின்னர் பிரபஞ்சனின் மகனின் சிகிச்சைக்காகப் பல யோசனைகளை நான் அவருக்கு வழங்கினேன். பெங்களூருவின் நிம்ஹான்ஸ் மருத்துவக் கல்லூரியின் பேராசிரியர்கள் பலர் எனக்குப் பரிச்சயமானவர்கள். அங்கு கொண்டுசென்று சிகிச்சை பெற்றால் அவன் குணப்பட சாத்தியங்கள் இருப்பதைச் சொன்னேன். அதற்காகச்

சில ஏற்பாடுகளையும் முன்னெடுத்தேன். ஆனால் அதுநாள் வரை அவன் எடுத்த பரிசோதனைகளின், சிகிச்சைகளின் மருத்துவக் குறிப்புகளை அங்கே வழங்கவேண்டும். கூடுமானவற்றை உடனடியாகத் திரட்டுங்கள், நாம் மூவரும் என் வாகனத்திலேயே பெங்களூரு செல்லலாம் என்று பிரபஞ்சனிம் சொன்னேன். ஆனால் அவரால் அவற்றைத் திரட்ட முடியவில்லை. பின்னர் அந்த விஷயத்தைப் பற்றி என்னிடம் பேசுவதையே நிறுத்திக்கொண்டார்.

மலேசியா வாசுதேவன், மணிரத்னம், ஜெயமோகன், எஸ் ராமகிருஷ்ணன், மனுஷ்யபுத்திரன் போன்றவர்கள் பங்கேற்ற எனது இரண்டாவது புத்தக வெளியீட்டு விழாவில் அக்காலத்தில் எனக்கு எதிராக உயர்ந்துகொண்டிருந்த குரல்களைக் கண்டித்துப் பேசினார் பிரபஞ்சன். இத்தகைய காலாச்சார பாசிசத்தை ஒருபோதும் அனுமதிக்கக்கூடாது என்று பேசினார். தமிழில் ஓர் எழுத்தாளனாக நான் வருவதற்கு அடிப்படைக் காரணமாகயிருந்த ஜெயமோகன் கூட எனக்கெதிராகப் பேசிய மேடை அது. ஆனால் ''இலக்கியத்திற்கும் திரைப்படத்திற்கும் மட்டுமல்ல இசைக்கும் ஷாஜி எழுதுவதுபோன்ற விமர்சனப்பார்வைகள் மிக அவசியம்'' என்று தீர்மானமாகப் பேசினார் பிரபஞ்சன்.

மிஷ்கின் இயக்கிய 'யுத்தம் செய்' திரைப்படம் தயாராகிக் கொண்டிருந்த காலத்தில் பிரபஞ்சனும் மிஷ்கினும் நெருங்கிப் பழக ஆரம்பித்தனர். அப்படத்தின் தொடக்கத்தில் 'நன்றி : எழுத்தாளர் பிரபஞ்சன்' என்று காட்டப்படும். படத்தின் இறுதிக் காட்சியில் பிரபஞ்சனின் குரலை ஒரு நீதிபதியின் குரலாகச் சிறப்பாகப் பயன்படுத்தியிருப்பார் மிஷ்கின். பிரபஞ்சனும் மிஷ்கினும் நானும் சேர்ந்துதான் அப்படத்தின் முதல் காட்சியைப் பார்த்தோம். படம் முடித்து பிரபஞ்சனும் நானும் திரும்பிக்கொண்டிருந்தோம். ''ஃபிரான்ஸ்

நாட்டில் வாழும் எனது மகனுக்கு அங்கே பெரிய நெருக்கடி ஏற்பட்டிருக்கு. ஒவ்வொரு மாதமும் அவனுக்கு 35000 ரூபாய் அனுப்ப வேண்டியிருக்கு. நீங்கள் மிஷ்கினிடம் இதை எடுத்துச் சொல்லி எனக்கு உதவக் கேட்க முடியுமா? நேரடியாக இதை அவரிடம் கேட்க எனக்கு சங்கோஜமா இருக்கு'' என்று என்னிடம் சொன்னார். அதை நான் மிஷ்கினிடம் சொன்னேன். சில மாதங்கள் மிஷ்கின் அவருக்கு அத்தொகையைக் கொடுக்கவும் செய்தார்.

இதே காலத்தில் மிஷ்கினும் பிரபஞ்சனும் சேர்ந்து பல ஜப்பானிய ஹைக்கூக் கவிதைகளை மொழிபெயர்த்தனர். அத்தொகுப்பை 'நத்தை போகும் பாதையில்' என்ற தலைப்பில் வம்சி பதிப்பகம் வெளியிட்டது. இதற்கெல்லாம் பல ஆண்டுகளுக்கு முன்பிருந்தே எழுத்தாளர் சாரு நிவேதிதாவும் மிஷ்கினும் நட்பில் இருந்தனர். 'நந்தலாலா' திரைப்படத்தை வெகுவாகக் கொண்டாடியவாறு சாரு பல கட்டுரைகளை எழுதியிருக்கிறார். 'யுத்தம் செய்' படத்தில் வரும் 'கன்னித் தீவு பொண்ணா கட்டெறும்பு கண்ணா?' எனும் பாடலில் ஹார்மோணியம் இசைக்கும் தெருப்பாடகனாக நடிக்கவும் செய்திருந்தார். மிஷ்கினுக்கும் பிரபஞ்சனுக்குமான நட்பு வலுவாகிக்கொண்டிருந்த காலத்தில் சாரு என்னிடம் ''மிஷ்கின் நமது அலைவரிசையில் உள்ள ஒரு பின்நவீனத்துவக் கலைஞன் என்று எண்ணிக்கொண்டிருந்தேன். ஆனால் அவர் ஏன் பல பதிற்றாண்டுகள் பழமையான பிரபஞ்சனைப் போன்ற ஓர் எழுத்தாளரைத் தூக்கிப்பிடிக்கிறார்?'' என்று கேட்டார்.

இதைவிடவெல்லாம் பலமடங்கு கடுமையான விமர்சனங்கள் நிகழுமிடம்தான் தமிழ் இலக்கியச் சூழல். சாரு நிவேதிதா தனது இலக்கியப் பார்வையின் அடிப்படையில் அதைச் சொன்னார். அதில் வருத்தமடைவதற்கு ஒன்றுமில்லை என்றபோதிலும் எனக்கு அது

நெருடலாகவே இருந்தது. ஏனென்றால் கலையிலும் இலக்கியத்திலும் எதையுமே பொத்தாம்பொதுவாகப் 'பழசு புதுசு' என்று வகைமைப்படுத்த முடியாது என்பது என்னுடைய கருத்து. சில நாட்கள் கழித்து யுத்தம் செய் படத்தின் வெற்றியைக் கொண்டாடுவதற்காக மிஷ்கினின் அலுவலகத்தில் நிகழ்ந்த ஒரு மது விருந்தில் கலையிலக்கியக் கோட்பாடுகள் சார்ந்த பேச்சு எழுந்தபோது நான் ''கலையில் எது காலாவதியானது, எது சமகாலத்தில் உள்ளது என்று எப்படிக் கணிக்க முடியும்? டோள்ஸ்தோயும் தோஸ்தோவ்ஸ்கியும் காலாவதியானவர்களா? 330 ஆண்டுகள் பழமை வாய்ந்த பாக்ஹெல்பெல்லின் இசையை நந்தலாலாவின் மைய இசையாக மிஷ்கின் பயன்படுத்தினாரே! அது அற்புதமாகவும் அமைந்ததே. பிரபஞ்சன் காலாவதியானவர் என்று சொல்கிறீர்கள்! அப்படியானால் அதைக் காரணத்தோடு விளக்குங்கள் பார்க்கலாம்'' என்று பேச ஆரம்பித்தேன். ஆனால் அத்தகைய ஒரு விவாதத்தைத் தெளிவுடன் மேற்கொள்வதற்கான இடம் மதுபோதை பொங்கிவந்துகொண்டிருந்த அச்சூழலில் இருக்கவில்லை.

அந்த நிகழ்வுக்குப்பின் பிரபஞ்சன் என்னுடனிருந்த தொடர்பைத் துண்டிக்கத் தொடங்கினார். என்னை எங்கு பார்த்தாலும் முகம் திருப்பி நடக்க ஆரம்பித்தார். பலமுறை நான் அவரது பின்னால் சென்று அவர் அப்படிச் செய்வதற்கான காரணத்தைக் கேட்டேன். அவர் என்னிடம் பேசவே முன்வரவில்லை. மாறாகப் பொது இடங்களில் என்னை அவமதிக்கவும் தொடங்கினார். சென்னைப் புத்தகக் கண்காட்சியில் நண்பர் எஸ் கே பி கருணாவும் நானும் உள்ளே செல்லும்போது அங்கு நின்றுகொண்டிருந்த பிரபஞ்சனைப் பார்த்து அருகே சென்றோம். என்னை ஏறெடுத்துக்கூடப் பார்க்காமல் அவர் கருணாவிடம் பேசிக்கொண்டிருந்தார். கருணாவுக்கு ஒரே வியப்பு. ''சார் உங்களுக்கு

ஷாஜியைத் தெரியலையா?' என்று கேட்டார். அப்போது ''ஷாஜி யார் என்றும் அவன் எப்படிப்பட்டவன் என்றும் எனக்குத் தெரியும்'' என்று கடுமையாகச் சொன்னார் பிரபஞ்சன்.

எதனால் இவர் இப்படிச் செய்கிறார் என்று எனக்குப் புரியவேயில்லை. இன்றைக்கு இதன் உண்மையைத் தெரிந்தே ஆகவேண்டும்! நான் பிரபஞ்சனின் பின்னால் சென்றேன். வம்சி பதிப்பகத்தின் கடைக்கு முன்னால் அமர்ந்து கே வி ஷைலஜாவுடன் பேசிக்கொண்டிருந்த பிரபஞ்சனிடம் ''எதற்காக நீங்கள் என்னை இப்படி நடத்துகிறீர்கள்? என்னால் முடிந்த எல்லாவற்றையும் உங்களுக்குச் செய்தேனே ஒழிய உங்களுக்கெதிராக எதுவுமே நான் யோசித்தது கூட கிடையாதே'' என்று சொன்னேன்.

அப்போது அவர் ''அந்த விருந்தில் நீங்கள் என்னிடம் 'நீ பேசாம சும்மா கெடடா' என்று சொன்னீர்கள்'' என்றார்! எனக்கு மண்டை வெடிப்பதுபோல் இருந்தது. யாரிடமுமே அப்படியொரு தொனியில் ஒருபோதும் பேசாத நான் பெருமதிப்பிற்குரிய பிரபஞ்சனிடம் அப்படிச் சொல்வேனா? இது உண்மைக் காரணமில்லை, இவர் எதையோ மறைக்கிறார் என்றே எண்ணினேன். ''யாரிடமுமே அப்படிப்பட்ட மொழியில் பேசமாட்டேன். மிகவும் உயர்வான இடத்தில் நான் வைத்திருக்கும் மனிதர் நீங்கள். இருந்தும் குடிபோதையில் நான் எதையோ உளறி அது உங்கள் மனதைப் புண்படுத்தியிருந்தால் என்னை மன்னித்துவிடுங்கள்'' என்று சொல்லி அவரது கால்தொட்டு மன்னிப்புக் கேட்டேன். ''சரி.. இருக்கட்டும்.. இப்ப நிம்மதியாப் போங்க'' என்று என்னை அனுப்பி விட்டார்.

மீண்டும் சில இடங்களில் சந்திக்க நேர்ந்தபோதெல்லாம் என்னை முற்றிலுமாகப் புறக்கணித்தே நடந்து சென்றார். ஓர் இலக்கிய மேடையில் அவர் பேசும்போது அரங்கின் முன்வரிசையில்

அமர்ந்திருந்த என்னைப் பார்த்து, பேசிவந்த உரையுடன் சம்பந்தமில்லாமல் "விஸ்கி ஒரு அற்புதமான விஷயம். ஆனால் அதை பொறுக்கிகள் குடித்தால் என்னவாகும்! எனது தலையெழுத்தைப் பாருங்கள், எவன் எவன் கூடவெல்லாம் நான் கைகுலுக்க வேண்டியிருக்கு" என்று பேசினார். அன்றிரவு நான் எங்கள் பொது நண்பரான பவா செல்லதுரையை அழைத்து "இவர் இப்படியே பண்ணிக்கொண்டிருப்பது எனக்குப் பிராண சங்கடமாகயிருக்கிறது. ஏன் இவர் இதைத் தொடர்ந்து செய்கிறார் என்று அவரிடமே கேட்டு நீங்கள் எனக்குச் சொல்லியே ஆகவேண்டும்" என்று சொன்னேன். மறுநாள் பவா என்னை அலைபேசியில் அழைத்து "பிரபஞ்சன் 'காலாவதியாகிப்போன ஓர் எழுத்தாளர்' என்று நீங்கள் சொன்னதாக அவர் சொல்கிறார்" என்றார்.

அப்படியொரு கருத்தை அவரது எழுத்துகளையெல்லாம் ஆழ்ந்து படிக்காமல் நான் எப்படிச் சொல்லமுடியும்? குறிப்பாக சமகாலத்தில் அவர் எழுதிவருவது எதையும் நான் படிக்கவில்லையே! அந்த மது விருந்தில் சாரு நிவேதிதாவிடம் நான் பேசியதிலிருந்த ஒருவரியை மட்டும் காதில் வாங்கிக்கொண்டு, அந்த ஒட்டுமொத்த உரையாடலையும் தவறாகப் புரிந்துகொண்டு அவர் இப்படி என்னிடம் நடக்கிறார் என்பதை உணர்ந்தேன். உண்மையில் நான் பேசியது என்னவென்றும் ஏன் அப்படி பேசினேன் என்றும் அவரிடம் விளக்கப் பலமுறை முயன்றேன். பவா, கருணா, மிஷ்கின் போன்ற பொது நண்பர்களும் என்மேலான அவரது தவறான எண்ணத்தைச் சரிசெய்ய முயன்றார்கள் என்றே நினைக்கிறேன். ஆனால் எதையுமே அவர் ஏற்றுக்கொள்ளவில்லை. பிரபஞ்சனுக்கும் எனக்குமான நட்பு என்றைக்குமாக முறிந்துபோனது.

அவர் மாரடைப்பினால் பாதிக்கப்பட்டு அப்போலோ மருத்துவமனையில் இருந்தபோது அங்கு சென்று அவரைப் பார்க்க நினைத்தேன். ஆனால் அது அவருக்கு மேலும் மன அழுத்தத்தைத் தருமோ என்ற அச்சத்தினால் நான் செல்லவில்லை. மருத்துவச் செலவுகளை ஏற்று தினமும் அவரைச் சென்று பார்த்துக்கொண்டிருந்த மிஷ்கினிடம் இதைச் சொல்லிப் புலம்ப மட்டுந்தான் என்னால் முடிந்தது. நான்கு மாதங்களுக்கு முன்பு 'நுரையீரல் புற்றுநோயினால் அவதிப்பட்டு பாண்டிச்சேரி மருத்துவமனையில் இருக்கிறார் பிரபஞ்சன், நிலைமை கவலைக்குரியது என்று பவா செல்லதுரையும் நண்பர் போப்புவும் சொன்னபோது பவாவுடனோ போப்புவுடனோ சென்று பிரபஞ்சனைச் சந்திக்கவேண்டும் என்றே எண்ணினேன். ஆனால் ஏதோ ஒன்று என்னைத் தடுத்துக்கொண்டேயிருந்தது. எனது வருகை அவரது உடல்நிலையை மேலும் மோசமாக்கினால்? என்னைப் பார்த்து அவர் மீண்டும் முகம் திருப்பினால்?

தமிழில் எழுதவந்த காலத்தில் ஓர் எழுத்தாளனாக என்னை ஊக்குவித்து வழிநடத்தியவர் பிரபஞ்சன். அவருடன் நட்பில் கழித்த பகலிரவுகளை வாழ்வின் பொக்கிஷமாகவே நினைப்பவன் நான். ஆனால் இறுதியாக ஒருமுறை என்னால் அவரைப் பார்க்கமுடியவில்லை. பிரபஞ்சன் இவ்வுலகைவிட்டேசென்றுவிட்டார். தனது எழுத்துகள் வழியாக மனித நேயத்தை மட்டுமே வலியுறுத்திய பிரபஞ்சனால், பலரையும் மன்னித்து அரவணைத்த பிரபஞ்சனால் என்னை மட்டும் ஏன் மன்னிக்க முடியவில்லை? அவரது ஆழ்மனதைப் புண்படுத்துமளவில் அப்படி என்ன தவறு செய்தேன்? அந்தக் குழந்தை உள்ளத்தில் நான் எத்தகைய இடத்தைப் பிடித்திருந்தேன் என்று மட்டுமே என்னால் உணர முடிகிறது. ஷாஜி என்னை இப்படிச் சொல்லிவிட்டானே என்று நினைத்துக்கொண்டு போய்விட்டீர்களே

பிரபஞ்சன் சார்! உங்களையும் என்னையும் இணைத்த தமிழ் எழுத்துகளின் வாயிலாக இதோ இப்போதும் சொல்கிறேன், நீங்கள் எனது காதலுக்குரியவர். எனது கண்ணீர் அஞ்சலியையாவது ஏற்றுக்கொள்ளுங்கள்.

உயிர்மை - 2019

பமேலாவின் குழந்தைகள்

பெறுநர்

திரு.இயக்குநர்

ஹாலிவுட்

அமேரிக்கா.

அனுப்புநர்

பமேலா ஜுனேஜா

கல்கத்தா

இந்தியா.

"ஐயா, நீங்கள் இயக்கிய சௌண்ட் ஆஃப் ம்யூசிக் படத்தைப் பார்த்து நான் மிகவும் ரசித்தேன். உங்களது அடுத்த படத்தில் நடிக்கும் வாய்ப்பை எனக்கு வழங்குமாறு தாழ்மையுடன் வேண்டுகிறேன்". இப்படியொரு கடிதத்தை எழுதி மடித்து அதை உடனடி அஞ்சல் அனுப்பும்படி ராணுவ உயர் அதிகாரியான தனது அப்பாவிற்குக் கட்டளையிட்டாள் ஏழே வயதான அந்தப் பெண் குழந்தை! திரைப்படங்களின் மீதான அவளது பித்து பின்னர் ஒருபோதும்

ஓயவில்லை. அவள் நடிகையாகவில்லை. ஆனால் தரமான மூன்று திரைப்படங்களை உருவாக்கிய ஒரு சிறந்த இயக்குநராக மாறினார். அப்பெண்ணின் பெயர் பமேலா ரூக்ஸ்.

பமேலா இயக்கிய முதல் திரைப்படம் ஆங்கில மொழியில் வெளிவந்த 'செல்வி பியெட்டியின் குழந்தைகள்' (Miss Beatty's Children). அது அவரே எழுதிய ஆங்கில நாவலின் திரையாக்கம். சிறந்த புது இயக்குநருக்கும் சிறந்த ஒளிப்பதிவிற்குமான 1992ஆம் ஆண்டின் இரண்டு தேசிய விருதுகள் அப்படத்திற்கு கிடைத்தன. ஏ ஆர் ரஹ்மானின் முதல் தேசிய விருது உட்பட ரோஜா, தேவர் மகன், நீங்க நல்லா இருக்கணும் ஆகிய படங்கள் தமிழுக்குப் பல தேசிய விருதுகளை வாங்கித் தந்த ஆண்டு அது. பமேலா ரூக்ஸின் படத்திற்கும் தமிழுடன் நேரடித் தொடர்பிருந்தது. முழுக்க முழுக்க தமிழ்நாட்டில் நடக்கும் கதை அது. படத்தின் கணிசமான வசனங்கள் தமிழில் அமைந்தவை.

வெள்ளையர்களின் ஆட்சிக்காலம். ஜெயின் பியெட்டி எனும் இங்கிலாந்து இளம் பெண் திருப்பாவூர் எனும் தமிழ் ஊருக்கு வருகிறார். அங்கே ஏழைப் பெண் குழந்தைகளை ஏழு வயதாகும் முன்னே கோவில்களுக்கு அடிமை வைத்து, பின்னர் பாலியல் தொழிலுக்குப் பயன்படுத்தும் கமலா தேவி என்பவளிடமிருந்து அக்குழந்தைகளைக் காப்பாற்றுவதற்கான போராட்டத்தில் தீவிரமாக ஈடுபடுகிறார் செல்வி பியெட்டி. கமலா தேவியிடம் விற்பனைக்கு வரும் ஒரு பெண் குழந்தையைத் தன் கையிலிருக்கும் எல்லாவற்றையும் விற்று காப்பாற்றுகிறார். அது குழந்தைக் கடத்தலாக சித்தரிக்கப்பட்டு ஊரில் பெரும் பிரச்சினை எழுகிறது.

அக்குழந்தையுடன் பெங்களூருக்குத் தப்பித்து ஓடும் பியெட்டி அங்கே அவளை தத்தெடுக்க யாருமே முன்வராத நிலையில் ஊட்டிக்கு

ஓடுகிறார். கைவிடப்பட்ட குழந்தைகளுக்குத் தேவை அனாதை இல்லங்கள் அல்ல உண்மையான குடும்பங்கள் என்று நம்பும் அவர் பல குழந்தைகளைத் தத்தெடுக்கிறார். எண்ணற்ற பொருளாதார, சமூக நெருக்கடிகளுக்கு நடுவே தனது சிறிய வீட்டிலேயே அக்குழந்தைகளுடன் வாழ்கிறார். ஆங்கில வழிமுறைகளை கைவிட்டு இந்திய முறையில் வாழும் அவரை விசித்திர மனநிலை கொண்டவள் என எந்த உதவியும் வழங்காமல் ஆங்கிலச் சமூகம் தனிமைப்படுத்துகிறது.

ஆறேழு குழந்தைகளுடன் சிரமப்பட்டும் பியெட்டிக்கு கடைசியில் அலன் சேன்ட்லெர் எனும் அமேரிக்க மருத்துவர் உதவுகிறார். ஒரே குண இயல்புகள்கொண்ட இருவரும் காதல் வயப்படுகிறார்கள். திருமணம் செய்யவும் மேலும் பல குழந்தைகளைத் தத்தெடுக்கவும் அவர்கள் முடிவெடுக்கிறார்கள். ஆனால் வேலை விஷயமாகப் வெளிநாட்டிற்குச் செல்லும் அலன் சேன்ட்லெர் திரும்பி வரவில்லை. அங்கே ஒரு விபத்தில் அவர் இறந்துவிடுகிறார். கடும் துயரத்திலும் உடைந்துவிடாமல் தனது குழந்தைகளுக்காக வாழ்கிறார் செல்வி பியெட்டி.

செல்வி பியெட்டியாக நடித்தவர் புகழ் பெற்ற இங்கிலாந்து நடிகை ஜென்னி சீக்ரோவ் (Jenny Seagrove). இப்படத்தில் நடித்த Faith Brooks, D W Moffet போன்றவர்களும் புகழ்பெற்ற ஆங்கில நடிகர்களே. குணா போன்ற படங்கள் வழியாக தமிழில் புகழ்பெற்ற கேரள ஒளிப்பதிவாளர் வேணு படமாக்கிய 'செல்வி பியெட்டியின் குழந்தைக'ளுக்கு இசையமைத்தவர் தபலா மேதை ஜாகீர் உசேன். படத்தை பலவீனப் படுத்தும் இசை, காலகட்டத்தையும் உள்ளூர்க் கலாச்சாரத்தையும் சித்தரிப்பதில் நிகழ்ந்த குழப்பங்கள் என சில குறைபாடுகள் இருந்தும் வலுவான கதையினாலும் சிறந்த காட்சியமைப்பினாலும் நம் மனதில்

நிற்கும் படம் 'செல்வி பியெட்டியின் குழந்தைகள்'. பேரார்வம் கொண்ட ஓர் இயக்குநரை படம் முழுவதும் நாம் காணலாம். இப்படம் வழியாக இந்திய மாற்றுச் சினிமாவின் பொருட்படுத்தக் கூடிய ஓர் இயக்குநராக தன்னை வெளிப்படுத்தினார் பமேலா ரூக்ஸ்.

அழகும் அறிவும் துணிவும் கலகலப்பும் ஒருசேரப் பெற்றிருந்தவர் என்று அனைவராலும் சொல்லப்பட்ட பமேலா இந்தியா பாகிஸ்தான் பிரிவினையின்போது பாகிஸ்தானிலிருந்து அகதிகளாக ஓடிவந்த பஞ்சாபி தாய் தந்தையரின் ஒரே மகள். 1958ல் கல்கத்தாவில் பிறந்தார். காட்சிப்படுத்தல் கலையில் பட்டப்படிப்பு முடித்த பமேலா தில்லியின் TAG நாடகப் பயிற்சி அமைப்பில் நாடகக் கலை பயின்றார். தேசியத் தொலைக்காட்சியில் சமகால விவகாரங்களைப் பற்றிய நிகழ்ச்சியின் தயாரிப்பாளரும் நிருபருமாக மாறினார். குற்றம் மலிந்த தெருக்களிலும் போருக்கு நிகரான சூழல் நிலவிய இடங்களிலும் தைரியமாகச் சென்று படப்பிடிப்பு நடத்திய இந்தியாவின் முதல் பெண் ஊடகவியலாளர் பமேலா. காஷ்மீரில் துப்பாக்கிச் சண்டைகளுக்கு நடுவேயும் பஞ்சாபில் காலிஸ்தான் தீவிரவாதிகளின் மறைவிடங்களிலும் சென்று அவர் படப்பிடிப்பை நடத்தியிருக்கிறார்!

இக்காலத்தில் அவர் கோண்றாட் ரூக்ஸ் (Conrad Rooks) ஐச் சந்தித்தார். ஹெர்மன் ஹெஸ்ஸே (Hermann Hesse) யின் சித்தார்த்தா நாவலை அதே பெயரில் இந்தியாவில் வைத்துத் திரைப்படமாக எடுத்து உலகப்புகழ் பெற்ற அமேரிக்க இயக்குநர் அவர். தனது தொலைக்காட்சி நேர்காணலுக்காக அவரைச் சந்தித்த பமேலாவிற்கு அவர்மேல் காதல் ஏற்பட்டது. இருவரும் திருமணம் செய்துகொண்டனர். பமேலா ஜுனேஜா பமேலா ரூக்ஸ் ஆக மாறினார். அமேரிக்காவின் ஒரு பெரும் பணக்காரக் குடும்பத்தில் பிறந்து உலகம் முழுவதும் பயணம் செய்து, ஆழ்ந்த வாசிப்பும் திரைப்படக்

கலையைப் பற்றி மாறுபட்ட பார்வைகளும் கொண்டிருந்த கோண்றாட் ரூக்ஸிடமிருந்து எண்ணற்ற விஷயங்களைக் கற்றுக்கொண்டார் பமேலா.

அதன்பின் சூழலியல், பெண்ணுரிமை, இந்திய சினிமாவின் புதிய மாற்றங்கள் போன்ற பல விஷயங்களைப் பற்றியான ஆவணப்படங்களை எடுத்தார் பமேலா. கோண்றாட்-பமேலா தம்பதியினருக்கு ஓர் ஆண் குழந்தை பிறந்தது. ஆனால் விரைவில் இருவரும் மணவிலக்கு வாங்கி வழிபிரிந்தனர். நாவல், கவிதை, திரைக்கதை என எழுத்துலகில் பயணிக்க ஆரம்பித்தார் பமேலா. இக்காலத்தில் அவர் எழுதிய நாவல்தான் Miss Beatty's Children. பியெட்டியைப் போன்ற ஒருவரால் தத்தெடுத்து வளர்க்கப்பட்ட ஒரு பெண் பமேலாவின் பள்ளித்தோழியாக இருந்தாள். அதுதான் நாவலின் தூண்டுதல். அதுவே பமேலாவின் முதல் திரைப்படமானது. பமேலாவின் அடுத்த படம் டிரெய்ன் டு பாகிஸ்தான் (Train to Pakistan).

பாகிஸ்தான் பிரிவினை நவீன இந்திய வரலாற்றின் மிகக் கொடூரமான ஒரு பகுதி. அதை மையமாக வைத்து குஷ்வந்த் சிங் எழுதிய ஆங்கில நாவல் டிரெய்ன் டு பாகிஸ்தான். பல மறை புதிர்களை உள்ளடக்கிய அசாத்தியமான ஒரு இலக்கியப் பிரதி அது. அதை ஒரு திரைப்படமாகப் பார்க்க வேண்டும் என்ற ஆசையுடன் பல பதிற்றாண்டுகள் வாழ்ந்தார் குஷ்வந்த் சிங். உலக இயக்குநர்களின் இயக்குநரான அகிரா குரொசாவா அதைப் படமாக்க விரும்பினார். பின்னர் சத்யஜித் ரே அதற்கு முயன்றார். மர்ச்சன்ட் ஐவரி நிறுவனம் பெரும் பணம் கொடுத்து அதன் திரைப்பட உரிமையை வாங்கியது. ஆனால் பல பதிற்றாண்டுகள் தாண்டிய பின்னரும் எதுவுமே நடக்கவில்லை! மத்திய, மாநில அரசுகள் உருவாக்கிய இடையூறுகளும் தடைகளும் ‘பாகிஸ்தான் போகும் ரயி’லைத் தடுத்து நிறுத்தியது!

தனது வாழ்நாளில் அது திரைப்படமாகப் போவதில்லை என்று சோர்வுற்றுப் போனார் குஷ்வந்த் சிங். ஆனால் தொண்ணூறுகளின் மத்தியில் ஒருநாள் டிரெய்ன் டு பாகிஸ்தான் படமாக்கும் உரிமை கேட்டு அவர் முன் வந்து நின்றார் பமேலா ரூக்ஸ். ''எனது பதினேழாவது வயதில் உங்கள் புத்தகத்தைப் படித்தேன். அது எனது தாய் தந்தையினரின் கதை. எனது கதை. அதை நான் படமாக்கியே தீருவேன்'' என்றார். பெரும் கைகள் தோற்றுப் போன இடத்தில் பமேலா ரூக்ஸ் வெற்றி கண்டார். பஞ்சாபி, ஹிந்தி மொழிகளில் வலுவான வசனங்களை உள்ளடக்கித் தானே திரைக்கதையை எழுதி அதைப் படமாக்கினார் பமேலா.

NFDC போன்ற பல அமைப்புகளிலிருந்து பணத்தைத் திரட்டி ஒரு கோடி ரூபாயில் படத்தை முடித்தார். ஆனால் பிராந்திய, மத்திய தணிக்கைக் குழுக்கள் உருவாக்கிய எண்ணற்ற இடையூறுகளினால் சரியான நேரத்தில் படத்தை வெளியிட அவரால் முடியவில்லை. கணக்கற்ற சிக்கல்களுக்கு உள்ளானார். படத்தை வெளியிடாமல் தடுக்க பல அதிகார, அரசியல் மையங்கள் வேலை செய்தன! ஆனால் எளிதில் தோல்வியை ஏற்றுக்கொள்ளாத பெண்மணி பமேலா. படம் தயாராகி ஓராண்டுகாலம் கடந்த பின்னரும்கூட மும்பாயின் ஓரிரு திரை அரங்குகளில் அதை வெளியிடுவதில் வெற்றி கண்டார்.

எண்ணற்ற வெட்டுக்களுடனும் விளம்பர இடைவெளிகளுடனும் ஸ்டார் ப்ளஸ் தொலைக்காட்சியில் வெளியிடப்பட்டபோதுதான் என்னைப் போன்ற பலர் அப்படத்தைப் பார்த்தனர். ஆனால் தொலைக்காட்சியில் காட்டப்பட்டது தனது படமல்ல அதன் எலும்புக் கூடு என்று பமேலா சொன்னார். படம் தனக்கு மிகவும் பிடித்துபோனது என்று குஷ்வந்த் சிங் சொல்ல 'நாவலின் ஆசிரியர் என் படத்தைக் குறை சொல்லவில்லை, எனக்கு அது போதும்' என்றே சொன்னார் பமேலா!

பின்னர் அமேரிக்காவிலும் இலங்கை, ஆஃப்ரிக்க நாடுகளிலும் திரையரங்குகளில் பரவலாகப் படம் வெளியிடப்பட்டது. இங்கிலாந்தின் முக்கியமான சேனல்-4 தொலைக்காட்சி முதன்மைப்படுத்தி அப்படத்தை வெளியிட்டது. உலகம் முழுவதும் பல திரைப்பட விழாக்களில் படம் பார்வையாளர்களைக் கவர்ந்தது.

பாகிஸ்தான் எல்லையில் இருக்கும் மனோ மாஜ்ரா எனும் கற்பனை ஊரில் நாட்டிற்கு சுதந்திரம் கிடைத்ததையொட்டி நிகழும் சம்பவங்களைச் சித்தரிக்கும் டிரெய்ன் டு பாகிஸ்தான் படத்தின் கதைச் சுருக்கத்தை நான் இங்கு சொல்லப் போவதில்லை. NFDC வெளியிட்ட தரமான டிவிடி, மொழிபெயர்ந்த வரிகளுடன் இப்போது கிடைக்கிறது. அதை அவசியம் பாருங்கள். அந்த நாவலை 'பாகிஸ்தான் போகும் ரயில்' என்கின்ற தலைப்பில் ராமன் ராஜா தமிழில் மொழிபெயர்த்து கிழக்குப் பதிப்பகம் வெளியிட்டிருக்கிறது. அதை வாங்கிப் படியுங்கள். அந்த நாவலும் திரைப்படமும் ஒவ்வொரு இந்தியனுக்கும் கருத்தளவிலான ஓர் எச்சரிக்கை. நாம் அனைவரும் கற்றுக்கொள்ள வேண்டிய ஒரு பாடம்.

டிரெய்ன் டு பாகிஸ்தான் பமேலா ரூக்ஸின் ஆகச் சிறந்த திரைப்படம். தனது முதல் திரைப்படத்தில் இடம்பெற்ற குறைகள் அனைத்தையும் இப்படத்தில் சரிசெய்திருந்தார் அவர். நிர்மல் பாண்டே, மோகன் அகாஷே, ரஜித் கபூர், ஸ்ம்ரிதி மிஷ்ரா, திவ்யா தத்தா போன்றவர்களின் வியப்பூட்டும் நடிப்பு, பல விருதுகள் பெற்ற ஒளிப்பதிவாளர் ஸண்ணி ஜோசஃப் படமாக்கிய நேர்த்தியான காட்சிகள், பஞ்சாபி நாட்டுப்புற இசையுடன் கஸல் இசையும் கலந்து குல்தீப் சிங் உருவாக்கிய மிதமான இசை என அத்தனை சிறப்புகளும் இப்படத்தில் ஒன்றுசேர்ந்தன. ஆனால் சொல்லும்படியான எந்தவொரு விருதுமே இப்படத்திற்குக் கிடைக்கவில்லை!

பஞ்சாபி - ஹிந்தியில் அல்லாமல் ஆங்கிலத்தில் எடுத்திருந்தால் உலகம் முழுவதும் கொண்டாடப்படும் ஒரு படமாக டிரெய்ன் டு பாகிஸ்தான் மாறியிருக்கும் என்பதில் எனக்கு சந்தேகமில்லை. சில அரசியல் முகாம்களின் சுயநல நோக்கங்கள் தனக்கெதிராக சதி செய்தன என்று பமேலா சொன்னார். டிரெய்ன் டு பாகிஸ்தான் படத்தை இருட்டடிப்பு செய்ததில் இன்றும் முழுமையாக வெளிப்படாத பல அரசியல்கள் இருந்தன என்றே நினைக்கிறேன். ஒருமுறை இதைப்பற்றிச் சொல்லும்போது ''எனக்கிருந்த ஒரே குழந்தையை அவனது அப்பா கொண்டுபோனார். அதன் பின் எனது திரைப்படங்கள்தான் எனது குழந்தைகள். அவற்றை நான் யாருக்கும் விட்டுக் கொடுக்கப் போவதில்லை. கடைசிவரைக்கும் போராடுவேன்'' என்று சொன்னார் பமேலா.

தனது படம் இந்தியாவில் போதிய அளவில் கவனிக்கப்படவில்லை என்ற மன வருத்தத்துடன் வாழ்ந்துவந்த காலத்தில், பெரும் பணக்காரரும் தொழில் அதிபருமான ரிச்சார்ட் ஹால்கருக்கு (Richard Holkar) பமேலா அறிமுகமானார். அவர் இந்தோர் பகுதியின் குறுநில மன்னராகயிருந்த யசுவந்தராவ் ஹால்கரின் மகன். விரைவில் ரிச்சார்டும் பமேலாவும் காதலர்களாக மாறினர். திருமணம் எனும் சடங்கு சம்பிரதாயம் எதுவுமில்லாமல் சேர்ந்து வாழ அவர்கள் முடிவெடுத்தனர். அழகான ஓர் உறவாக அது மலர்ந்தது. நட்சத்திரத் தங்கும் விடுதிகள், ஆடை உற்பத்தி ஆலைகள், போக்குவரத்து போன்ற ரிச்சார்டின் பலவகையான தொழில் துறைகளைப் பமேலாவின் படைப்பூக்கம் வளமைப்படுத்தியது. கலை, இலக்கியம், திரைப்படம் போன்ற பமேலாவின் செயல்பாடுகளுக்கு ரிச்சார்ட் நிபந்தனைகளற்று உறுதுணையானார்.

ஆணைப் போல் நடனமாடு (Dance like a Man) எனும் படத்தை ஆங்கில மொழியில் இயக்கினார் பமேலா. பணக்காரக் குடும்பத்தில் பிறந்தாலும் பரத நாட்டியத்தின்மேல் உயிரையே வைத்திருந்த ஒரு கலைஞனின் கதை. சிறந்த பரத நாட்டியக் கலைஞரான தனது மனைவியைவிட உயர்ந்த நடனக்காரர் ஆகவேண்டும் என்பது அவரது கனவு. ஆனால் குடும்பமும் சமூகமும் அவரை ஆணும் பெண்ணுமற்ற இரண்டுங்கெட்டான் எனக் கீழ்த்தரமாக முத்திரை குத்துகிறது. அதை ஓர் அவமானமாக நினைத்து அவர் நடனத்தை விட்டு விலகி குடிபோதையில் சரணடைகிறார். நடனத்தை மட்டுமே விரும்பும் அவரது மகளின் மணவாழ்க்கையும் எதிர்காலமும் கேள்விக்குறியாகிறது.

சென்னையில் படமாக்கப்பட்ட இந்தப் படத்தில் தென்னிந்திய நடிகை சோபனா, சிதார் மேதை ரவிஷங்கரின் மகள் அனௌஷ்கா, ஆரிஃப் ஜகாரியா, மோகன் அகாஷே போன்றவர்கள் நடித்தனர். இசையை கர்நாடக வயலின் இசை மேதைகளான கணேஷ்-குமரேஷ் அமைத்தனர். பரத நாட்டியத்தை மையமாக வைத்து இந்தியாவில் வெளிவந்த ஒரே ஆங்கிலத் திரைப்படம் இது. சிறந்த ஆங்கில மொழிப்படத்திற்கான 2005ன் தேசிய விருது இப்படத்திற்குக் கிடைத்தது. உயர்வான பல கலை அம்சங்கள் கொண்ட தன் படத்திற்கு விமர்சன ரீதியாகக் கிடைத்த பாராட்டுக்களில் மகிழ்ச்சியடைந்த பமேலா ஆங்கிலத்திலும் ஹிந்தியிலுமாக தொடர்ந்து மூன்று படங்களை இயக்குவதற்கான ஆரம்ப வேலைகளில் இறங்கினார்.

நெதெர்லான்ட் நாட்டின் ஆம்ஸ்டெர்டாம் நகரில் நடந்த ஒரு திரைப்பட விழாவில் ட்ரெயின் டு பாகிஸ்தான் படம் பார்வையாளர்களின் ஆரவாரமான வரவேற்புடன் திரையிடப்பட்டது. பமேலாவும் ரிச்சார்டும் அந்த விழாவில் சிறப்பு விருந்தினர்களாக

பங்கேற்று மிகுந்த மகிழ்ச்சியுடன் இந்தியா திரும்பினர். 2005 நவம்பர் 26 அன்று அதிகாலையில் தில்லி விமான நிலையத்தில் வந்திறங்கிய அவர் காரில் வீட்டிற்குப் புறப்பட்டனர். வசந்த் விஹார் எனும் இடத்தைத் தாண்டும்போது திடீரென்று எங்கிருந்தோ பாய்ந்து வந்த ஒரு கார், சக்கரம் கழன்று கட்டுப்பாட்டை இழந்து அந்தரத்தில் சுழன்று பறந்து அவர்களது காரின்மேல் விழுந்தது. தலையில் பலத்த அடிவிழுந்ததில் பமேலாவின் மூளை மிக மோசமாகக் காயப்பட்டது.

எல்லா நினைவுகளுமிழந்து ஆழ்மயக்கத்தில் விழுந்துபோன பமேலா பின்னர் ஒருபோதும் மீண்டெழவில்லை. நீண்ட ஐந்தாண்டுகள் உணர்ச்சிகளற்று கிடந்த அவர் 2010 அக்டோபர் ஒன்றின் அதிகாலையில் தனது 52ஆவது வயதில் இறந்துபோனார். தன் குழந்தைகளைப் பாதிவழியில் விட்டுவிட்டு மறைந்துபோனார் பமேலா. ஆனால் அவரை, அவரது திரைப்படங்களை அறிந்தவர்களின் மனதில் ஒரு அதிசயப் பெண்மணியாக பமேலா ரூக்ஸ் என்றென்றும் நீடித்திருப்பார்.

அந்திமழை - 02/2015

சுதந்திரமாகப் பிறந்தவன்

இசைக்கு மொழியோ மொழிக்கு இசையோ தேவையில்லை என்பது எப்போதுமே எனது கருத்து. சிறந்த இசை தன்னளவிலேயே உலகளாவிய மானுட மொழி. ஆனால் இசையின் பல வெளிப்பாடுக்களில் ஒன்றான பாடலுக்கு மொழி இன்றியமையாதது. சிறந்த இசையின் ஊடாக கவித்துவமான மொழி வெளிப்படும்போது தான் அரிதான பாடல்கள் பிறக்கின்றன. உலகம் முழுவதுமுள்ள நூற்றுக்கணக்கான மொழிகளில் இத்தைகைய பல்லாயிரம் அற்புதமான பாடல்கள் இருக்கின்றன. இன்றும் உருவாகிக் கொண்டே இருக்கின்றன. காலத்தால் ஒளிமங்காத அத்தகைய பாடல்களில் எனது விருப்பத்திற்குரிய சிலவற்றை தமிழில் மொழிபெயர்த்து தருகிறேன்.

அமேரிக்க சமகால வெகுஜென இசைப் பாடகர்களில் முக்கியமான வரானகிட் ராக் இன் நிஜப்பெயர் ராபர்ட் ஜேம்ஸ் ரிச்சி. 25 ஆண்டுகாலமாக இசைத்துறையில் பிரபலமாக இருக்கிறார். ராக், ராப், கண்ட்ரி இசை வகைமைகளில் பல புகழ்பெற்ற பாடல்களை உருவாக்கியவர். தனது பாடல்களின் வரிகளிலும் ஒலியமைப்பிலும் மிகுந்த கவனம் செலுத்துகிறார்.

எழுதி இசையமைத்து பாடியவர் - கிட் ராக் (Kid Rock)

பாடல் - சுதந்திரமாகப் பிறந்தவன் (Born Free)

பாடல் வகைமை - ராக்

மொழி - ஆங்கிலம்

நாடு - அமேரிக்கா

ஆண்டு - 2010

கரடுமுரடான பாதைகளில் வேகமாக பயணிக்க முயன்றவன்
வானுயர்ந்த மலைகளில் வலிந்து ஏறப் பார்த்தவன்
வீட்டிலிருந்து வெகுதூரம் சென்றுவிட்டவன்
மழையில், மின்னலில் முரட்டுத்தனமாகப் பாய்ந்தவன்
அறிவுக்கு எட்டாத காட்டில் அலைந்து திரிந்தவன்

நான் திரும்பி வரவில்லையென்றால்
யாருமே எனக்காக அழக்கூடாது
ஒன்று மட்டுமே உலகிற்கு சொல்லுங்கள்
நான் சுதந்திரமாகப் பிறந்தவன்
நான் சுதந்திரமாகப் பிறந்தவன்

கொந்தளிக்கும் ஆற்றைப்போல் பாய்ந்தோடினேன்
கொடுங்காற்றிற்கு எதிராய் நடந்து சென்றேன்
கனவுகளை பின்தொடர்ந்து வேட்டையாடினேன்
காலத்துடன் பந்தயத்தில் ஓடி மோதினேன்
என் இதயம் காணாதவர்கள் குருடர்கள்
என் இதயம் காணாதவர்கள் குருடர்கள்

என்னை இடித்து விழவைத்தனர்
ஒழுகும் என் குருதி பார்த்து கொண்டாடினர்
இருந்தும் என்மேல் விலங்கு விழும் முன்
பறந்தோடினேன் நான் பறந்தோடினேன்
நான் சுதந்திரமாகப் பிறந்தவன்
நான் சுதந்திரமாகப் பிறந்தவன்

சாந்தமானவன் நான்
ஆபத்தின் கண்களில் ஆழ்ந்து பார்த்தவன்
அந்நியனைப்போல் எங்கோ தொலைந்துபோனவன்
வருத்தங்கள் ஏதுமே இல்லாதவன்

இலக்கை நெருங்கிவிட்டேன், அடையவில்லை
இன்று நான் சோர்வில் வலிகளில் வாடியவன்
அஸ்தமனத்திற்காக காத்திருக்கிறேன்
மறையும் முன்னும் மலை முகடில் நின்று உரக்க கத்துவேன்
நான் சுதந்திரமாகப் பிறந்தவன்
நான் சுதந்திரமாகப் பிறந்தவன்
ஒளி இளகும் கடலுக்கு மாத்திரமே தலை வணங்குபவன்

உயிர்மை - 2014

உலகின் மிகவும் சுவையான மீன்!

சென்னை அண்ணாசாலை அருகே உள்ள ஒரு கேரள உணவு விடுதி. இணைய தளங்களில் அதற்கு ஐந்து நட்சத்திரத் தரம் கொடுத்திருந்தார்கள். நிறைய புகழாரங்கள், பரிந்துரைகள். இவ்வளவு பெரிய தரம் கொண்டதா? சென்று சாப்பிட்டுப் பார்க்கலாமே என நினைத்தேன். கார் நுழையமுடியாத சிறு சந்து. வரிசையாக சுமார் நாற்பது இருசக்கர வாகனங்கள். சிவப்பும் பச்சையும் மஞ்சளும் சீருடை அணிந்த இணைய தள உணவு டெலிவரி பணியாளர்கள் அங்கே மொய்த்தனர். அக்கடையின் விற்பனை எல்லாம் இணைய தளம் மூலம்தான். வாழ்நாளில் அந்த உணவகத்தை சுத்தம் செய்திருக்கமாட்டார்கள் என்றே தோன்றியது. அழுக்குப் பிடித்து ஒட்டடைகள் தொங்கின. வாசலில் செத்து அழுகிய எலி ஒன்றை காகம் சுவைத்துக்கொண்டிருந்தது.

பரிமாற ஓர் ஆள் மட்டும்தான். ஆனால் சுடச்சுட வணிகம் நடந்துகொண்டிருக்கிறது. காதுகளில் இயர்போன் மாட்டிய அந்த சீருடைப் பையன்கள் பார்சல்களுக்கு அவசரப்படுத்துகிறார்கள். முண்டியடிக்கிறார்கள். அந்த அளவுக்கு வியாபாரம் நடக்கக் காரணம் அதற்குக் கிடைத்திருக்கும் ஐந்து நட்சத்திர தரமும் பரிந்துரைகளும்.

அதை யார் கொடுத்தது? அந்த இடத்தைக் கண்ணால் ஒருபோதும் பார்த்திராத ஆட்களால் கொடுக்கப்பட்ட தரம்! நான் சாப்பிட்டவரை உணவு மிகவும் சுமார். சுத்தம் சுகாதாரமில்லாத இந்தச் சாப்பாட்டுக்கு ஐந்து நட்சத்திரங்களா? 'முழுக்க முழுக்க ஆன்லைன் தான்.. உங்களைப்போல் நேராக வந்து சாப்பிடுகிறவர்கள் மிகக்குறைவு' என்றார் பரிமாறுகிறவர்.

'எல்லாமே ஒரு சாண் வயிற்றுக்காக' என்று ஊர்ப்பக்கங்களில் சொல்வார்கள். இவ்வாழ்வில் நாம் போடும் வேஷங்கள் அனைத்துமே வயிற்றுக்காகத்தான் என்று பொருள். நல்ல சாப்பாடு பிடிக்காத யாராவது இருக்கமுடியுமா? உணவுதான் எல்லாமே, உணவுக்காகத்தான் எல்லா விஷயங்களையும் செய்கிறோம் என்று தெரிந்திருந்தும் அதில் நாம் போதுமான கவனம் செலுத்துகிறோமா? என்னைப் பொறுத்தவரையில் நல்ல சாப்பாட்டுக்கான தேடலே அடிப்படையில் இந்த வாழ்க்கை. வெளியூர் செல்லும்போதெல்லாம் அந்தந்த ஊர்களில் இருக்கும் நண்பர்களில் யாரையாவது தேடிப்பிடித்து அப்பகுதியில் எங்கே நல்ல சாப்பாடு கிடைக்கும் என்று கேட்கிறேன்! இல்லாவிட்டால் நல்ல சாப்பாடு கிடைக்கவே கிடைக்காது என்பது உறுதி.

யூடியூபில் வரும் உணவக பரிந்துரைகள் பெரும்பாலும் பெரிய காமெடி. நாட்டு உணவு, வீட்டுச் சமையல், காட்டுச் சாப்பாடு, கடல் விருந்து என்றெல்லாம் கொட்டை எழுத்தில் சொல்லப்படும் யூடியூப் பரிந்துரை வீடியோக்களைப் பார்த்துவிட்டு அத்தகைய பல இடங்களுக்கு சென்று பார்த்திருக்கிறேன். அப்படிப் போய் சாப்பிட்டுப் பார்த்த எல்லா இடங்களுமே எனக்கு மிகுந்த ஏமாற்றத்தைத் தான் தந்துள்ளன. சென்னை தி.நகரில் ஓர் இடம். நான் மதியம் 12 மணிக்குப் போனபோதே கடும் கூட்டம். அவர்கள் உணவு வகைகளை

எடுத்துக்கூட வைக்கவில்லை. அதற்கு முன்பே 'கிராக்கிகள்' அலைமோதுகிறார்கள். எல்லாம் எடுத்து வைக்க அரை மணி நேரம் ஆகிவிடுகிறது. பசி அதிகரிக்க எனக்கு உனக்கு என்று அடித்துக்கொள்கிறார்கள். சாப்பாடு ஐம்பது ரூபாய். வேறு சிறப்பு கறி வகைகள் ஒவ்வொன்றுக்கும் ஐம்பது ரூபாய். விலை குறைவு. தரமும் அவ்வண்ணமே. நான் வாழ்க்கையில் சாப்பிட்ட மிக மோசமான உணவுகளில் அதுவும் ஒன்று. அனைத்து வகை உணவுகளுக்கும் ஒரே மசாலா. எல்லா மசாலாவிலும் அடிப்படையாக அஜினோமோட்டோ. எதோ ஒரு கறிமசாலாவை வாங்கி அதையே தோய்த்து பொறித்தல், குழம்பு சமைத்தல் எல்லாமே! சுடச்சுட சோறை வைத்து அதில் கொதிக்கும் குழம்பை ஊற்றுகிறார்கள். அந்த சூட்டில் சுவையறியாமல் எல்லாவற்றையும் சாப்பிட்டுவிட்டுப் போகிறார்கள்.

என்னுடைய அனுபவத்தில் இந்தியாவிலே தரக்குறைவான உணவு விற்கப்படும் நகரம் நமது சிங்காரச் சென்னை. ஈசல் மாதிரி மக்கள் மொய்க்கும் கல்கத்தா, டெல்லி, மும்பையில்கூட ஆங்காங்கே அற்புதமான உணவு கிடைத்துவிடும். இங்கே சிங்கப்பெருமாள் கோவில் முதல் திருவொற்றியூர் வரைக்கும் பல லட்சம் உணவுக் கடைகள் உள்ளன. ஐந்து நட்சத்திர சொகுசு உணவு அங்காடிகள் முதல் வண்டிக்கடை, கையேந்திபவன் எல்லாவற்றையும் பார்த்துவிட்டேன். சுவையான, தரமான உணவு என்பது அரிதிலும் அரிதாகவே கிடைக்கிறது.

இங்கே கிடைக்கும் காய்கறிகளின் தரமும் படு மோசம். ஊர்ப்புறங்களில் கிடைக்கும் காய்கறிகளின் சுவையே வேறுவிதமாக இருக்கிறது. அங்கே கிடைக்கும் தக்காளியில் ஒரு சட்னி வைத்தால்கூட அதன் புளிப்பும் சுவையும் தரமாக இருக்கிறது. ஆனால் சென்னையில் கிடைக்கும் தக்காளியில் சட்னி வைத்தால் அது சக்கையாகவே

இருக்கிறது. பழங்களை நம்பி வாங்கி உண்ண முடியாது. கல் வைத்து பழுக்கப்பட்டவை. மீன்களோ பார்மாலின் போட்டு பதப்படுத்தப் பட்டவை. மீன் சந்தைகளில் மீனின் வாசனை இல்லை பார்மாலின் வாசனைதான் கும்மென்று அடிக்கிறது. ஈவு இரக்கம் இல்லாமல் காய்கறிகளில் பூச்சிமருந்தை அடித்துத்தள்ளுகிறார்கள். ஆனால் நமது பக்கத்து ஊர்களான இலங்கையிலோ பூட்டானிலோகூட இப்படி இல்லை. மீன்கள் காலம் கடந்துவிட்டால் அவற்றை உரத்துக்குப் பயன்படுத்திக்கொள்வார்கள். இங்கே போனவாரம் பிடித்த மீனை அடுத்த வாரம் வரை பார்மாலின் ஊற்றி விற்கிறார்கள்.

சென்னையில் முன்பு தரமான உணவுகளை வழங்கிக்கொண்டிருந்த சில உணவகங்களும் இப்போது சரியாக இல்லை. கூட்டம் அதிகரிக்கும்போது விரிவாக்கம் செய்கிறார்கள். நாலு ஏசி போடுகிறார்கள். இதற்கான முயற்சிகளில் உணவின் தரம்தான் மிகவும் பாதிக்கப்படுகிறது. தமிழ்நாட்டு உணவை மணிப்பூரியும் பீகாரியும் வங்காளியும் சமைத்துக்கொண்டிருக்கிறார்கள். எதாவது ஒரு வேலை கிடைத்தால்போதும் என்று ஓடிவந்த, சமையலின் அடிப்படையே தெரியாத சமையல்காரர்கள்! இவர்களில் சிலருக்கு சீனாபுக்காரர்கள் மாதிரி முகம் இருப்பதாலோ என்னவோ, சைனீஸ் உணவு வகைகளும் சமைக்கிறார்கள்! ப்ரைடு ரைஸ், சிக்கன் ரைஸ், வெஜ் ரைஸ், எக் ரைஸ்.. விதவிதமான ரைஸ்கள் உலவுகின்றன.

நாம் புரிந்துகொள்ளவேண்டிய நிறைய விஷயங்கள் உள்ளன. வணிகச் சமையலின் போது விடிகாலை 3 மணிக்கு எழுந்து வெங்காயம், தக்காளி என்று வெட்ட ஆரம்பிப்பார்கள். இவற்றை 12 மணிக்குத்தான் சமையலில் போடுவார்கள். வெட்டிய உடனே சமையலில் போட்டால்தான் சுவை. இல்லையெனில் இவை ஆக்ஸிடைஸ் ஆகிவிடும். சுவை மாறிவிடுவது மட்டுமல்லாமல்

நச்சுத்தன்மை உண்டாகும். கத்தரிக்காய் அறுத்த அடுத்த கணமே கறுத்துவிடும். வாழைக்காயும் அப்படித்தானே. கறுத்துபோனபின் அவை சமையலுக்கு ஏற்றவை அல்ல.

எல்லாவற்றையும் முன்னமே வேகவைத்துவிட்டு சாப்பிடும் நேரத்தில் ஏதோ ஒரு குழம்பைச் சூடுபண்ணி அதில் கலந்துகொடுப்பது நம்முடைய உணவுக் கலாச்சாரம் இல்லை. நமது மீன்குழம்போ கறிக்குழம்போ எதுவுமாகட்டும் அடுப்பில் கொதிக்கவேண்டும். கறித்துண்டுகள் குழம்பில் வேகவேண்டும். ஆனால் உணவுக் கடைகளில் கோழியை உப்புப் போட்டு அவித்து ஒரு பக்கம் வைத்திருப்பார்கள். வாடிக்கையாளர் வந்தவுடன் என்ன சார் வேணும் என்று கேட்டு இந்த அவித்த கோழியை அவர் கேட்ட மாதிரி ஒரு கிரேவி தயார் பண்ணி அதில் போட்டு கொண்டுவந்து கொடுப்பார்கள். இது ஒரு ஏமாற்று வேலை. ஆனால் நகரங்களில் இப்படித்தான் உணவுக்கடைகளை நடத்தமுடியும். ஊர்ப்புறங்களானால் இன்று இத்தனைபேர் வருவார்கள் என்று தெரிந்துகொண்டு அதற்கு ஏற்றது போல் தயார் செய்யலாம். நகர்ப்புறங்களில் எத்தனைபேர் வருவார்கள் என்று தெரியாதே. ஆகவே வருகிறவர்களின் எண்ணிக்கைக்கு ஏற்ப நடத்தப்படும் உடனடிச் சமையலில் இப்படித்தான் முடியும்.

சில நண்பர்களின் வீட்டுக்குச் செல்லும்போது என்ன சாப்பிடுகிறீர்கள் எனக்கேட்பார்கள். அட அருமையாக ஏதோ சமைத்துத் தரப்போகிறார் என்று நினைத்தால் இதோ இப்பல் ஆர்டர் பண்ணிவிடுவோம் என்பார். அற்புதமாகயிருக்கும், ஐந்து நட்சத்திர ரேட்டிங் என்பார். இணையத்தின் இந்த உணவுத் தர வரிசைகளை நான் நம்புவதே இல்லை. பணம் மட்டுமே குறிக்கோளாகக் கொண்டு செய்யும் எந்தவொரு தொழிலுமே நலனுடையதாக இருக்காது. குறிப்பாக உணவுத் தொழில்.

நம் உணவுப் பொருள்களை நாமே தேடிப்பிடித்து வாங்கி, நாமே சமைத்துக்கொள்வது மட்டும்தான் இதையெல்லாம் ஓரளவுக்கு சமாளிக்கும் ஒரே வழி. நேரமில்லை என்று எப்படிச் சொல்லமுடியும்? நாம் உழைப்பது சாப்பாட்டுக்காகத்தான் எனும்போது அதில் கவனம் செலுத்தாவிட்டால் எப்படி? உயிர்வாழவைப்பது உணவு. அதில் கவனம் செலுத்தவேண்டாமா? நான் ஆர்டர் பண்ணி உணவு எதுவுமே வாங்குவதில்லை. பயணங்களின்போது தவிர வெளியே சாப்பிடுவதுமில்லை. முழுக்க முழுக்க நானே சமைக்கிறேன். எப்போதும் முழு மீன்களையே வாங்கி, நானே வெட்டி, சுத்தம் செய்து சமைப்பேன். பார்மாலின் கலந்திருந்தால் வெட்டும்போதே தெரிந்துவிடும். நாமாகப் பொருள்களைத் தேடிப் பிடித்து வாங்குவது தவிர வேறு வழியேதும் இல்லை.

உணவில் பரிசோதனைகள் செய்ய நாம் தயாராக இருக்கவேண்டும். சின்ன வயதில் அம்மா செய்த குழம்புதான் சிறப்பானது என்று நினைத்துக்கொண்டிருந்தால் கடைசிவரை அப்படியே நினைத்துக் கொண்டிருக்க வேண்டியதுதான். சிறப்பான, புதுமையான உணவு நமது தட்டில் வராது. பாரிஸில் சென்று இறங்கியவுடன் சரவணபவனைத் தேடலாமா? ஸ்வீடனில் இறங்கியவுடன்செட்டிநாடு உணவகத்தைத் தேடலாமா? ஓர் ஊருக்குப் போகும்போது அந்த ஊர் என்பது அங்குள்ள கட்டடங்கள், மலைகள், ஆறுகள் மட்டுமல்ல. அங்குள்ள மக்கள், அவர்களின் வாழ்வியல் மற்றும் உணவுக் கலாச்சாரம்தான். அதை உணரவேண்டாமா? இல்லையெனில் எதற்கு அங்கே போகவேண்டும்? நமது கண்ணால் பார்க்கமுடியாத எண்ணற்ற கோணங்களில் அவ்வூர்களை இங்கே இருந்தே வீடியோவில் பார்க்கும் வசதிகள் இன்று ஏராளமாக இருக்கின்றனவே!

எல்லாவகையான உணவுகளையும் நாம் சாப்பிட்டுப் பார்க்கவேண்டும் என்றே சொல்வேன். வங்காள மாநிலப்பகுதியில் கடுகெண்ணெய் உபயோகப்படுத்துகிறார்கள் என்றால் நமக்குப் பயம். ஆயிரம் ஆண்டுகளாக அவர்களின் பாரம்பரிய உணவு அது. இவ்வளவுகாலம் தொடர்கிறது என்றால் அது மிகுந்த நன்மையுள்ளதாகத்தானே இருக்கவேண்டும்? கேரளா என்றால் 'தேங்காய் எண்ணெய்! அட சீ...' என்று சொல்லிவிடுவார்கள். அல்லவா? கேரளத்தில் எங்கள் ஊரில் சிறுவயதிலிருந்தே நான் ஆதர்சமாகப் பார்த்த ஒருவரை சென்னைக்குக் கூட்டிவருவோம் என்று அழைத்துக்கொண்டு வந்தேன். எங்கள் ஊரில் இருந்து மலை இறங்கி கம்பம் வந்தோம். அங்கே சாப்பிட்டுவிட்டு பேருந்து ஏறலாம் எனக் கருதி ஓர் உணவகத்தில் சாப்பிட்டோம். கடலை எண்ணெயில் சமைத்திருந்தனர். வாயில் வைத்தவுடன் துப்பிக்கொண்டு இதைச் சாப்பிடும் ஊரில் ஒருநாள்கூட என்னால் இருக்க முடியாதென்று அவர் எங்கள் ஊருக்கே கிளம்பிவிட்டார். உணவு விஷயத்தில் ஒவ்வொரு இடத்திலும் இப்படித்தான் மனிதர்கள் இருக்கிறார்கள்.

மறைந்த என் தந்தை கிராமத்து விழாக்களில் ஐநூறு ஆயிரம் பேருக்கு போய் சமைப்பார். சமையல் பிடிக்கும் என்பதனால் அதை விருப்பப்பட்டுச் செய்வார். அவர் தொழில்முறை சமையல்காரர் இல்லை. என் தம்பிகள் இருவர் சமையல் கலையை முறையாகப் படித்தவர்கள். நான் எங்கள் அப்பா மாதிரி படிக்காத சமையல்காரன். எந்த சமையலாக இருந்தாலும் அக்கறையுடனும் அன்புடனும் சமைக்கவேண்டும். அதை சாப்பிடுகிறவர்களின் உடல்நலன் மீதும் ஆரோக்கியத்தின் மீதும் அக்கறை இருக்கவேண்டும்.

யூடியூப் சமையல் வீடியோக்கள் பார்வைகள் பெறுவதற்காக மட்டுமே பெரும்பாலும் செய்யப்படுகின்றன. சில வீடியோக்கள்

சமையலில் ஈடுபடும் பெண்களின் அழகைக் காட்டி பார்வைகள் பெறுவதற்காகவே பதிவேற்றம் செய்யப்படுகின்றன. அந்தப் பெண்களுக்கும் சமையலுக்கும் சம்பந்தமே இருக்காது. இருந்தும் நாமே சமைப்பதற்கான தூண்டுதலையும் சமயலுக்கான சில உத்திகளையும் யூடியூப் சமையல் வீடியோக்கள் வழங்கும் என்பதில் எனக்கு சந்தேகமில்லை. அங்கேயுமே பலவற்றைப் பார்த்து அவற்றில் எது சிறப்பானது என்று அடையாளங்காணும் திறனை நாமே வளர்த்தெடுத்தாகவேண்டும்.

சிறுவயதிலிருந்தே சமையல் குறிப்புப் புத்தகங்களை விரும்பிப் படிப்பேன். காண்டினெண்டல், இடாலியன், ப்ரென்சு போன்ற சமையல்களை செய்வேன். அவற்றின் சூட்சுமங்களை தம்பிகளிடம் கேட்டுத் தெரிந்துகொண்டுள்ளேன். அதற்கான பல பொருட்கள் இங்கே கிடைக்காது. வெளிநாட்டிலிருந்து வரவழைக்கவேண்டும். வெஸ்டர்ன் உணவு என்பது ஒரு ஜங்க் புட் என்று இங்கிருக்கும் பாரம்பரிய உணவு நிபுணர்கள் சொல்வதை நான் ஏற்றுக்கொள்ளமாட்டேன். மேற்கத்திய உணவு என்பதும் ஆயிரம் ஆண்டுகளாக அவர்களால் உண்ணப்பட்டு வருவது. அது பலசமயம் நமது உணவுகளைவிட ஆரோக்கியமானது. நமது உணவு என்பது அதில் உள்ள எந்தவொரு தனிப்பொருளின் சுவையையும் அறிய முடியாத அளவுக்குக் கலந்து உருவாவது. ஆனால் மேற்குலக உணவு ஒவ்வொரு உட்பொருளின் தனிச் சுவையையும் உணரும்படிதான் சமைக்கப்படுகிறது.

மசித்த உருளைக்கிழங்கு என்றால் அதில் உருளைக்கிழங்கு மட்டுமே இருக்கும். அதை எடுத்து ஒரு சாஸில் தொட்டு உண்ணலாம். சாஸ் என்பது அதிகச் சுவைக்காக. நாம் வெப்பமண்டலப் பகுதியில் வாழ்பவர்கள். அவர்களோ குளிர்பிரதேசக்காரர்கள். அதற்கான வேறுபாடு உணவிலிருக்கவேண்டும் என்பதை மட்டுமே நாம் இதில்

பொருட்படுத்தவேண்டும். நமது பாரம்பரிய உணவுகள் போலவே அவர்களது பாரம்பரிய உணவுகளும் பெருமதிப்புடையது. பல நூற்றாண்டாக மனிதன் உண்ணும் எந்த உணவுமே தவறாக இருக்க வாய்ப்பு இல்லை. உலகம் முழுவதும் உணவின் அடிப்படை என்பது நான்கே நான்கு விஷயங்கள்தாம். கொழுப்பு, புளிப்பு, உப்பு, வெப்பம். இவற்றைச் சரியாகக் கவனித்தாலே போதுமானது. இதில் புளிப்புக்கு நமது நாட்டுப் புளி மட்டுமல்ல ஏராளமான வழிகள் இருக்கிறதே. வினிகர்கள் நூறு வகை உண்டு. ஒவ்வொன்றுக்கும் தனித்துவமான புளிப்பு, சுவை. மாங்காய் பொடி உண்டு, எலுமிச்சை உண்டு, கோங்கூரா உண்டு.

இலங்கை உணவுகளையும் விரும்பி சமைப்பேன். ஆந்திரா சிக்கன், கேரளா மீன் குழம்பு என்றெல்லாம் பொதுவாகச் சொல்லுவார்கள். ஆந்திரா எவ்வளவு பெரிய பகுதி! ஒவ்வொரு பகுதியையும் சார்ந்து எவ்வளவு மாறுதல்கள் அந்த உணவில் இருக்கும்? அதே போல் கேரளா மீன் குழம்பு என்று எதைச் சொல்லமுடியும்? காசர்கோட்டில் இருந்து களியக்காவிளை வரை நூறுவகை மீன் குழம்புகள் உண்டு. தமிழ்நாட்டிலும் ஒவ்வொரு பகுதிக்கும் வெவ்வேறு சமையல்கள், வேறுவேறு சுவைகள். அதை ஆரிய பவன் சைவம், செட்டிநாடு அசைவம் என்றெல்லாம் சொல்லிக் கடந்துசெல்ல முடியுமா என்ன?

நான் கலவைப் பாணி உணவுவகைகள் சமைக்க விரும்புவேன். உதாரணமாக இலங்கை சமையலையும் வங்காள சமையலையும் கலந்து செய்வது. இலங்கை மீன் குழம்பை வங்காள ஸ்டைலில் கடுகு பேஸ்ட் போட்டுப் பண்ணுவேன். தாளிப்புக்குத் தவிர கடுகு நம்ம ஆள்களுக்குப் பிடிக்காது. ஆனால் சாப்பிட்டுப் பழகினால் சுவையாகவும் ஆரோக்கியமாகவும் இருக்கும். கடுகு, சீரகம், வெந்தயம், பூண்டு எல்லாமே மிகுந்த உடல் ஆரோக்கியத்தைத்

தரக்கூடியவை. மேலை நாடுகளில் எந்த அளவுக்கு அசைவ உணவுகளை எடுக்கிறார்களோ அதை சமப்படுத்தும் அளவுக்கு நிறைய பச்சை காய்கறிகள், இலை தழைகளையும் உண்பார்கள். ஆனால் நம் ஊரில் கறி சாப்பிடும்போது காய்களையே தொடக்கூடாது என்ற வைராக்கியம் உள்ளவர்கள்தாம் பெரும்பாலானோர்கள். காய்களை தட்டில் வைத்தால் அவற்றை ஏறெடுத்துகூடப் பார்க்கமாட்டார்கள்.

நல்ல பொருள்களை வாங்கிச் சமைப்பதில் நாம் பொறுமையையும் நிதானத்தையும் கடைப்பிடித்தே ஆகவேண்டும். பள்ளத்தி என்றொரு மீன் கேரளா சமவெளிகளில் உண்டு. மிகச் சிறிய மீன். அது ஒரு இரண்டு கிலோ வாங்குவேன். சுமார் 500 மீன்கள் வரும். ஊரில் என்றால் ஒட்டுமொத்த மீனையும் பாறை மீது சாம்பல் போட்டு தேய்ப்பார்கள். இங்கே எனது சமையலறையில் இந்த 500 மீனையும் ஒவ்வொன்றாக கத்தியால் சுத்தம் செய்வேன். அது கிட்டத்தட்ட ஜென் தியானம் போன்ற ஒன்று. முதல் மீன் முதல் 500ஆவது மீன் வரை ஒரே கவனத்துடன் செய்யவேண்டும்.

ஹில்சா என்பது உலகின் மிகச்சுவையான மீன். அது மிக சின்னதாக இருந்தாலோ மிகப்பெரியதாக இருந்தாலோ சுவை வராது. நடுத்தரமாக இருக்கவேண்டும். அதில் நிறைய முள் இருக்கும். தமிழ்நாட்டில் பிரபலமான மீன் எது என்றால் வஞ்சிரம், வெளவ்வால் மட்டுமே என்பார்கள். ஏனெனில் அதில் முள் இருக்காது. அதனால்தான் வஞ்சிரத்தின் விலை ஏறிக்கொண்டே போகிறது. உண்மையில் முள் நிறைய இருக்கும் மீன்கள்தான் ஆரோக்கியமான மீன்கள். ஹில்சாவில் முள்ளை எடுத்து சாப்பிடுவது ஒரு பக்திச் சடங்குமாதிரி வங்காளிகள் செய்வார்கள். நம்ம ஆட்களுக்கு இந்தமீன் ஒத்தேவராது. பலகோடி வங்காளிகள் ஆசையாகச் சாப்பிடும் ஹில்சா ஏன் நமக்கு மட்டும் பிடிப்பதில்லை? வசதிகள், சிரமங்கள் பார்க்காமல் உணவு சாப்பிட

விரும்பவேண்டும். ரசம், புளிக்குழம்பு என்கிற ஒரே சூழலில் இருந்து கொஞ்சம் வெளியே வரலாமே?

எனது இளவயதில் கோட்டயத்தில் ஒரு கடை உண்டு. இரவு ஒன்பது மணிக்கு நல்ல கூட்டம் இருக்கும். இரவானால் அந்தக் கடைக்கு ஓடிவிடுவேன். அங்கே மிகக் குறைந்த விலையில் விதம் விதமாகச் சாப்பிடலாம்! அன்று பகலில் சமைத்து மீந்துபோகும் அனைத்து கறிவகைகளும் சாதாரண சாப்பாட்டு விலையில் தருவார்கள். அவற்றை மறுநாள் வைத்து விற்க வேண்டும் என்ற பேராசை கடைக்காரருக்கு இல்லை. அன்று சமைப்பதை அன்றே முடித்துவிட, நல்லுணவை வீணாககாமலிருக்க நாம் கேட்பது கேட்காதது எல்லாம் தட்டில் வைத்துவிடுவார்கள். இதுதான் உணவின்மேல், மனிதர்களின்மேல் நாம் வைக்கக் கூடிய அக்கறை, அன்பு.

அந்திமழை - 10/2019

எது நடக்குமோ அதுவே நடக்கும்

டோரிஸ் டே இறந்தார். 97 வயது. வருத்தமடைய எதுவுமில்லை. இருந்தும் எனக்கு வருத்தமாக இருக்கிறது. நான் பிறக்கும்போதே அவருக்கு 40 வயதிருக்கும். கடந்தகாலக் கலை ஆளுமைகளின்மேல் பேரார்வம் கொண்டிருந்த நான் அவரைத் தேடிக் கண்டடைந்ததுதான். தனித்துவம் மிக்க பாடகி, துடிப்பான நடிகை, பேரழகி..

1948 முதல் இருபதாண்டுகாலம் ஹாலிவுட் சினிமாவில் ஆட்சி செய்தவர். பலகோடி மக்களைக் கொள்ளைகொண்ட 'க்வெ ஸெரா ஸெரா' போன்ற எத்தனையோ அற்புதப் பாடல்களைப் பாடியவர். இந்த 'க்வெ ஸெரா ஸெரா' தான் தமிழில் 'சின்னப் பெண்ணான போதிலே அன்னையிடம் நான் ஒருநாளிலே' என்று ஜிக்கி மற்றும் ஏ எம் ராஜா குரலில் கேட்டோம். 1957ல் வந்த ஆரவல்லி படத்தில்.

இசை ஆசிரியராகயிருந்த டோரிஸின் அப்பா தன் மகளுக்கு பாடும் திறனே இல்லை என்று முடிவெடுத்தார். அதை ஏற்றுக்கொண்டு தனக்கு பாட்டே வராது என்றுதான் இளவயதில் டோரிஸுமே நம்பினார். அப்பா குடும்பத்தை உதறிவிட்டுச் சென்ற பின்னர் அம்மாவின் தூண்டுதலால் ஒரு நடனப்பெண்ணாக வருவதற்கான முயற்சியில் இறங்கினார் டோரிஸ். ஆனால் 15 வயதில் நடந்த கோரமான ஒரு சாலை விபத்தில் அவரது வலதுகால் சுக்குநூறாகியபோது அக்கனவை கைவிட்டார்.

ஓராண்டுகாலம் படுத்த படுக்கையாகக் கிடந்தபோது வெறுமெனே பாடல்களைப் பாடத்தொடங்கியவர் தன்னால் நன்றாகப் பாடமுடியும் என்று உணர்ந்தார். கால் ஓரளவு குணமானதும் ஒரு மேடைப்பாடகியாக மாற முடிவெடுத்தார். அது வெற்றி கண்டது. அவரது பாடல் அனைவரையும் கவர்ந்திழுத்தது. விரைவில் பல பாடல்களைப் பாடிப் பதிவுசெய்து அவ்விசைத் தட்டுகளின் வழியாகப் புகழ்பெற்ற பாடகியானார். 25ஆவது வயதில் திரை நடிகையாகி உலகப் புகழ்பெற்று 45 வயதுவரை அங்கே உச்ச நட்சத்திரமாகப் பிரகாசித்தார்.

விலங்குகளின்மேல் பேரன்புகொண்டிருந்தவர். எதிர்பார்ப்புகளற்ற அன்பு விலங்குகளிடம் மட்டுமே இருக்கிறது என்று சொன்னவர். 'டோரிஸ் டே விலங்கின மையம்' இன்றளவும் உலகின் தலைசிறந்த விலங்குகள் அறக்கட்டளை.

'எதிர்காலத்தைப் பற்றி நாம் எதற்கு கவலைப்படவேண்டும்? எது நடக்குமோ அதுவே நடக்கும். நாம் திட்டமிடுவதுபோல் எதாவது நடப்பதுண்டா?' என்று பாடிய டோரிஸ் டே என்றைக்குமே எனது ஆதர்சம். நேற்று அவரது இளமைக்காலப் பாடல் காட்சிகளை மீண்டும் பார்த்துக்கொண்டிருந்தபோது ஏன் என்று தெரியவில்லை, என்னையறியாமல் கண்கலங்கிப் போனேன்..

குழந்தைப் பருவத்தில் ஒருநாள் அம்மாவிடம் கேட்டேன்

நான் யாராக வருவேன்?

அழகாக இருப்பேனா? பணம் சம்பாதிப்பேனா?

''எது நடக்குமோ அது நடக்கும்

இப்பொழுதே எட்டிப்பார்க்க எதிர்காலம் நம்முடையதல்ல

எது நடக்குமோ அதுவே நடக்கும்...''

தமிழ், மலையாள சினிமாவின் ஆணிவேர் கே எஸ் சேதுமாதவன்

சென்ற வாரம் கேரளத்தின் திரிச்சூரில் நடந்த ஒரு விழாவில் இயக்குநர் கே எஸ் சேதுமாதவன் அவர்களை மம்மூட்டியும் மோகன்லாலும் சேர்ந்து கௌரவித்தனர். தமது தொடக்கக் காலத்தில் கே எஸ் சேதுமாதவனின் இரண்டு படங்களில் இணைந்து நடித்தவர்கள். இந்த கௌரவித்தல் அவர்களுக்குதான் பெருமை. ஏனெனில் 1951 முதல் திரைப்படக் கலையில் தனது அழியா முத்திரையைப் பதித்த மாபெரும் சகாப்தம் கே எஸ் சேதுமாதவன். அவருடன் பணியாற்றுவதற்கும் அவரை கௌரவிப்பதற்கும் இவர்கள் கொடுத்து வைத்திருக்க வேண்டும். தற்போது 88 வயதான சேதுமாதவன் வெள்ளித்திரையிலிருந்தும் ஊடக ஒளி வட்டத்திலிருந்தும் மிகத் தொலைவில் வாழ்கிறார் என்றாலும் தமிழ், மலையாள சினிமாவிற்கு அவர் வழங்கிய கொடுப்பினைகள் நாம் ஒருபோதும் மறக்கக் கூடாதவை.

பால் மணம் (1968), கல்யாண ஊர்வலம் (1970), நாளை நமதே (1975), நிஜங்கள் (1982), மறுபக்கம் (1991), நம்மவர் (1994) என்று ஆறு படங்கள் மட்டுமேதாம் தமிழில் அவர் இயக்கியிருக்கிறார். ஆனால் நவீன தமிழ் சினிமாவின் உருவாக்கத்தில் அவரது பங்களிப்பு

என்பது அதைவிடவெல்லாம் மகத்தானது. தமிழ் சினிமாவின் அடித்தளத்தையே உருவாக்கிய மாபெரும் இயக்குநர்களுடன் துணை, இணை இயக்குநராகப் பணியாற்றி வரலாற்றுச் சிறப்புமிக்க பல தமிழ் படங்களை உருவாக்குவதில் பெரும் பங்காற்றியவர் சேதுமாதவன்.

இந்தியத்திரை அதுவரைக்கும் கண்டிராத பிரம்மாண்டப் படம் சந்திரலேகாவின் (1948) ஒளிப்பதிவாளரும், மார்க்கண்டேயா (1935), பாதுக பட்டாபிஷேகம் (1936), கன்னியின் காதலி (1949), ஏழை படும் பாடு (1950) போன்ற படங்களின் இயக்குநருமாகயிருந்த கே ராம்நாத்தின் துணை இயக்குநராக, எம் ஜி ஆர் கதாநாயகனாக நடித்த மர்மயோகி (1951) படத்தில் தமிழ் சினிமாவில் நுழைந்தார். ராம்நாத்தின் தாய் உள்ளம் (1952), விடுதலை (1954), சுகம் எங்கே (1954) போன்ற படங்களிலும் பணியாற்றினார். மட்டுமல்லாது எல் வி பிரசாத், ஏ எஸ் ஏ சுவாமி, சுந்தர் ராவ் நட்கர்ணி, டி ஆர் சுந்தரம் ஆகிய மேதமை வாய்ந்த இயக்குநர்களுடனும் சேர்ந்தியங்கினார்.

ஏ எஸ் ஏ சுவாமி இயக்கிய சுதர்சன் (1951), நீதிபதி (1955), கற்புக்கரசி (1957), தங்கப்பதுமை (1959) படங்களிலும், சுந்தர் ராவ் நட்கர்ணி இயக்கிய அழகி (1953), மாகாதேவி (1957) படங்களிலும் டி ஆர் சுந்தரம் இயக்கிய வளையாபதி (1952), அலிபாபாவும் 40 திருடர்களும் (1956), பாசவலை (1956) படங்களிலும் முக்கியப் பங்காற்றினார், இந்தியச் சினிமாவையே உருவாக்கியவர்களில் ஒருவரான மாமேதை எல் வி பிரசாத்துடன் சேர்ந்தியங்கி அவர் தயாரித்து இயக்கிய ராணி (1952), மனோகரா (1954), மங்கையர் திலகம் (1955), பாக்கியவதி (1957) போன்ற படங்களிலும் பணியாற்றினார் சேதுமாதவன். இவ்வரிசையிலுள்ள பல படங்களில் அவர் இணை இயக்குநர். ஆனால் தனித்து ஓர் இயக்குநராக அறிமுகமாகும் வாய்ப்பினை தமிழ் சினிமா அவருக்கு

வழங்கவில்லை. சிங்கள மொழியில்தான் தனது முதல் படத்தை அவர் இயக்க நேர்ந்தது. 1960ல் வீரவிஜய எனும் படம்.

மலையாளத்தில் தனது முதல் படமான 'ஞான சுந்தரி'யை 1961இல் இயக்கினார். ஆனால் அது 1948ல் வெளியான 'ஞான சௌந்தரி' எனும் தமிழ் படத்தின் மறு ஆக்கம். இரண்டாவது மலையாளப் படமான 'கண்ணும் கரளும்' (1962) வழியாக குழந்தை நடிகர் கமல் ஹாசனை மலையாளத்திற்கு அறிமுகம் செய்தார். அப்போது களத்தூர் கண்ணம்மாவில் மட்டுமே நடித்திருந்த கமலுக்கும் அது இரண்டாவது படம். பின்னர் 1974ல் கன்யாகுமாரி மலையாளப்படம் வழியாக கமல் ஹாசனை முதன்முதலில் கதாநாயகனாக நடிக்க வைத்தவரும் சேதுமாதவன் தான்.

மலையாளத்தில் ஓர் உச்ச நட்சத்திர இயக்குநராக மாறி அறுபதுக்கும் மேலான படங்களை இயக்கினார். மலையாளப் படங்களுக்கே உரித்தானது என்று பிற்பாடு கொண்டாடப்பட்ட யதார்த்தத் தன்மையையும் இலக்கியச் சார்பையும் உருவாக்கி வளர்த்தவர்களில் முதன்மையானவர் சேதுமாதவன். மணவாட்டி (1964), ஓடயில் நிந்நு (1965), யக்ஷி (1968), கடல்பாலம் (1969), அடிமகள் (1969), வாழ்வே மாயம் (1970), அர நாழிக நேரம் (1970), ஒரு பெண்ணிண்டெ கத (1971), கரகாணாக்கடல் (1971), இங்குலாப் சிந்தாபாத் (1971), அனுபவங்ஙள் பாளிச்சகள் (1971), புனர்ஜென்மம் (1972), அச்சனும் பாப்பயும் (1972), பணிதீராத்த வீடு (1973), சட்டக்காரி(1974), ஓப்போள் (1980) போன்ற அவரது படங்கள் மலையாளத்தின் எக்காலத்திற்குமுறிய திரைப் படங்கள்.

பத்து தேசிய விருதுகள் அடக்கம் எண்ணற்ற விருதுகளைப் பெற்ற கே எஸ் சேதுமாதவன்தான் சிறந்த இந்தியத் திரைப்படத்திற்கான ஜனாதிபதியின் சுவர்ண கமலம் விருதினை முதன்முதலில் தமிழிக்கு

வாங்கித் தந்தவர். 1991ல் அவர் இயக்கிய மறுபக்கம் படம் வழியாக. ஆனால் இந்த வரலாற்றுச் சாதனை போதிய அளவில் கண்டுகொள்ளப்படவில்லை. அவரது ஒரேயொரு தெலுங்குத் திரைப்படமான ஸ்த்ரீ (1991) பல விருதுகளை வென்ற படம். கன்னடத்திலும் மானினி (1971) எனும் படத்தை எடுத்தார். பெரும் வணிக வெற்றிபெற்ற ஜூலி போன்ற சில படங்களை இந்தியிலும் இயக்கினார்.

கே எஸ் சேதுமாதவனின் பங்களிப்பினை பெருமளவில் குறிப்பிடாமல் தமிழ், மலையாள சினிமாவின் வரலாற்றை பதிவு செய்யவே முடியாது. என்போன்ற எண்ணற்றோருக்கு என்றென்றும் உள்தூண்டுதலாக விளங்கும் ஒப்பிலாக் கலைஞனுக்கு எனது வந்தனங்கள்.

உயிர்மை - 07/19

ஆதாம்

லோர்கா கொலை செய்யப்பட்ட பின் அவரது சடலம் கூட கிடைக்கவில்லை. ஆனால் இன்று ஸ்பெயின் நாட்டின் தேசிய அடையாளமாக அவர் கருதப்படுகிறார். 1932ல் ஸ்பானிய மொழியில் அவர் எழுதியது ஆதாம் எனும் கவிதை. இக்கவிதை மனிதனின் பிறப்பையும் உயிர்வாழ்தலையும் பற்றியது. மொழியாக்கம் செய்வதற்கு கடினமான கவிதை. லோர்கா எழுதிச்செல்லும் பல மறைகுறியீடுகளை பொருள் விளக்கம் செய்வது எளிதல்ல. இருந்தும் ஆதாம் கவிதையைப் பற்றியான எனது புரிதலை இங்கு மொழியாக்கம் செய்ய முயல்கிறேன்.

கவிதை : ஆதாம்

கவிஞர் : ஃபெதரீகோ கார்ஸியா லோர்கா

நாடு : ஸ்பெயின்

மூல மொழி : ஸ்பானியம்

ஆண்டு : 1932

மரமாகக் குவியும் குருதி
உதயத்தை ஊறவைக்கிறது
புதிதாகப் பிறந்த பெண்
தேம்பி அழுகிறாள்
அவளது கதறல்கள்
ரணத்திற்குள் பாய்ந்த கண்ணாடிக் கீற்றுகள்
ஜன்னல் சட்டத்தில்
விலா எலும்புகளின் கோட்டுச் சித்திரம்

பகல்வெளிச்சம் தன்னை நிலைநாட்டி வெற்றிபெறுகிறது
கட்டுக்கதைகளின் வெண்ணிற எல்லைகள் கரைந்துபோகிறது
ஆப்பிளின் மந்தமான குளிரைத் தொட
ரத்தக்குழாய்களில் கொந்தளிப்பு சுழற்கிறது

களிமண்ணின் காய்ச்சலுக்குள் ஒரு ஆதாம்
கனவு காண்கிறான்
தனது கன்னத்தின் நாடித்துடிப்பின்மேல்
பாய்ந்தோடிவரும் ஒரு வெண் குழந்தையை

வெந்த மண்ணினால் கறுத்துப்போன இன்னொரு ஆதாம்
கனவு காண்கிறான்
பாலினமற்ற நிலவின் விதையில்லாக் கற்களை

அழகான எழுத்தாளன்

வெளிச்சத்தின் குழந்தையை எரிப்பதற்கு தீமூட்ட.....

தாமஸ் ஜோசப் எழுதியது போன்ற எழுத்துக்கள் எதையும் எந்தவொரு இந்திய மொழியிலும் நான் படித்ததில்லை. அவரது மொழிக்கு ஒருவகை மந்திரத் தனமை உள்ளதால் அது போன்ற ஒரு வரியைக் கூட உருவாக்குவது கடினம். தமிழில் அவரது புத்தகம் ‘பரலோக வசிப்பிடங்கள்’ கவிஞர் யூமா வாசுகியின் மொழிபெய்ரப்பில் வெளியாகியுள்ளது. படித்துப் பாருங்கள். நான் சொல்ல விழைவது என்னவென்று உங்களுக்குத் தெரியும்.

பல வருடங்கள் தாமஸ் ஜோசப்பின் வாசகனாக இருந்தபின் சுமார் 10 ஆண்டுகளுக்கு முன்பு அவரை நேரில் சந்தித்தேன். உடனடியாகவே நாங்கள் நண்பர்களாகிவிட்டோம். எப்போதுமே உள்முகமான சிந்தனைகளுடன் இருப்பவர் தாமஸ். யாரிடமும் மனம்விட்டுப் பேசாதவர். ஆனால் என்னுடன் நிறைய பேசுவார். என்னைச் சந்திக்கும்போதெல்லாம் ‘இதோ வருகிறான் சென்னை ஷாஜி எனும் அழகான இளைஞன்‘ என்று மாயையான ஒரு வரியுடன் வரவேற்பார். உலகின் மீயதார்த்த எழுத்தாளர்களான போர்கஸ், மார்க்வெஸ் மற்றும் மலையாளத் திரை நடிகர் சத்யன் அவரது ஆதர்சங்கள். அவர்களைப்

பற்றி பேசிக்கொண்டேயிருப்பது தாமஸுக்கு மிகவும் பிடிக்கும். அவருக்கு பிடித்த பாடல், கே ஜே ஜாய் இசையமைத்த ஹிருதயம் மறந்நு (தங்கக் காசின் சலசலப்பில் மனித இதயம் மறந்துவிட்டது அன்பை..)

அவரது ஒரே மகளின் திருமணம் முடிந்த மாலையில் அவர் வீட்டின் அருகிலுள்ள ஆளரவமற்ற ஓர் பணக்கார வீட்டின் திண்ணையில் உட்கார்ந்து நாங்கள் பேசினோம், பாடினோம், குடித்தோம். அதற்குப் பிறகு இன்றளவும் நான் தாமஸ் ஜோசப்பை சந்தித்ததில்லை. செப்டம்பர் 15, 2018 அன்று மூளை பக்கவாதத்தால் தாக்கப்பட்டு சரிந்து விழுந்தார். அன்றிலிருந்து எதுவும் தெரியாமல், எதுவும் பேசாமல் அவர் படுக்கையிலே கிடக்கிறார்.

அதற்கு சிலநாட்களுக்கு முன்பு ஒரு நாவலை எழுதி முடித்திருந்தார். அப்புத்தகத்தை வெளியிடுவதற்காக அவரது நண்பர்கள், மலையாள எழுத்தாளர்கள் மற்றும் அவரது நலம் விரும்பிகள் செப்டம்பர் 1, 2019 அன்று கொச்சியில் சந்திக்கிறார்கள். அம்மயுடெ உதரம் அடச்சு (தாயின் கருவறையை மூடியவண்ணம்) எனும் அப்புத்தகத்தின் விற்பனையிலிருந்து கிடைக்கும் வருமானம் வாழப் போராடும் அவரது குடும்பத்திற்கு வழங்கப்போகிறார்கள். அந்நிகழ்வில் நானும் கலந்துகொள்கிறேன். ஆனால் தாமஸ் ஜோசப்பை 'பார்க்க'ச் செல்லமாட்டேன். அவர் பார்க்கப்பட வேண்டியவர் அல்லர், உணரப்பட வேண்டியவர். தனித்துவமான அந்த மானுட உணர்வாக தாமஸ் ஜோசப் எப்போதும் என் இதயத்தில் வாழ்வார்.

மஞ்சள் விஷ மாலையிலே

நாற்பதாண்டுகளுக்கு முன்பு பள்ளிக்கூட ஏவலாள் வேலையிலிருந்து ஓய்வு பெற்றபோது கிடைத்த மொத்தப் பணத்தையும் வைத்து எனது தாய்வழித் தாத்தா மளிகைக் கடை ஒன்றை ஆரம்பித்தார். ஓராண்டுகாலம் சிறப்பாக ஓடிய அந்த கடை கலப்படம் செய்யப்பட்ட உணவுப் பொருட்களை விற்றது எனக் கூறி உணவுத் துறை அதிகாரிகளால் மூடி முத்திரை வைக்கப்பட்டது. தாத்தாவுக்கு ஒன்றுமே புரியவில்லை. ''நான் எங்கே சார் கலப்படம் பண்னே?'' என்று அவர் கவலையுடன் கேட்டபோது ''உங்களது கடையில் விற்கப்பட்ட மஞ்சள் தூளில் விஷமயமான ரசாயனப் பொருட்கள் இருந்தன'' என்றார்கள் அதிகாரிகள். ''அய்யோ.. அதை நான் தயாரிக்கவில்லையே.. ஏதோ கம்பெனி தயாரிப்பில மொத்த யாவாரிக்கிட்டே வந்து, அங்கேர்ந்து வாங்கிட்டு வந்த பிளாஸ்டிக் பொதிகளில கலப்படம் பண்னது நானா?'' என்று கேட்டார். ''அதெல்லாம் எங்களுக்குத் தெரியாது. கலப்படம் பண்ணப்பட்ட உணவுப்பொருட்கள் யாரிடமிருந்து பிடிபடுதோ அவருக்குதான் தண்டனை'' என்றார்கள்!.

இன்று நமது வீட்டுச் சமயலறைகளில் நாம் பயன்படுத்தும் மஞ்சள் தூளை அத்தகைய சோதனைக்கு உள்ளாக்கினால் நமது அனைத்து சமையைலறைகளையும் இழுத்து மூடவேண்டியிருக்கும். காரணம் மிக அதிமாகக் கலப்படம் செய்யப்பட்டு சந்தைக்கு வரும் உணவுப் பொடிதான் மஞ்சள் தூள். மஞ்சள் தூளை நெகிழிப் பாத்திரங்களிலும் பொட்டலங்களிலும் சந்தைப்படுத்தி விற்க ஆரம்பித்த அன்றே அதில் கலப்படமும் ஆரம்பித்துவிட்டது.

மஞ்சளுக்கு இருக்கும் மிகுந்த மருத்துவக் குணங்களுக்கும் உணவில் மணம், சுவையூட்டலுக்கும் அடிப்படைக் காரணி அதிலுள்ள குர்குமின் எனும் இயல்பு ரசாயனம். அதன் ஒளிரும் மஞ்சள் வண்ணமும் மூலிகைக் குணங்களும் உலகச் சந்தையில் உயர் மதிப்புடையது. எண்ணற்ற உயர்விலை அழகுப் பசைகள், தோல்நோய் மற்றும் உணவுச் செறிமான மருந்துகள் போன்றவற்றின் முக்கிய உட்பொருள் இந்த குர்குமின். பதப்படுத்தப்பட்டு சந்தைக்கு வரும் உயர்விலை உணவுப் பொருட்களுக்கு வண்ணமும் சுவையும் ஊட்டுவதற்காகவும் இதைப் பெருமளவில் பயன்படுத்துகிறார்கள்.

இந்த குர்குமினை மஞ்சளிலிருந்து முற்றிலுமாக வேர்படுத்தி மஞ்சளின் குணத்தையும் நிறத்தையும் முழுமையாக வெளியெடுத்த பின்னர் மிஞ்சுகிற சக்கையில் மெடானில் மஞ்சள், லெட் குரோமேட் போன்ற விஷ ரசாயனங்களை கலர்ந்து செயர்கையான மணமும் சுவயும் ஊட்டி பொட்டலம் கட்டி விற்கிறார்கள். எடைக்கு தானே விலை! ஆதாலால் எடையை அதிகரிக்கவைக்க சுண்ணாம்பு தூள், செங்கல் தூள், அறுத்த மரத்தூள், கப்பைக் கிழங்கு மாவு போன்றவற்றை தாராளமாக சேர்க்கிறார்கள். அதை நாம் ஆனந்தமாக வாங்கி அள்ளிச் சாப்பிடுகிறோம். அழகை மெருகேற்ற முகத்தில் அப்புகிறோம்.

உணவிற்கான கச்சாப் பொருட்களை மிகுந்த கவனத்துடன் தேர்ந்தெடுங்கள். முடிந்தவரை உங்கள் உணவை நீங்களே சமைத்துச் சாப்பிடுங்கள். ஐம்பதாண்டுகளுக்கு முன்பு புற்றுநோய் என்ற வார்த்தையே இருந்ததில்லையே. இன்று பத்து வீட்டுக்கு ஒரு வீட்டில் புற்றுநோயால் பாதிக்கப்பட்ட யாரோ ஒருவர் இருக்கிறாரே.. இதெல்லாம் எதனால் என்று யோசித்துக் கொள்ளுங்கள்.

04/2018

இந்தக் கவிதை

இங்கிலாந்து நாட்டில் 1919ல் பிறந்து 2000ல் மறைந்தவர் எல்மா மிட்ச்செல். மிகக் குறைவான கவிதைகளைத்தாம் எழுதினார் என்றபோதிலும் இங்கிலாந்தின் நவீனப் பெண் கவிஞர்களில் மிக முக்கியமானவர் எல்மா.

இந்தக் கவிதை (This Poem)
எழுதியவர் - எல்மா மிட்ச்செல் (Elma Mitchell)
மொழி - ஆங்கிலம்
நாடு - இங்கிலாந்து

இந்தக் கவிதை மிக ஆபத்தானது
இதைக் குழந்தைகளின் கைக்கு எட்டாத இடத்தில் வைக்கவும்
வயது வந்தோரிடமிருந்தும் இதைத் தொலைவில் வைக்கவும்
ஏன் எனில் அவர்கள் இதை முழுவதுமாக விழுங்கி
விரும்பத்தகாத பக்க விளைவுகளைச் சந்திப்பார்கள்

பொது இடத்தில் கவனக்குறைவாக வைக்கப்பட்ட
அடையாளம் தெரியாத ஒரு கவிதையை கண்டடைந்தால்
அதை நீங்களே கையாள முயலாதீர்கள்
மூடி முத்திரையிடப்பட்ட உறை ஒன்றில்
அடுத்துள்ள அறிவு மையத்திற்கு அனுப்பி வையுங்கள்
அங்கே நிபுணர்கள் அதைப் படித்து
பொருள் விளக்கம் செய்வார்கள்
வினைகளில்லாமல், யாருக்குமே தீங்கில்லாமல்
மிக எளிமையான ஒரு கவிதை கூட
மனித உணர்வுகளுக்கு எதிரான உங்கள் தடுப்புத் தன்மையை
முற்றிலுமாகத் தகர்த்து விடும்
கவிதைகளுக்கு மேல் அரசு எச்சரிக்கை ஒன்று அவசியம்
சொற்கள் உங்களது இதயத்தை அபாயகரமாக பாதிக்கக் கூடியவை

எட்டரை இடைவெட்டுகள்

(கே ஜி ஜார்ஜ் குறித்தான 8½ Intercuts எனும் ஆவணப் படத்தை இயக்கிய மலையாளத் திரைப்பட இயக்குநர் லிஜின் ஜோஸிற்கும் ஷாஜிக்கும் இடையே நிகழ்ந்த உரையாடல்.)

ஷாஜி : மலையாளத்தின் சமகால முன்னிலை நடிகர்களான பஹத் பாசில், குஞ்சாக்கோ போபன் போன்றவர்களை வைத்து ஃபிரைடே, லா பாயின்ட் என இரண்டு பெருவோட்டத் திரைப்படங்களை இயக்கியவர் நீங்கள். இப்போது திரு கே ஜி ஜார்ஜ் குறித்த இந்த அற்புதமான ஆவணப்படத்தை இயக்கியிருக்கிறீர்கள். இதுதான் உங்களது ஆகச்சிறந்த ஆக்கம் என்றே சொல்வேன். ஒரு திரைப்பட இயக்குநரைப் பற்றி இந்தியாவிலேயே நான் பார்த்த மிகச் சிறந்த ஆவணப்படம் இது.

லிஜின் : ஜார்ஜ் சாரைப் பற்றியான ஓர் ஆக்கத்தை இந்த அளவிற்காவது நாம் உருவாக்கவில்லை என்றால் அது அவருக்கு இழைக்கிற அநீதி. அவர் பண்ணி வைத்திருக்கிற படங்கள் அவ்வளவு உயர்வானவை. இப்படத்தை உருவாக்கும்பொழுது பார்வையாளர்கள் இதை எப்படி ஏற்றுக்கொள்வார்கள் என்றெல்லாம் நான் கவலைப்படவேயில்லை. இதைப் பார்த்து ஜார்ஜ் சார் 'பரவாயில்லை' என்றாவது சொல்லவேண்டுமே என்று மட்டும் ஆசைப்பட்டேன்.

ஷாஜி : நான்கு ஆண்டுகால உழைப்பு! அதற்கான நேரத்தையும் பொருளாதாரத்தையும் எப்படி கண்டடைந்தீர்கள்?

லிஜின் : இவ்வளவு காலதாமதமானதற்குக் காரணமே பொருளாதாரச் சிக்கல்கள்தாம். எனது முதல் படமான ஃபிரைடே முடிந்தவுடன் இதற்கான வேலைகளைத் தொடங்கினேன். இது ஜார்ஜ் சாரைப் பற்றிய முதன்முதல் ஆவணப்படம் என்பதால் மிகவும் உயர்வான ஒரு scale இருக்கவேண்டும் என எண்ணினேன். ஆனால் எண்ணற்ற முட்டுக்கட்டைகள். கே ஜி ஜார்ஜை ஆதர்சமாக நினைக்கும் பல பெருங்கைகள் மலையாளத் திரைத் துறையில் இருக்கிறார்கள். ஆனால் அவரைப்பற்றி ஒரு படத்தைத் தயாரிக்க யாருமே முன்வரவில்லை. வருவது வரட்டும் என்று கையிலிருந்ததையும் கடன் வாங்கியதையும் வைத்து நானே இதைத் தயாரிக்கத் தொடங்கினேன். பின்னர் ஷிபு ஜி சிவன் எனும் நண்பர் உடன்வந்து படப்பிடிப்பிற்கான செலவுகளை எற்றுக்கொண்டார். தேசிய, மாநில விருதுகளைப்பெற்ற பல தொழில் நுட்பக் கலைஞர்கள் முற்றிலும் இலவசமாக உதவ முன்வந்தனர். ஒளிப்பதிவு எம் ஜெ ராதாகிருஷ்ணன், இசை பிஜிபால், படத்தொகுப்பு அஜித் என. அவர்களுக்கு ஜார்ஜ் சாரின்மேல் இருக்கும் பெரும் மரியாதையினால்தான். இருந்தும் படம் முடிந்தபோது 10 லட்சத்துக்குமேல் செலவாகியிருந்தது. மலையாளத்தின் கணக்கில் ஒரு ரூபாய் கூடத் திரும்பி வரும் என்று உத்தரவாதம் இல்லாத இத்தகைய ஓர் ஆவணப்படத்திற்கு 10 லட்சம் பெரும் செலவு.

ஷாஜி : பொதுவாகப் பெரும் பணம் மட்டுமே குறிக்கோளான திரைப்படத்துறையில் உறுதியான இலாபத்தை ஈட்டக்கூடிய வேறு எதையெதையோ செய்திருக்கலாமே! ஏன் கே ஜி ஜார்ஜ் பற்றிய ஆவணப்படம்? அவர்தான் மலையாளத்தில் உங்களது ஆதர்ச இயக்குநரா?

லிஜின் : மலையாளத்தில் ஏன்? இந்தியாவிலேயே எனது ஆதர்ச இயக்குநர் அவரே. அவர்தான் இந்தியாவின் ஆகச் சிறந்த திரைப்பட இயக்குநர் என்றே சொல்வேன். குறிப்பாக அவர் இயங்கிய காலகட்டத்தில் ஒன்றுக்கு ஒன்று முற்றிலும் மாறுபட்ட கதைக் கருக்களை வைத்து மிகவும் நவீனமான திரைப் படங்களை எடுத்த வேறு எந்தவொரு இயக்குநருமே இல்லை. கலைப் படங்கள், நடுநிலைப் படங்கள், ஓரளவிற்காவது தரம் உடைய வணிகப் படங்கள் போன்றவற்றை எடுத்து மிகவும் கொண்டாடப்பட்ட பல இயக்குநர்கள் தங்களுக்கு உகந்த குறுகிய வட்டத்திற்குள்ளேயே சுற்றிக்கொண்டு படங்களை எடுத்தபோது ஒன்றுக்கொன்று மாறுப்பட்ட கதைகளை மிகப் புதுமையான முறையில் படங்களாக்கியவர் கே ஜி ஜார்ஜ். இன்று பார்த்தாலும் அவரது எந்தவொரு படமுமே காலாவதியானது என்று யாராலும் சொல்ல முடியாது.

ஷாஜி : முற்றிலும் உண்மை. அந்தந்த காலகட்டம் சார்ந்த கதைகளைச் சொல்லும்போதும்கூட திரைப்படங்களாக எக்காலத்திற்குமானவை ஜார்ஜ் சாரின் படங்கள். அதுதான் அவரது தனித்தன்மை. அவரது ஒவ்வொரு படத்தையும் இன்றைக்கும் மிகுந்த ஈடுபாட்டுடன் நம்மால் பார்க்க முடிகிறது.

லிஜின் : சொல்லப்போனால் இத்தகைய மாறுபட்ட விஷயங்களை மிகுந்த ஈடுபாட்டோடு அணுகி அவற்றை மிகவும் ஆத்மார்த்தமான திரைப்படங்களாக நமக்குத் தந்த இந்த அபூர்வப் படைப்பாளியின் கலைமனமும் வாழ்க்கையும் எப்படிப்பட்டவை என்று அருகிலிருந்து அறிந்துகொள்ளவேண்டும் என்கின்ற ஆர்வம்தான் இந்த ஆவணப்படத்தை எடுப்பதற்கான எனது முதல் தூண்டுதல்.

ஷாஜி : சாதாரண பார்வையாளனின் சினிமா ரசனையை கே ஜி ஜார்ஜ் அளவுக்கு மேம்படுத்திய வேறு ஓர் இயக்குநரை மலையாளத்

திரைத்துறை வரலாற்றில் நாம் பார்க்க முடியாது. பெரும்பாலான கலைப்பட இயக்குநர்கள் பொதுவாகக் கடைப்பிடிக்கும் மறைத்தல், திரித்தல், குறியீட்டு உத்திகள் எதையும் வலிந்து திணிக்காமல், எந்தவொரு அறிவுஜீவி பாவனையும் இல்லாமல் அனைவரும் புரிந்து இரசிக்குமளவில் படத்தின் வெளித்தோற்றத்தைக் கட்டமைத்தவர் கே ஜி ஜார்ஜ். ஆனால் அதற்குள்ளே புதைந்திருக்கும் உளவியல், சமூகவியல், மானுடவியல் பார்வைகளும் கருத்தாக்கங்களும் குறியீடுகளும் மிகவும் ஆழமானவை. பலப்பல அடுக்குகள் கொண்டவை. இவற்றில் எதையுமே ஒரு பார்வையாளன் உணரவில்லை என்றாலும்கூட அப்படத்தின் வெளித்தோற்றமே தன்னளவில் மிகவும் ரசிக்கக் கூடிய ஒன்றாக இருக்கும். ஆனால் இப்படிப்பட்ட கே ஜி ஜார்ஜின் படைப்புகள் கேரளத்திற்குள்ளேயே அடுத்தடுத்த தலைமுறைகளுக்குக் கடக்கவில்லை. கல்லூரிகள் போன்ற இடங்களில் புதிய தலைமுறையினருக்காக இந்த ஆவணப்படத்தைத் திரையிடும்போது கே ஜி ஜார்ஜ் என்ற பெயரையே கேள்விப்பட்டிராத பல இளைஞர்கள் படம் பார்த்து அதிர்ச்சியாகி வியந்து உங்களிடம் வந்து பேசியதை நீங்களே சொல்லியிருக்கிறீர்கள். கேரளத்தில் இதுதான் நிலைமையென்றால் கேரளத்திற்கு வெளியே கே ஜி ஜார்ஜின் படங்கள் இன்றளவும் பெருவாரியாக பார்க்கப்படவோ மதிப்பிடப்படவோ இல்லை. தமிழ்நாட்டைப் பொறுத்தவரையில் இங்கு கே ஜி ஜார்ஜைப் பற்றி அறிந்து வைத்திருப்பவர்களே மிகக் குறைவு. மலையாள மாற்றுச் சினிமா இயக்குநர்களான அடூர் கோபால கிருஷ்ணன், அரவிந்தன், ஜான் ஆபிரகாம் போன்றவர்களை நன்கு அறிந்து வைத்திருப்பவர்களுக்குக் கூட இங்கு கே ஜி ஜார்ஜ் யாரென்றே தெரியாது. இதற்குக் காரணம் என்னவாக இருக்கும் என்று நினைக்கிறீர்கள்?

லிஜின் : இந்த கேள்வியை நானுமே அடிக்கடி என்னைக் கேட்பதுண்டு. ஆனால் இன்றளவும் இதற்குச் சரியான பதில் என்னிடம் இல்லை. திரைப்படங்களின் சுவாரசியம், ஒன்றுக்கொன்று மாறுபட்ட தன்மை, அழகியல், கலைநயம் போன்றவைதான் அடிப்படை யென்றால் மற்ற எல்லா இயக்குநர்களையும் விட இந்தியா முழுவது மல்லாது உலக அளவிலேயே கொண்டாடப்படவேண்டிய இயக்குநர் கே ஜி ஜார்ஜ். ஆனால் அது இதுவரைக்கும் நிகழவில்லை. இதில் எனது சில யூகங்களை மட்டும் சொல்கிறேன். ஜார்ஜ் சார் ஒருபோதுமே தன்னை முன்நினித்தியவர் அல்லர். Self promotion எனும் தன்னைத்தானே உயர்த்துதலுக்கு அங்கே இடமே இல்லை. படங்களை எடுப்பதைத் தவிர வேறு எதிலுமே அவர் கவனம் செலுத்தவில்லை. ஊடகங்கள் மிகக் குறைவாக இருந்த அந்த காலகட்டத்தில் தன்னைப் பற்றித் தானே சத்தமாகக் கூவுவதுதான் கவனத்தை ஈர்ப்பதற்கான ஒரே வழி. அதை அவர் ஒருபோதும் செய்யவில்லை. நான் கேள்விப்பட்ட இன்னொரு விஷயம் அக்காலகட்டத்தின் திரைவிமர்சகர்கள் கே ஜி ஜார்ஜ் படங்களை வெகுஜென சினிமாவாகவே எண்ணினர் என்பது. பெருவாரியான திரையரங்குகளில் வெளியிடப்பட்டு அனைவருக்கும் புரியும்படி எடுக்கப்பட்ட அப்படங்களை அவர்கள் கலைநயம் கொண்ட படங்களாகப் பொருட்படுத்தவில்லை போலும். இன்னும் பல காரணங்கள் இருக்கலாம். கே ஜி ஜார்ஜ் எனும் அதிசயப் படைப்பாளியை இனிமேல்தான் உலகம் கண்டடையப் போகிறது என்றே நினைக்கிறேன்.

ஷாஜி : ஜார்ஜ் சாரிடம் பேசும்போது எனக்கு விளங்குவதும் இதுவே. தனக்குப் பிடித்த படங்களை மட்டும் எடுத்து முடிப்பது என்ற ஒற்றை எண்ணத்தைத் தவிர அவற்றின் விநியோகம், வணிகம், அவை உருவாக்கக் கூடிய பணம், புகழ், விருதுகள் போன்றவற்றைப் பற்றி

அவர் கவலைப்பட்டதேயில்லை. தனது படங்களை தேசிய அளவிலும் உலக அளவிலும் கொண்டு சென்று சேர்ப்பதற்கான எந்தவொரு வேலையையுமே அவர் செய்யவில்லை. மற்றொன்று கதைகளுக்கு ஏற்றவாறு அவரது திரைமொழி ஒவ்வொரு படத்திலும் மாறிக்கொண்டேயிருந்தது. அதனால் கே ஜி ஜார்ஜின் தனித்துவமான திரைமொழி என்று ஒன்று உருவாகாமல் போய்விட்டது. கே ஜி ஜார்ஜின் முத்திரை அல்லது கையொப்பம் பதிந்த காட்சியமைப்புகளைத் தொடர்ந்து உருவாக்கவேண்டும் என்று அவரும் ஒருபோதும் எத்தனிக்கவில்லை. மலையாள சினிமாவின் எல்லாவகையான தேய்வழக்குகளையும் தவிர்த்தது மட்டுமல்லாமல் தானே ஒருமுறை செய்ததை மீண்டும் ஒருபோதும் செய்யக்கூடாது என்று மிகத் தெளிவாக இருந்தார். அதனால் அவரது ஒவ்வொரு படமும் வேறு வேறு தனித்துவமான இயக்குநர்கள் எடுத்தவை போலவே இருந்தன. வானுயர்ந்து கோலோச்சும் ஓர் அடையாளமாக கே ஜி ஜார்ஜ் மாறாதமைக்கு முக்கியக் காரணம் இதுதான் என்றே நினைக்கிறேன். நீங்கள் சொன்னதுபோலவே ரித்விக் கட்டக், ழான் கோக்டே, கோபயாஷி, எஃப் டபுள்யூ முர்ணோ போன்றவர்களை மிகவும் காலதாமதமாக உலகம் அடையாளம் கண்டதைப்போல் கே ஜி ஜார்ஜின் திரைப்படக்கலையை இனிமேல்தான் உலகம் கொண்டாடப்போகிறது என்றே நினைக்கிறேன். காலம் அதைத் தீர்மானிக்கட்டும். தங்களிடம் கேட்க நினைத்த மற்றொரு விஷயம் இந்த ஆவணப்படத்தின் அப்பட்டமான நேர்மை. கே ஜி ஜார்ஜின் தனிமனித வாழ்க்கையின் பல சிக்கல்களைப் பச்சையாகவே சித்தரித்திருக்கிறீர்கள். அதற்கான தூண்டுதல் தனது கலையிலும் தனிமனித வாழ்க்கையிலும் கே ஜி ஜார்ஜ் கடைப்பிடித்த அபாயகரமான நேர்மையா?

லிஜின் : தனது முதல்படமான ஸ்வப்னாடனத்தின் ஆரம்பத்தில் அதன் மையப் பாத்திரம் பேசும் ஒரு வசனம் இருக்கிறது. ''இந்த உலகில் எனக்கு ஒளிக்கவும் மறைக்கவும் எதுவுமே கிடையாது'' என்று. நடிகர் வாயசைக்க அவ்வசனத்திற்குக் குரல் கொடுத்திருப்பவர் கே ஜி ஜார்ஜ் அவரே. தனது கலையிலும் வாழ்க்கையிலும் ஜார்ஜ் சார் எதையுமே மறைத்தவரல்லர். எப்போதுமே நேரடியாக இருப்பதனால் பலவற்றை இழந்தவர் அவர். ஆனால் அந்த இழப்புகளால் அவர் மனதளவில் துளியளவும் பாதிக்கப்பட்டதாகத் தெரியவில்லை. தனது கலையிலும் வாழ்விலும் டணிணஞுண்ஞுதூ ஞூடிஞூண்ஞு அல்லது நீங்கள் சொன்னதுபோல் ஞீச்ணஞ்ஞுஞூணிதண் டணிணஞுண்ஞுதூயுடன் இருக்கும் அவரை இப்படி மட்டும்தானே ஆவணப்படுத்த முடியும்?

எனது முதல் படம் வெளியான காலத்தில் ஒருநாள் மனோரமா நாளிதழில் அவரது நேர்காணல் ஒன்றைப் படித்தேன். அதில் சமீபத்தில் பார்த்தவற்றில் அவருக்குப் பிடித்த படங்களின் பட்டியலில் எனது படமும் இருந்தது என்னை ஆச்சரியப்படுத்தியது. அதன்பின்தான் அவரைச் சென்று சந்திக்கத் துணிந்தேன். அதற்குள்ளேயே பல சினிமா இயக்குநர்களையும் இலக்கிய மேதைகளையும் சந்தித்திருந்தவன் நான். அவர்கள் எவருக்குமே இல்லாத நேர்மையும் நேரடித்தன்மையும் தற்பெருமையற்ற பாங்கும் ஜார்ஜ் சாரிடம் கண்டேன். அவரைப்போன்ற ஒரு மாமேதையால் எப்படி இப்படி எளிமையாகவும் நேர்மையாகவும் அனைத்தையும் அணுகமுடிகிறது என்று வியந்துபோனேன்.

ஷாஜி : அவரை முதலில் சந்தித்தபோதுதான் அவரைப் பற்றி ஓர் ஆவணப்படம் எடுக்கவேண்டும் என்கின்ற எண்ணம் ஏற்பட்டதா?

லிஜின் : இளவயதிலிருந்தே அவரை ஆதர்சமாக நினைத்து

வந்தவன் என்றாலும் ஒரே ஊரில் இருந்தும் ஒருபோதும் அவரைச் சென்று சந்தித்துப் பேச எனக்குத் துணிவு வரவில்லை என்றிருக்கும்போது அவரைப்பற்றி ஆவணப்படம் எடுக்கலாம் என்கின்ற துணிவு எங்கிருந்து வரும்? பிறகு எனது தோழியாக மாறிய எழுத்தாளர் ஷாஹினா கெ ரஃபீக் முனைவர் பட்டம் பெறுவதற்காக கே ஜி ஜார்ஜ் குறித்து ஓர் ஆய்வேட்டைச் சமர்ப்பிக்க முயன்று பல காரணங்களினால் பாதியில் அதை விட்டுவிடநேர்ந்த கதையை என்னிடம் சொன்னார். அந்தத் தரவுகளை வைத்து கே ஜி ஜார்ஜ் குறித்து ஒரு சிறு புத்தகம் எழுதவோ சிறிதாக ஓர் ஆவணப்படம் எடுக்கவோ அவர் ஆசைப்பட்டிருந்தார். கே ஜி ஜார்ஜின் கலைமேல் எனக்கிருந்த மோகத்தைக் கண்ட ஷாஹினா அந்த ஆய்வு ஆவணங்கள் அனைத்தையும் எனக்குத் தந்தார். பலதளங்களில் விரிந்திருந்த அக்குறிப்புகளைப் படித்தபின் அவற்றை வைத்து நானே சிறிதாக ஓர் ஆவணப் படத்தை எடுக்கலாமே என்று யோசித்தேன். மிகுந்த தயக்கத்துடன் அதைப்பற்றிப் பேச ஜார்ஜ் சாரைச் சென்று சந்தித்தேன். ''என்னைப் பற்றி ஆவணப்படமா? எதற்கு? தேவையில்லையே'' என்றுதான் முதல் கருத்தே. ''உங்களுக்கு அது தேவையில்லை என்று அறிவேன் சார். ஆனால் எங்களுக்குத் தேவையிருக்கு'' என்று சொன்னேன். ''எடுப்பதைப் பற்றியில்லை. எடுத்தால் அது நன்றாக வரணும். வருமா?'' என்று கேட்டார். அக்கேள்வியை ஒரு பெரும் பொறுப்பாக ஏற்றுக்கொண்டு அன்றிலிருந்து 'கே ஜி ஜார்ஜ் - எட்டரை இடைவெட்டுகள்' என்ற இந்த ஆவணப்படத்திற்காக வேலை செய்யத் தொடங்கினேன். எழுதி முடித்தவுடன் கருத்துகளும் வழிநடத்தலும் கோரிக்கொண்டு மீண்டும் ஜார்ஜ் சாரைச் சந்தித்தேன். ஆனால் அவர் அதைப் பொருட்படுத்தவேயில்லை. ''என்னைப் பற்றியான உங்களது

பார்வைதான் படத்தில் வரவேண்டும். அதில் நான் இடையே புகுந்து தலையிடுவது சரியல்ல'' என்று சொல்லி என்னை அனுப்பிவிட்டார். 70 வயதில் மூளை அழுத்தத் தாக்கின் காரணமாக மூளையும் உடலும் பாதிக்கப்பட்ட பின்னரும் வாழ்க்கை சார்ந்த, கலைசார்ந்த அவரது நிலைப்பாடுகளில், நேர்மையில் எந்தவொரு மாற்றமும் இல்லை.

ஷாஜி : ஆடை ஒப்பனைகள் எதுவுமில்லாமல் உள்ளதை உள்ளபடி ஆவணப்படுத்துவதுதான் உண்மையான ஆவணப்படம் என்பதைத்தான் இதன்வழியாக அவர் உங்களுக்கு எடுத்துரைத்தார். தான் எவ்வளவு நேர்மையான ஒரு படைப்பாளி என்பதை மீண்டுமொருமுறை அவர் அடிக்கோடிட்டுக் காட்டினார் என்றே சொல்வேன்.

லிஜின் : கே ஜி ஜார்ஜ் எனும் படைப்பாளி உங்களுக்கு எப்போது, எப்படி அறிமுகமானார்? நீங்கள் அவரை நேரடியாகச் சந்தித்த அனுபவங்கள் என்னென்ன?

ஷாஜி : நான் பிறந்து வளர்ந்தது இடுக்கி மாவட்டத்தின் தமிழ்நாட்டு எல்லைப் பகுதியிலுள்ள ஒரு குக்கிராமத்தில். அங்கே சாதாரண மக்களுக்கு நல்ல திரைப்படங்களைப் பார்க்கும் வாய்ப்பு எதுவும் இருக்கவில்லை. அடிதடி, வெட்டுக்குத்து, காதல் எனும் பெயரில் காமக்கிளர்ச்சி, ஆடல் பாடல் கூடல் படங்களைத்தாம் நாங்கள் பார்த்துக்கொண்டிருந்தோம். ஆனால் 15 மைல் தொலைவில் உள்ள கட்டப்பனையில் தர்சனா திரைப்படச் சங்கம் என்று ஒன்று இருந்தது. அதன் சார்பில் அவ்வப்போது காட்டப்படும் படங்களை ஒருசிலர் பார்த்தனர். அவர்களை நாங்கள் 'வீம்பு அறிவுஜீவிகள்' என்று எள்ளி நகையாடினோம். ஆனால் ஒருமுறை தற்செயலாக அத்திரைப்படச் சங்கத்தில் ரித்விக் கட்டக்கின் 'சுவர்ணரேகா' படத்தைப் பார்க்கும்

வாய்ப்பு எனக்குக் கிட்டியது. எனது பதினான்காவது வயதில். அதிலிருந்து திரைப்படங்கள் குறித்த எனது பார்வை மாறத்தொடங்கியது. விரைவில் எங்களது பக்கத்து ஊரான இரட்டையாரில் 'இரட்டையார் ஃபிலிம் சொசைட்டி' என்று ஒன்றைச் சிலர் ஆரம்பித்தனர். ஆனால் அதில் சேரப் பெரிதாக யாருமே முன்வரவில்லை. அவர்கள் முதன்முதலில் கே ஜி ஜார்ஜின் கோலங்ஙள், மேளா, மண்ணு, உள்க் கடல் படங்களைத்தாம் காண்பித்தனர். பார்க்கக் கூட்டமே வராததால் வயது, மூப்பு, முறை எதுவுமே பார்க்காமல் கேட்ட அனைவருக்கும் நுழைவுச் சீட்டை வழங்கினர். எப்போதுமே ஏதாவது ஒரு சினிமா பார்க்கவேண்டும் என்று சினிமாவெறி தலைக்கேறித் திரிந்துகொண்டிருந்த நானும் அங்குசென்று கோலங்ஙள் பார்த்தேன். அது எனது வாழ்நாளில் மறக்க முடியாத அனுபவமாக மாறியது. சாதாரண கிராமத்து மக்களின் வாழ்க்கையிலிருந்து அசாதாரணமான ஒரு திரைப்படம். மற்ற மூன்று படங்களையும் ஆர்வத்துடன் பார்த்தேன். எதனால் என்று தெரியவில்லை, சிறு குழந்தைகளுக்கும் புரியுமளவில் எளிமையான வடிவம் கொண்ட, சுவாரசியமான அப்படங்களைப் பார்க்கப் பெரிதாக யாருமே வரவில்லை. அந்த நான்கு படங்களோடு 'இரட்டையார் ஃபிலிம் சொசைட்டி' இழுத்து மூடப்பட்டது. ஆனால் நான் கே ஜி ஜார்ஜின் அதி தீவிர ரசிகனாக மாறிவிட்டிருந்தேன். பின்னர் அவரது முக்கியமான எல்லாப் படங்களையும் தேடிப்பிடித்துப் பார்த்தேன். அவரைப் பற்றி எது எங்கே எழுதப்பட்டாலும் தேடிப்பிடித்துப் படித்தேன். அவரது கலையையும் வாழ்க்கையையும் சிந்தனைகளையும் உலகப் பார்வையையும் கூர்ந்து கவனித்தேன். அவர் எனக்கு எக்காலத்திற்குமுரிய ஓர் ஆதர்சமாக மாறினார்.

என்னைப் பொறுத்தவரையில் கேரளம் உருவாக்கிய கலை ஆளுமைகளில் வைக்கம் முகம்மது பஷீர், ஓ வி விஜயனுக்கு நிகரானவர் கே ஜி ஜார்ஜ்.

வானுயர்ந்த அந்த ஆளுமைக்கும் மனித சாத்தியமற்றது என்றே சொல்லக்கூடிய அவரது நேர்மைக்கும் அஞ்சிக்கொண்டு அவரை நேரடியாகச் சென்று சந்திப்பதை தவிர்த்தேன். அவரிடம் எதாவது பேச என்ன தகுதி எனக்கிருக்கிறது? என்ற கேள்வி என்னைத் தடுத்துக்கொண்டே இருந்தது. ஆனால் வாழ்க்கையில் ஒருமுறையாவது அவரை அருகில் நின்று பார்க்க வேண்டுமே என்று ஆசைப்பட்டதும் உண்டு. இறுதியில் அவரைச் சென்று சந்தித்தேன். அப்போதே உடல்நலம் பாதிக்கப்பட்டுத் தெளிவாகப் பேசும் திறனைக்கூட அவர் இழந்திருந்தார். ஆனால் அவர் சொன்ன ஒவ்வொரு வார்த்தையும் எனக்குப் புரிந்தது. பின்னரும் சிலமுறை சந்தித்தேன். நானாக எதுவுமே பேசாமல் அவர் அவ்வப்போது பேசும் ஓரிரு வார்த்தைகளுக்காகக் காத்துக்கொண்டிருப்பேன். அல்லது வெறுமெனே அவரைப் பார்த்துக்கொண்டிருப்பேன். அந்த மாமேதையின், மாமனிதரின் அருகில் வெறுமெனே அமர்ந்திருப்பதே எனக்குப் போதுமானதாக இருந்தது. 2015ல் எனது முதல் மலையாளப் புத்தகத்தை ஜார்ஜ் சார்தான் மேடையில் வெளியிட்டார்.

லிஜின் : நான் ஜார்ஜ் சாரின் எந்தவொரு படத்தையுமே திரையரங்கில் பார்த்ததில்லை. முதலில் தூரதர்ஷனிலும் பின்னர் வி சி ஆர் கருவியில் ஒளிநாடாக்களாகவும் அடுத்தபடியாக வி சி டி, டி வி டிகளாகவும்தாம் பார்த்தேன். ஒரு திரைப்பட இயக்குநராகவேண்டும் என்கின்ற தூண்டுதலை அவரது படங்கள்தாம் எனக்களித்தன. அவரைப்போல் ஒரு படத்தைக்கூட என்னால் எடுக்க முடியாது என்று நன்கு அறிவேன். இருந்தும் அவரது படங்கள் அளித்த

உத்வேகத்தினால்தான் திரைத்துறையில் என்னால் முடிந்ததைச் செய்ய முயற்சித்துக்கொண்டிருக்கிறேன்.

ஷாஜி : திரைப்படங்களுக்கு முற்றிலும் பொருத்தமான தலைப்புகளை வைப்பதில் இந்தியாவிலேயே நிகரற்றவர் கே ஜி ஜார்ஜ். முதல் படம் ஸ்வப்னாடனம் (ஈணூஞுச்ட் ஙிச்டூடு). அது ஒருவரின் சொப்பன வாழ்வைச் சித்தரிக்கிறது. 'கோலங்ஙள்' கிராமத்து வாழ்க்கையில் கோலங்கள் (Caricatures) ஆக வாழ்ந்து மடியும் மனிதர்களைப் பற்றியது. 'மண்ணு' காணிநிலத்துக்காகப் போராடித் தோற்றுபோகும் ஓர் ஏழை விவசாயியின் கதை. 'மேள' (Colorful Fair) வண்ணங்களுக்கு நடுவே வாழும் ஒரு சர்க்கஸ் குள்ளனின் வண்ணங்களற்ற வாழ்க்கையைச் சொல்லுகிறது. 'இரகள்' (Victims) குடும்பச் சூழலினால் வேட்டையாடப்படும் இரைகளின் கதை. ‘யவனிக’ (நாடகத் திரைச்சீலை) ஒரு நாடகக் குழுவிற்குள்ளே நிகழும் மர்மச் சம்பவங்களுக்குமேல் போடப்பட்ட திரைச்சீலை. இப்படிச் சொல்லிக்கொண்டே போகலாம். இத்தாலியத் திரைப்பட மாமேதை ஃபெல்லினியின் 'எட்டரை' (8லீ) எனும் திரைப்படத்தைக் குறிக்கும் 'எட்டரை இடைவெட்டுகள்' என்கின்ற இந்த பெயரை கே ஜி ஜார்ஜ் குறித்த ஒரு ஆவணப்படத்திற்குத் நீங்கள் தேர்ந்தெடுத்ததன் காரணம் என்ன?

லிஜின் : கே ஜி ஜார்ஜ் படமான ‘மற்றொராள்’ (மாறுபட்டவர்) எனும் தலைப்பை அடியொற்றி ‘சினிமயிலெ மற்றொராள்’ (சினிமாவில் ஒரு மாறுபட்டவர்) எனும் தலைப்பைத் தான் முதலில் யோசித்தேன். ஆனால் படத்தொகுப்பின்போது அவரது எட்டு முக்கியமான படங்களிலிருந்து தரவுக் காட்சிகளை எடுக்கலாம் என்று முடிவு செய்தேன். அப்போதுதான் உலகத்திலேயே ஜார்ஜ் சாருக்கு மிகவும்

பிடித்த இயக்குநரான ஃபெல்லினியின் 8லீ எனும் படம் நினைவுக்கு வந்தது. அது ஜார்ஜ் சாருக்கு மிகவும் பிடித்த படம். அதை அவர் பார்ப்பதுபோன்ற காட்சியிலிருந்து படத்தைத் தொடங்கினேன். பின்னர் எட்டு பகுதிகளாக அவரது படங்களையும் வாழ்க்கையையும் காட்சிப்படுத்தினேன். அரைப் பகுதி என்று பெயரிட்ட அந்த குறுகிய இறுதிப் பகுதியில் அவரது வாழ்க்கையின் முக்கியமான சில தருணங்களைச் சொல்லியிருக்கிறேன். ஜார்ஜ் சாரின் வாழ்க்கையில் நிகழ்ந்த பல விஷயங்களுக்கு 8லீ படத்துடன் வியப்பூட்டும் தொடர்பு இருப்பதை நாம் காணலாம். குறிப்பாகத் தனது மனைவியுடனும் மற்ற பெண்களுடனுமான அவரது உறவில். அதையும் நான் இப்படத்தில் ஆவணப்படுத்தியிருக்கிறேன்.

ஷாஜி : இப்படத்தில் அவரது மனைவி சொல்லுகிறார் ''ஒரு மனிதனாக கே ஜி ஜார்ஜ் ஒரு பெரும் தோல்வியாளர். தனது தாயையும் மனைவியையும் துளியளவும் நேசிக்காத இவர் எடுத்த பெரும்பாலான படங்கள் ஒடுக்கப்பட்ட பெண்களின் கதை பேசுபவை. அது ஒரு பெரும் முரண்பாடு'' என்று. அதற்கு பதிலாக அவர் ''ஆம் எனக்கு மனைவி, மனைவியின் மாமா, நான் பெற்ற குழந்தைகள் எனத் தனிமனிதர்கள் யார்மேலும் அன்பு கிடையாது. அவர்கள் எதற்காகவும் என்னை நம்பியிருப்பதில் பயனில்லை. நான் நம்பத்தக்கவனோ பொறுப்புக்குரியவனோ அல்லன்'' என்று. இதை நீங்கள் எப்படிப் பார்க்கிறீர்கள்?

லிஜின் : மனிதர்கள் அடிப்படையில் சுயநலமானவர்கள். ஆனால் நாம் அதை ஒப்புக்கொள்வதில்லை. கே ஜி ஜார்ஜ் அதை ஒப்புக்கொள்கிறார். அவரது அன்பு ஒட்டுமொத்த மனித இனத்தின்மேல் தான். தனி மனிதர்களின்மேல் அல்ல. தனது கலையை

மிகப்பெரிய நேசத்துடனும் ஈடுபாட்டுடனும் பொறுப்புடனும் நிகழ்த்தும் அவரால் தனது வாழ்க்கையை அப்படி நடத்த முடியவில்லை. பெரும்பாலான மாமேதைகளின் நிலைமை இதுதான். ஜார்ஜ் சார் அதை மறைக்காமல் வெளிப்படையாகப் பேசுகிறார். உள்ளத்தில் அன்பில்லாமல் ஐ டூணிதினு தூணித சொல்லும் ஆள் ஜார்ஜ் சார் இல்லை. இப்படிப்பட்ட அவரது போக்கு அவரது மனைவிக்கு அசௌகரியமாக இருக்கிறது.

ஷாஜி : படத்தில் ஓரிடத்தில் அவரது மனைவியுமே 'தங்களது திருமணம் அன்பினால் உருவானது அல்ல. ஒரு திரைப்பட இயக்குநரை மணந்தால் சினிமாப் பின்னணிப் பாடகியாகவேண்டும் என்கின்ற தனது ஆசை நிறைவேறும் என்று எண்ணித்தான் இவரைத் திருமணம் செய்துகொண்டேன்' என்று சொல்கிறாரே. ஆனால் ஓரிரு கே ஜி ஜார்ஜ் படங்களில் ஓரிரு பாடல்களை பாடினாரே ஒழிய பெரிய வாய்ப்புகள் எதுவும் அவர் தனது மனைவிக்கு வழங்கவில்லை. மற்றோரிடத்தில் கே ஜி ஜார்ஜ் அவரே தனது மனைவி இசையமைப்பாளர் எம் பி ஸ்ரீநிவாசனுடன் நெருக்கமாக இருந்ததாகவும் சொல்கிறார். அப்போது இந்த அன்பு என்று சொல்வது வெறும் convenience தான் என்று கே ஜி ஜார்ஜ் சொல்வதை நாம் மறுக்கமுடியுமா என்ன?

லிஜின் : கே ஜி ஜார்ஜ் அளவுக்கு நேர்மையான ஒரு மனிதரை நான் புத்தகங்களில் கூடச் சந்தித்ததில்லை. அதீதமான பாசாங்குத் தன்மையும் மாபெரும் சமரசங்களும் கொண்ட மலையாளிகளுக்கிடையே இந்த ஆபத்தான நேர்மையுடன் அவர் எப்படி இவ்வளவு காலம் உயிர் வாழ்ந்தார், அதே நிலைப்பாடுகள் துளியளவும் மாறாமல் இன்றும் வாழ்கிறார் என்பது எனக்கு மிகப்பெரிய ஆச்சரியம். உடல் நலமற்று மனைவி குழந்தைகளின் உதவியில்லாமல் எதுவுமே செய்ய முடியாத நிலைமையிலும்கூட அவர் அப்படியேதான் இருக்கிறார்!

ஷாஜி : நான் இதைப் பற்றி ஒருமுறை அவரிடம் கேட்டபோது, ''எனக்கு இப்படி வாழ்வதுதான் பிடித்திருக்கிறது. பாசாங்கினாலும் பொய்களாலும் நானே என்னை ஏமாற்றமுடியாதது போல் பிறரையும் நான் ஏமாற்ற விரும்புவதில்லை. அப்படி வாழ்வதற்குப் பெரிய விலை கொடுக்கவேண்டியிருக்கிறது. ஆனால் இதுதான் நல்லது. எப்போதுமே இப்படித்தான் வாழ்ந்து வந்திருக்கிறேன். மேலும் இப்படித்தான் வாழ்வேன்'' என்று சொல்லியிருக்கிறார்! வாழ்க்கையில் யாரையும் திருப்திப்படுத்துவதோ சந்தோஷப்படுத்துவதோ அவரால் முடியாது. மனிதர்களைத் திருப்திப்படுத்தி சந்தோஷப்படுத்தும் வேலையை அவர் தனது படங்களுக்கு விட்டுவிட்டார் என்றே தோன்றுகிறது.

லிஜின் : சுவாரசியமான அந்த கதை சொல்லும் முறையை வைத்து அப்படிச் சொல்லலாம். ஆனால் தனது படங்கள் வழியாகவும் அவர் சொல்வது அசௌகரியமான உண்மைகளைத்தான். மற்றொராள் படத்தில் சிறுகுடும்ப அமைப்பு என்பது பெண்களின் தியாகத்தினாலும் உழைப்பினாலும் மட்டுமே நிலை நிற்கிற ஒன்று. ஆண்களைப்போல் அவர்கள் தங்களது சுதந்திரத்தை அறைகூவிக்கொண்டு வெளியேறினால் ஒரு சோப்புநுரைக் குமிழிபோல் உடைந்து போகக்கூடியது நமது நவநாகரீகக் குடும்ப அமைப்பு என்று அவர் சொல்கிறார். அவரது பெரும்பாலான படங்கள் பெண்களை முன்னிலைப்படுத்துபவை. பெண்ணின் முன் ஆண் மிகவும் வலுவற்றவன் என்பதையும் பெண்கள் எடுக்கும் முடிவுகளால்தான் இந்த உலகமே இயங்குகிறது என்றும் அவர் சொல்கிறார். ஆனால் அத்தகைய பெண்களை ஆண் தனது உடல்வலு ஒன்றை மட்டும் வைத்துக்கொண்டு அடக்கி ஒடுக்க முயற்சிக்கிறான். 'மேள' படத்தின் குள்ளன் உயரமும் பேரழகும் கொண்ட தனது மனைவியை எகிறி

எகிறிக் குதித்து அடிக்கிறான். பெண்களின் பூதாகாரமான இருத்தலின் முன்னால் ஆண் ஒரு வெறும் குள்ளன் மட்டுமே என்று அவர் இதனூடாகச் சொல்லுகிறார். இதெல்லாம் ஆண்களுக்கு மிகுந்த அசௌகரியத்தை உண்டுபண்ணக்கூடிய கருத்துகள்.

ஷாஜி : அவரது படங்கள் மிகச்சாதாரணமானவர்களின் வாழ்க்கையைத்தான் சொல்கிறது என்றாலும் கலைப்படைப்புகளாக அவை நம்மை உலுக்கக் கூடியவை. 'கோலங்ஙள்' ஒரு சாதாரண குக்கிராமத்தின் கதையாக ஒருபக்கம் இருந்தாலும் அது தவிர்க்கமுடியாத மானுடத் துயரில் முடிவதுபோல்.

லிஜின் : யவனிகாவில் அந்த நாடக நடிகர்கள் ஒரே நேரத்தில் மூன்று நான்கு விதமான வாழ்க்கையை வாழ்பவர்கள். ஒரே நேரத்தில் அவர்கள் பல நிகழ்வுகளில் பங்கேற்கிறார்கள். அதை அவர் காட்சியமைப்புகளினூடாகச் சாத்தியப்படுத்தும் விதம் வியக்க வைப்பது. இத்தகைய ஓர் அணுகுமுறை இந்திய சினிமாவில் வேறு எந்தவொரு இயக்குநரிடமும் நான் பார்த்ததில்லை. எண்ணற்ற கலைநுட்பங்கள் புதைந்திருக்கும் அந்தப் படம்தான் அவரது மிகப்பெரிய வணிக வெற்றியுமே. இந்திய சினிமாவின் நிகரற்ற ஒரு திரைப்படம் யவனிகா. அந்தப் படத்தைப் பற்றி மட்டுமே நாம் பல நாள்கள் பேச முடியும். ஆனால் அப்படத்தின் எந்தவொரு சாயலுமே அவரது அடுத்த படத்தில் இருக்கவில்லை. ஒரு ஷாட் கூட. எப்படி தனது முந்தைய படைப்புகளிலிருந்து எதையுமே எடுக்காமல் அவரால் அடுத்தடுத்த படங்களுக்குப் பயணிக்க முடிந்தது என்பதை இன்றளவும் என்னால் புரிந்துகொள்ள முடியவில்லை. ஒவ்வொரு படமும் வேறுவேறு என்றும் எந்தவொரு தேய்வழக்கையுமே தான் உருவாக்கக் கூடாது என்றும் அவர் மிகத் தெளிவாக இயங்கியிருக்கிறார்.

ஷாஜி : ஆனால் அதுவே தானே 'கே ஜி ஜார்ஜ் வகையறா சினிமா' என்று ஒன்று உருவாகாமல் போனதற்கும் காரணம்? மற்ற யாரிடமும் நாம் இதுவரைக்கும் காணாத இந்தக் குணாதிசயம்தான் கே ஜி ஜார்ஜை மற்ற மாநிலங்களுக்கும் வெளிநாடுகளுக்கும் கொண்டு செல்வதற்குத் தடையாகவும் மாறியது என்பது வினோதமானது.

லிஜின் : ஓர் இயக்குநரின் முத்திரையைப் பறைசாற்றும் படம் அல்லது அவரது கையொப்பம் பதிந்த படம் என்று சொல்வது அந்த இயக்குநரின் பலவீனம் அல்லது அவரது வலிமைக்குறைவு என்றே சொல்வேன். இதற்கு ஆதாரமாக கே ஜி ஜார்ஜின் ஒன்றுக்கொன்று மாறுபட்ட 19 படங்களையும் நான் முன்வைப்பேன். இயக்குநரின் முத்திரை வணிகரீதியாக அவருக்கு உதவலாம். அதன்வழியாகத் தனது சுயத்தைத் தம்பட்டமடித்து அவர் மகிழலாம். ஆனால் கலைரீதியாக கே ஜி ஜார்ஜின் படங்கள் பார்வையாளனுக்கு வழங்கிய மாறுபட்ட அனுபவங்களையோ அதன்வழியாக அவரே அடைந்திருக்கக்கூடிய மகிழ்வையும் திருப்தியையுமோ இந்த 'சுயமுத்திரை' இயக்குநர்கள் ஒருபோதும் அடையமுடியாது. ஜார்ஜ் சாரைப்போல் ஒவ்வொரு படத்தையும் முற்றிலும் மாறுபட்ட முறையில் எடுக்கவேண்டும் என்பதுதான் எனது ஆசையுமே. அதில் வெற்றிபெறுவேனா என்று தெரியாது என்றபோதிலும்.

ஷாஜி : கே ஜி ஜார்ஜும் பாலு மகேந்திராவும் ஒரு காலத்தில் நெருங்கிய நண்பர்கள். ஜார்ஜ் திரைக்கதை ஆசிரியரும் துணை இயக்குநருமாயிருந்த 'நெல்லு'தான் ஒளிப்பதிவாளராக பாலு மகேந்திராவின் முதல் திரைப்படம். பின்னர் கே ஜி ஜார்ஜ் இயக்கிய 'உள்க்கடல்' படத்திற்கும் பாலு மகேந்திராதான் கேமரா. ஆனால் பாலு மகேந்திரா - ஷோபா உறவை மையமாக வைத்து கே ஜி ஜார்ஜ்

இயக்கிய 'லேகயுடெ மரணம் ஒரு ஃப்ளாஷ்பேக்' படத்துக்குப் பின் அவர்களது உறவு முற்றிலுமாக முறிந்துபோனது. பாலு சார் அப்படத்தைப் பார்க்கவே மறுத்தார். நீங்கள் சொல்லி இந்த ஆவணப்படத்திற்காக ஒரு நேர்காணலைத் தருமாறு நான்தான் பாலு சாரிடம் கேட்டேன். ஆனால் அவர் 'தர முடியாது' என்றுதான் முதலில் மறுத்தார். ''அவனால் எப்படி ஒரு நண்பனின் துன்பக்கதையைப் படமெடுத்து உலகுக்குக் காட்டிப் பணம் சம்பாதிக்க முடிந்தது?'' என்று அவர் என்னிடம் கேட்டார். திரைப்படங்களிலிருந்து சொல்லும்படியாக எந்தவொரு பணத்தையும் கே ஜி ஜார்ஜ் சம்பாதிக்கவில்லை என்பதையும் சொந்தமாக ஒரு வீட்டையோ காரையோ கூட அவர் வாங்கவில்லை என்பதையும் நான் சொன்னதை பாலுசார் முதலில் நம்ப மறுத்தார். 'லேகயுடெ மரணம் ஒரு ஃப்ளாஷ்பேக்'கில் அவரைத் தவறாகச் சித்தரிக்கவில்லை என்றும் அப்படத்தின்வழியாக பாலு மகேந்திரா - ஷோபா உறவைப் பற்றி கே ஜி ஜார்ஜ் எந்தவொரு தீர்ப்பையும் சொல்லவில்லை என்பதையும் பாலு சாருக்கு எடுத்துச் சொல்லி அப்படத்தை ஒருமுறையாவது பார்க்குமாறு கோரி படத்தை அவரிடம் கொடுத்தேன். ஆனால் அவர் அதைப் பார்த்திருப்பாரா என்று தெரியவில்லை.

லிஜின் : நேர்காணலின்போது கே ஜி ஜார்ஜ் ஒரு மாமேதை, மாபெரும் படைப்பாளி என்றுதான் பாலு மகேந்திரா சொன்னார். அவரைப்பற்றி உயர்வாகத்தான் பேசினார். தமது இளமைக்கால நட்பை நினைவுகூர்ந்து கண்கலங்கவும் செய்தார். பாலு மகேந்திராவைப் பற்றிச் சொல்லும் இடத்தில் ஜார்ஜ் சார் கண்கலங்குவதை நீங்கள் இப்படத்தில் பார்க்கலாம். அவர்களது நட்பும் பரஸ்பர மரியாதையும் ஆழமானதாக இருந்தது என்பதில்

சந்தேகமில்லை. பாலு மகேந்திரா - ஷோபா கதையை ஒரு நண்பனின் ட்ராஜெடியாகவோ அல்லது பணம் பண்ணும் வழியாகவோ ஜார்ஜ் சார் பார்த்திருக்கவே மாட்டார். சினிமாத்துறைக்குள்ளே நிகழும் அவலங்களைப் பற்றி ஒரு படம் எடுக்க வேண்டும் என்பது அவரது நெடுநாள் கனவாகயிருந்தது. அதற்கு மிகப் பொருத்தமான ஒரு கதையாக மட்டும்தான் அவர் அதைப் பார்த்திருப்பார். சொல்லப்போனால் அப்படத்தின்வழியாகத் தன்னையே அவர் பெரும் விமர்சனத்திற்கு உள்ளாக்கியிருக்கிறார். அதில் நெடுமுடி வேணு நடிக்கும் நெகடிவ் ஷேட்ஸ் உள்ள துணை இயக்குநர் பாத்திரத்தின் சில செயல்கள் தனது துணை இயக்குநர் காலத்தில் தானே செய்திருப்பவை என்று அவர் சொல்லியிருக்கிறார். அந்த அளவுக்கு நெகடிவிடிகூட பாலுமகேந்திரா என்று சொல்லப்படும் பாத்திரத்துக்கு இல்லை. பணம் பண்ணும் வழி என்றால் மிகுந்த மசாலாத்தனத்துடன் ஒரு மாஸ் ஹிட் ஆக எடுக்கக்கூடிய ஒரு கதை அது. ஆனால் அதை அவர் அப்படி எடுக்கவேயில்லையே! கலைநயத்தின் உச்சம் அப்படம். "உண்மைகள் வலி தரக்கூடியவை. அந்த வலிதரும் உண்மைகளைப் படமாக்க விரும்பும் படைப்பாளி நான்" என்று இந்த ஆவணப்படத்தில் அவர் சொல்லியிருக்கிறார்.

ஷாஜி : உடலிலும் உருவத்திலும் பாவனைகளிலும் பாலு மகேந்திராவுடன் எந்தவொரு ஒற்றுமையுமே இல்லாத கோபியைத் தான் அப்பாத்திரமாக ஜார்ஜ் சார் நடிக்க வைத்தார். அதனாலேயே அது கே ஜி ஜார்ஜின் மிக மோசமான காஸ்டிங் என்று விமர்சிக்கப்பட்டது. கோபியில் பாலு மகேந்திராவைத் தேடியதன் விளைவு அது. அப்படத்தை பாலு மகேந்திரா - ஷோபா கதையாகப் பார்க்காமல் தனிப்பட்ட ஒரு கதையாகப் பார்க்குமானால் அப்பாத்திரத்தின் படைப்பு அற்புதமானது என்றே சொல்வேன். அப்படத்தில் அவர்

எந்தவொரு பாத்திரத்தையுமே தவறாகச் சித்தரிக்கவில்லை. அனைவரும் சூழ்நிலைக் கைதிகள். மனிதனின் அடிப்படைக் குணக்கோளாறுகளின் பலியாடுகள். அவரது பாத்திரங்களை அவர் ஒருபோதும் ஹீரோ ஆக்கவோ வில்லன் ஆக்கவோ இல்லை. இதுதான் மனிதன், இதுதான் மனிதனின் அவல நிலை, இதுதான் உலகம் என்று அவர் தள்ளி நின்று ஆவணப்படுத்துகிறார். முடிவுகளுக்கோ நியாயத் தீர்ப்புகளுக்கோ அங்கு இடமில்லை.

லிஜின் : ஆம். அவர் சூழ்நிலைகளை மட்டும் சித்தரிக்கிறார். அவரது படங்களில் முற்றிலும் நல்லவர்களோ முற்றிலும் கெட்டவர்களோ கிடையாது. இரகள், ஆதாமின்டெ வாரியெல்லு (ஆதத்தின் விலா எலும்பு) போன்ற படங்களில் வரும் அனைவரும் சூழ்நிலைக் கைதிகளே. விவிலியத்தில் ஆதத்தின் விலா எலும்பை உருவிக் கடவுள் படைத்தாக சொல்லப்பட்டிருக்கும் பெண்ணை அந்த ஆதம் எனும் ஆண் எப்படி நடத்துகிறான் என்பதுதான் படமே. அதில் சுஹாசினி நடிக்கும் பாத்திரத்தின் கணவன் முற்றிலும் ஒரு கெட்டவன் என்று வெளித்தோற்றத்தில் தோன்றலாம். ஆனால் அவனுமே ஒரு சூழ்நிலைக் கைதிதான். ஆணாதிக்கத்தைப் பெருமையாக நினைக்கும் அவனுடைய தாயும் இந்தச் சமூகமும் அவன் வேலை செய்யும் சூழலும் சேர்ந்துதான் அவனை அப்படி ஆக்குகிறது. அந்தச் சூழ்நிலையில் வாழ்வதன் அழுத்தம் அப்பெண்ணை இறுதியில் ஒரு மனநோயாளி ஆக்குகிறது. இரகளில் ஸ்ரீவித்யா நடிக்கும் பாத்திரம் தனது கணவனை பொருட்படுத்தாமல் வீட்டு வேலைக்காரனுடன் உடலுறவு கொள்கிறாள். மது அருந்துகிறாள். ஆனால் அவளையுமே ஒரு கெட்டவளாகச் சித்தரிக்காமல் அது அவளது சுதந்திரம் என்றே சொல்கிறார் ஜார்ஜ். அவளது அண்ணன்கள் அதைவிட மோசமான செயல்களைச் செய்பவர்கள். ஆணுக்கு ஒரு நீதி பெண்ணுக்கு ஒரு நீதி

என்கின்ற சமூகப் பார்வையை கே ஜி ஜார்ஜ் எள்ளி நகையாடுகிறார். பாலியல் அவரது பல படங்களின் மையப்புள்ளியாக இருக்கும். ஆனால் துளியளவு ஆபாசமோ காமத்தைத் தூண்டும் ஒரு கேமரா கோணமோ அவரது படங்களில் நாம் காண முடியாது.

ஷாஜி : அவரைப்போல் படமெடுப்பது அசாத்தியம் என்றாலும் அவரது பாதிப்பினால் மலையாளத்தில் உருவான சமகால சினிமாத்துறையினரைப் பற்றிச் சொல்லுங்கள். சிபி மலையில், லோஹித தாஸ், சித்திக் போன்றவர்கள் கே ஜி ஜார்ஜ் தங்களது ஆதர்சம் என்று சொல்லியிருக்கிறார்கள்.

லிஜின் : ஆமேன், அங்கமாலி டைரீஸ், ஈ ம யௌ போன்ற படங்களை எடுத்த லிஜோ ஜோஸ் பெல்லிசேரி உலக சினிமாவிலேயே தனது ஆதர்சம் கே ஜி ஜார்ஜ் என்று சொல்லியிருக்கிறார். மஹேஷின்டெ பிரதிகாரம், கும்பளங்கி நைட்ஸ் போன்ற படங்களின் திரைக்கதை ஆசிரியர் ஷ்யாம் புஷ்கரன் கே ஜி ஜார்ஜ் தான் மலையாளத்தின் ஆகச்சிறந்த திரைக்கதை ஆசிரியர் என்று நேர்காணல்களில் குறிப்பிட்டிருக்கிறார். நடிகர் பஹத் பாசில் மலையாளத்தின் ஆகச்சிறந்த இயக்குநர் கே ஜி ஜார்ஜ் என்று குறிப்பிடுகிறார். இரகள் படத்தை மீண்டும் எடுத்து அதில் கணேஷ் நடித்த பாத்திரமாக நடிக்கவேண்டும் என்பது அவரது நெடுநாள் ஆசை. அதை ரீமேக் பண்ண என்னிடம் பலமுறை கேட்டிருக்கிறார். ஆனால் அது அசாத்தியமான காரியம். தொடமுடியாத கலைப்படைப்பு இரகள். ஒருமுறை நான் ஜார்ஜ் சாரிடம் ''உங்கள் படங்களை ரீமேக் செய்வது பற்றி உங்கள் கருத்து என்ன?'' என்று கேட்டேன். ''அதை நான் ஒருமுறை மேக்பண்ணிட்டேனே. ஏற்கனவே மேக் பண்ணியதில் ரீமேக் பண்ண என்ன இருக்கிறது?'' என்றுதான் அவர் கேட்டார். அவரைப்போல் படங்களை எடுக்க யாராலும் முடியாது. அவரது

கலைநயம், எழுத்துத் திறன், ஓவியக் கலைத்திறன், உலகப் பார்வை, கூரிய அவதானிப்புகள், எல்லையற்ற நேர்மை, எதற்குமே அஞ்சாத நெஞ்சுரம், தத்துவார்த்தச் சிந்தனைகள் எல்லாம் ஒருங்கே இணைந்த இன்னொருவர் பிறந்து வருவது கடினம்.

ஷாஜி : கே ஜி ஜார்ஜ் எனும் படைப்பாளியை முற்றிலுமாக உள்வாங்க உங்களது ஆவணப்படத்திற்கு சாத்தியப்பட்டிருக்கிறது என்று நினைக்கிறீர்களா?

லிஜின் : இல்லவே இல்லை. வேறு வேறு கோணங்களிலிருந்து இன்னும் நான்கு ஆவணப்படங்களை எடுத்தால் கூட அது சாத்தியப்படுமா என்று தெரியவில்லை.

ஷாஜி : ஆனால் கே ஜி ஜார்ஜ் எனும் படைப்பாளியையும் மனிதனையும் பற்றிய சிறந்த ஓர் அறிமுகம்தான் இப்படம் என்பதில் எனக்குச் சந்தேகமில்லை. இப்படத்தைப் பார்த்தபின் ஜார்ஜ் சாரின் கருத்துகள் என்னவாக இருந்தன?

லிஜின் : நான்காண்டுகால உழைப்பு வீணானாலும் பரவாயில்லை நன்றாக இல்லை என்று அவர் சொன்னால் இப்படத்தைத் தூக்கிப் போடுவது என்ற முடிவுடன்தான் அவருக்குப் படத்தைக் காட்டச் சென்றேன். அப்போது படம் முழுமையடைந்திருக்கவில்லை. ஃபர்ஸ்ட் கட். படம் பார்க்கும்போது பல இடங்களில் அவரது முகம் மலர்ந்தது. சில இடங்களில் கண்ணாடியைத் தூக்கிக் கண் துடைத்தார். பார்த்து முடித்தபோது நெடுநேரம் எதுவுமே பேசவில்லை. பின்னர் சிறு புன்னகையுடன் ''வித்தியாசமான ஓர் ஆவணப்படம். இது இப்படித்தான் இருக்குமென்று நான் நினைக்கவில்லை. எனது மனதில் வேறு ஏதோ ஒன்றாகத்தான் இது இருந்தது. ஆனால் இது நன்றாக இருக்கிறது'' என்று சொன்னார். ''ஏதாவது மாற்றங்கள் தேவையா?''

என்று நான் கேட்டபோது ''இது நான் எடுக்கும் படமல்ல. என்னைப் பற்றிய உங்களது படம், உங்களது பார்வை. அது அப்படியே இருக்கவேண்டும்'' என்று சொன்னார்.

ஷாஜி : ஒரு மகா கலைஞன் மட்டுமே பேசக்கூடிய வார்த்தைகள் இவை.

லிஜின் : கொச்சி பினாலேயில் பெரும் திரையில் இப்படம் வெளியிடப்பட்டபோதுதான் படத்தின் இறுதி வடிவத்தை அவர் பார்த்தார். படம் முடிந்தபோது கையில் மைக்கைக் கொடுத்தாலும் அவர் எதுவுமே பேசவில்லை. இறுதியில் அவர் ''படத்தை நான் உணர்ந்தேன். நன்றி'' என்று மட்டும் சொன்னார். எனது நான்காண்டுகால உழைப்பு வீணாகவில்லை என்பதை உணர்ந்தேன். இப்போது உங்களைப் போன்றவர்கள் இப்படத்தைப் பாராட்டுவது கூடுதல் மகிழ்ச்சி.

ஷாஜி : கே ஜி ஜார்ஜ் அவர்களே பாராட்டிய பின்னர் வேறு யாரது கருத்துகளுமே இவ்விஷயத்தில் உங்களுக்குத் தேவையில்லையே! இந்தியாவில் மிகச்சிறந்த இயக்குநர்கள் பலர் இருந்தாலும் கே ஜி ஜார்ஜுடன் ஒப்பிட்டுப் பார்க்க இன்னொருவர் இல்லை என்பதே உண்மை. அவரைப்பற்றிய இந்த மிகச்சிறந்த ஆவணப்படத்தை எடுத்த உங்களுக்கு ஓர் எழுத்தாளன் என்கின்ற முறையில் எனது பாராட்டுகள். ஓர் அதிதீவிர கே ஜி ஜார்ஜ் ரசிகன் என்கின்ற முறையில் எனது நன்றிகள்.

லிஜின் : நாம் கே ஜி ஜார்ஜுக்கு நன்றி சொல்வோம். நமது வாழ்க்கைக்கும் கலைக்கும் அவர் அளித்த உணர்வுகளுக்கும் புரிதல்களுக்குமாக.

படச்சுருள் - 5/2019

காற்றில் சுழலும் பதில்கள்

ஐந்து பதிற்றாண்டுகள் அமேரிக்க வெகுஜென இசையின் உச்சங்களில் ஒன்றாக திகழ்ந்தவர் பாப் டிலன். அமேரிக்க நாட்டுப்புற இசையைத் தான் தனது இசை ஊடகமாக அவர் முன்னெடுத்தார் என்றபோதிலும் மின் இசைக் கருவிகளை தாராளமாக தனது பாடல்களில் பயன்படுத்தியவர் அவர். இசை நுணுக்கங்களை விட பாடல் வரிகளுக்கு எப்போதும் முக்கியத்துவம் கொடுத்தவர். சிறந்த கவிஞர். அவரது பெரும்பாலான பாடல்கள் மனித உரிமைக்கான முழக்கங்கள். அவற்றில் மிக முக்கியமானதோர் பாடல் இந்த 'காற்றில் சுழலும் பதில்கள்'. அமைதி, போர், சுதந்திரம் போன்றவையெல்லாம் உண்மையில் ஒரு மனிதனுக்கு எப்படிப்பட்டவை என்று திட்டவட்டமாக கூறும் பாடல் இது. கொலைகளுக்கும் போர்களுக்கும் மனித உரிமை மீறல்களுக்கும் எதிராக, இவ்வளவு சக்திவாய்ந்த வரிகள் வேறு எதாவது ஒரு பாடலில் இடம்பெற்றிருக்கிறதா என்று சந்தேகம்.

பாடல் : காற்றில் சுழலும் பதில்கள் (Blowin' in the Wind)

எழுதி இசையமைத்து பாடியவர் : பாப் டிலன் (Bob Dylan)

மொழி : ஆங்கிலம்

நாடு : அமேரிக்கா

ஆண்டு : 1962

எத்தனை பாதைகள் ஒரு மனிதன் நடந்து தீர்க்கவேண்டும்
அவனை நீ மனிதன் என்று அழைக்கும் வரை?
எத்தனை சமுத்திரங்கள் ஒரு வெண்புறா பறந்து தாண்டவேண்டும்
ஒருகடற்கரையின்வெளிர்மணலில்அவள்நித்தியமாகத்தூங்கும்வரை?
எத்தனை முறை பீரங்கி குண்டுகள் பறக்கவேண்டும்
என்றைக்குமாக அவை தடை செய்யப்படும் வரை?
பதில்கள் அனைத்தும், என் நண்பனே
ஊதும் காற்றில் சுழல்கின்றன

எத்தனைக் காலம் ஒரு மாமலை நீடித்திருக்கும்
அது கடலில் கரைந்துபோகும் வரை?
எத்தனை ஆண்டுகள் சில மனிதர்கள் உயிர்வாழும்
சுதந்திரம் என்னவென்று அவர்கள் அறியும் வரை?
எத்தனை முறை ஒருவனால் தலைதிருப்பி நடக்க முடியும்
தான் எதுவுமே பார்க்கவில்லை என்ற பாசாங்குடன்?
பதில்கள் அனைத்தும், என் நண்பனே
ஊதும் காற்றில் சுழல்கின்றன

எத்தனை முறை ஒரு மனிதன் மேல் நோக்கி பார்க்கவேண்டும்
வானம் அவன் கண்ணுக்குத் தெரியும் வரை?
எத்தனை காதுகள் ஒருவனுக்குத் தேவைப்படும்
மக்களின் கண்ணீர் கதறல்கள் அவன் கேட்கத் துவங்கும் வரை?
எத்தனை மரணங்கள் இன்னும் நிகழ வேண்டும்
எண்ணற்றவர்கள் இறந்துவிட்டனர் என்பதை அவன் உணரும் வரை?
பதில்கள் அனைத்தும், என் நண்பனே
ஊதும் காற்றில் சுழல்கின்றன.

உயிர்மை - 2014

இந்திய மாற்றுச் சினிமாவின் வானுயரம்

(ரித்விக் கட்டக் பிறந்து தொண்ணூறு ஆண்டுகள் கடந்துவிட்டன. இதையொட்டி ரித்விக் கட்டக்கின் மனைவி ஷுரமா கட்டக் மற்றும் அவரது மகள் சம்ஹிதா கட்டக் தலைமையிலான ரித்விக் கட்டக் நினைவு அறக்கட்டளையும் சினி சென்ட்ரல் கல்கத்தா என்ற திரைப்பட அமைப்பும் இணைந்து கட்டக்கின் தொண்ணூறாவது பிறந்த நாளான நவம்பர் 5, 2015 அன்று கல்கத்தாவில் ஒரு மாபெரும் விழாவை எடுத்தார்கள். அவ்விழாவில் ஷாஜி வழங்கிய ஆங்கில முதன்மை உரையின் தமிழாக்கம்.)

சென்னையிலிருந்து வருகிறேன். வங்காளத்தில் இன்று எப்படியென்று எனக்குத் தெரியவில்லை ஆனால் தென்னிந்தியாவில், குறிப்பாகத் தமிழ், மலையாளத் திரையுலகில் கலைப் படங்கள் மற்றும் மாற்றுச் சினிமாவை நேசிப்பவர்களின் நடுவே தவிர்க்க முடியாத ஒரு தொன்மை நாயகனாக என்றுமே இருக்கிறார் ரித்விக் கட்டக். மலையாளத்திலும் தமிழிலும் அவரைப்பற்றிப் பல புத்தகங்கள் வெளிவந்திருக்கின்றன. அவர் எழுதிய புத்தகங்களின் மொழிபெயர்ப்புகள், அவரது வாழ்க்கை வரலாறு என அவரது கலையையும் வாழ்க்கையையும் பற்றியான பல ஆக்கங்கள்

தென்னிந்திய மொழிகளில் இருக்கின்றன. அவரைப் பற்றி நாங்கள் பேசிக்கொண்டேயிருக்கிறோம். ஆதலால் ரித்விக் கட்டக்கைப் பற்றிப் பேச இவ்வளவு தொலைவிலிருந்து நான் இங்கு வந்திருப்பது பொருத்தமானது என்றே நினைக்கிறேன்.

ரித்விக் கட்டக்கைத் தவிர்த்து, இந்தியாவின் மாற்றுச் சினிமாவைப் பற்றி, நவீன சினிமாவைப் பற்றி, அரசியல் சார்ந்த சினிமாவைப் பற்றிப் பேசவே முடியாது. 1952ல் அவர் ''நாகரிக்'' என்ற படத்தை எடுக்கும்பொழுது, அதைப்போன்ற ஒரு மாற்றுச் சினிமாவிற்கான தளமே இந்தியாவில் கிடையாது. இங்கே அதுவரைக்குமிருந்த சினிமா வேறுமாதிரியானது. மேற்கத்திய சினிமா, ரஷ்யன் சினிமா அதுவும் குறிப்பாக புடோவ்கின், ஐசென்ஸ்டீன் போன்றவர்களின் சினிமாக்களைப் பார்த்து அம்மாதிரிஞுதியான, அதை விடச் சிறந்த சினிமா இந்தியாவிலும் சாத்தியம் என ஆழமாக நம்பினார் கட்டக். ஏனென்றால் அந்நாடுகளைவிடப் பல மடங்கு அதிகமான கலாச்சாரப் பின்புலமும், கலாச்சார வேறுபாடுகளும் வாழ்க்கைத் தளங்களும் இந்தியாவில் இருக்கின்றன. இந்த நிலப்பரப்பில் பல்வேறுபட்ட எத்தனையோ வாழ்க்கை முறைகள், பழக்கவழக்கங்கள்! நமக்கு இல்லாத கதைகள் உலகில் எங்கே இருக்கின்றன? நமக்கு இல்லாத நாட்டுப்புறக் கலை, நாட்டார், பழங்குடி இசை வடிவங்கள் வேறு எங்குமே கிடையாது. அப்படியுள்ள ஒரு நாட்டில் நல்ல சினிமா வரவில்லையானால், வேறெங்கு வர வாய்ப்பிருக்கிறது? இந்தக் கேள்வியிலிருந்துதான் ரித்விக் கட்டக் தன் திரைப் பயணத்தை ஆரம்பிக்கிறார்.

வணிகச் சினிமா எழுதுவதும் எடுப்பதுமென்பது கட்டக்கிற்கு மிகச் சாதாரணமான ஒன்று. இடது கையாலேயே பத்து வணிகத் திரைக்கதைகள் எழுதும் தேர்ச்சி அவருக்கிருந்தது. சில நாட்களிலேயே

கட்டக் எழுதி முடித்த திரைக்கதை பிமல் ராய் இயக்கத்தில் 1958ல் வெளிவந்த 'மதுமதி'. 1950களின் மாபெரும் வணிக வெற்றிப் படம் அது. ஹ்ரிஷிகேஷ் முகர்ஜி முதன்முதலில் இயக்கிய 'முசாபிர்' (1957) படத்திற்கும் கதை, திரைக்கதை எழுதியவர் கட்டக். முசாபிரும் பெரிய அளவில் வெற்றிபெற்ற படம். கட்டக்கின் இப்டா (ஐககூஅ) தோழரான சலில் சௌதுரி இசையமைத்த, அழியாப் புகழ் பெற்ற பாடல்களும் அமைந்த இப்படங்களின் வழியாக பாம்பே வணிக சினிமா (பாலிவுட்) வட்டாரத்தில் மிகவும் மதிக்கப்பட்ட, தேவைப்பட்ட ஒரு திரைக்கதை ஆசிரியராக ரித்விக் கட்டக் மாறினார். ஆனால் அந்த மதிப்பும் தேவையும் அவருக்குத் தேவைப்படவில்லை!

முசாபிர், மதுமதிக்குப் பிறகு கட்டக் எந்த வணிகச் சினிமா வாய்ப்புகளையும் ஏற்றுக்கொள்ளவில்லை. தன்னுடைய ஊடகம் அதுவல்ல, தான் செய்யவேண்டிய சினிமாக்கள் அவை போன்றதல்ல என்பதை உணர்ந்திருந்த கட்டக், பாம்பே தனக்குத் தேவையில்லை என்று கல்கத்தாவிற்குத் திரும்பிப் போகிறார். தன்னுடைய தாய் மொழியில், தன்னுடைய மக்களுக்காகச் சினிமா எடுக்க வேண்டும் என்ற சிந்தனையோடு. தீர்க்கமான அரசியல் பார்வைதான் என்றுமே ரித்விக் கட்டக்கின் ஆதாரமாக இருந்தது. ஆனால் வங்காளத்தின் கட்சி அரசியல் சூதுவாதுகள் அவரைச் சோர்வடையச் செய்தன. இதைப்பற்றி வெளிப்படையான கருத்துகளைப் பேசுவதால் கம்யூனிஸ்ட் கட்சியிலிருந்து வெளியேற்றப்படுகிறார் ரித்விக் கட்டக்.

அப்போதைய கட்சித் தலைவரான ஜோதி பாசுவிற்கு அவர் ஒரு கடிதம் எழுதுகிறார். பின்னர் கட்டக்கின் 'நானும் என் சினிமாவும்' என்ற புத்தகத்தில் பிரசுரமான அக்கடிதம் மிகப் பிரபலமாகிறது. தனது வாழ்க்கையில் அனைத்துச் செயல்பாடுகளும் என்றுமே வெளிப்படையானவை என்றும் அரசியலோடு தொடர்புடையவை

என்றும், தன்னை கட்சியிலிருந்து வெளியேற்றலாம் ஆனால் தனது மக்களிடமிருந்து தன்னை ஒருபோதும் வெளியேற்ற யாராலும் முடியாது என்றும் அக்கடிதத்தில் கட்டக் திட்டவட்டமாகக் குறிப்பிடுகிறார்.

வங்காள உணவுப் பஞ்சத்தின் அத்தனைக் கொடுமைகளையும் பார்த்தவர் கட்டக். வங்கப்பிரிவின் மிகுந்த துயரத்தைச் சந்தித்தவர். வங்காளத்தின் ஒருபகுதி முதலில் கிழக்குப் பாகிஸ்தான் ஆகவும் பின்னர் பங்களாதேஷ் என்ற தனி நாடாகவும் பிரிக்கப்படுகிறது. அதன் மறுபகுதி இந்தியாவின் ஒரு மாநிலமாகத் தொடர்கிறது. ஒரே மக்கள், ஒரே கலாச்சாரம், ஒரே பழக்க வழக்கம். ஆனால் மதத்தின் பெயரால் அம்மக்கள் இரண்டாகப் பிரிக்கப்பட்டனர். பின்னர் பங்களாதேஷின் தலைநகரமாக மாறிய தாக்காவிலிருந்து இந்தியாவின் பகுதியாக மாறிய கல்கத்தாவிற்கு அகதியாக ஓடிவந்தவர் ரித்விக் கட்டக். தாக்காவில் பணக்காரராக, நிலக்கிழாராகச் செல்வந்த வாழ்க்கை வாழ்ந்த அவரது குடும்பம் எல்லாவற்றையும் இழந்துவிட்டுக் கல்கத்தாவிற்கு ஓடிவருகிறது. சொந்த மண்ணையும் வாழ்வாதாரத்தையும் இழந்த மக்களின் வாழ்க்கைப் பதிவுகளை ரித்விக் கட்டக்கின் சினிமா தொடர்ந்து முன்வைத்தது. அவரது கடைசிக்காலப் படமான 'திதாஷ் ஏக்தி நதிர் நாம்' வரையிலும் இதை நாம் காணமுடியும். திதாஷ் என்ற நதி பங்களாதேஷில் ஓடுகிறது. ஆனால் அதன் வேர்கள், அதன் ஊற்றுக்கண்கள் இங்கே பெங்காலிலும் திரிபுராவிலும் இருக்கின்றன. ஒரே நிலப்பகுதியில் ஓடிக்கொண்டிருந்த அந்த ஆறு ஒரு நாளில் திடீரென்று இந்தியாவிலிருந்து ஆரம்பித்து பங்களாதேஷிற்குப் போகிறது! ஆற்றை இரண்டாகப் பிரித்து அதன் கரையில் நூற்றாண்டுகளாக வாழ்ந்த மனிதப் பரம்பரைகளை இரண்டு

துண்டாக அறுத்து முறித்தனர்.

தான் ஒரு படத்தை எடுத்து முடித்தவுடன் வெறும் ஐம்பது காசுச் சீட்டில் லட்சக்கணக்கான ஏழை எளிய மக்களை அது சென்றடையும் என நம்பினார் கட்டக். மக்களுக்கான அந்தச் சினிமாவை எடுப்பதற்குத்தான் அவர் ஆர்வத்தோடு செயல்பட்டார். ஒரு தேர்ந்த இலக்கியவாதியாக நாடகங்கள், கதைகள், கவிதைகள் எனப் பல எழுதியிருந்தாலும், அவை பரவலான மக்களைச் சென்றடையாது, இலக்கியம் படிக்கிறவர்களின் எண்ணிக்கை மிகக் குறைவு, தன் படைப்பு லட்சக்கணக்கான மக்களைச் சென்றடைய வேண்டுமானால் அதற்கு சினிமாதான் ஒரே வழி என்று தீர்மானமாகச் செயல்பட்டார். முதலில் 'நாகரிக்' என்ற படத்தை எடுக்கிறார். நாகரிக் என்றால் குடிமகன் என்று அர்த்தம்.

1952ல் எடுக்கப்பட்ட நாகரிக் 1977 வரையிலும் வெளிவரவில்லை. படத்தை வெளியிட யாரும் முன்வரவில்லை. ரித்விக் கட்டக் இறந்து ஒருவருடம் கழித்துதான் அப்படம் வெளியானது. உலகத்தில் வேறு எந்தவொரு இயக்குநருக்குமே இப்படியொன்று நடந்திருக்காது. ''1953லேயே நாகரிக் வெளிவந்திருந்தால், அதுதான் இந்தியாவின் முதல் மாற்றுச் சினிமாவாக இருந்திருக்கும். நிச்சயமாக எனது பதேர் பாஞ்சாலி அல்ல. ரித்விக் கட்டக்கே இந்திய மாற்றுச் சினிமாவின் நாயகனாக இருந்திருப்பார்'' என்று சத்யஜித் ரே சொல்லியிருக்கிறார்.

சத்யஜித் ரேவிற்கும் ரித்விக் கட்டக்கிற்கும் இடையே மனக்கசப்பு, நெருடல்கள் இருந்ததாக இந்தியா முழுவதும் நம்பப்படுகிறது. ஆனால் நிஜத்தில் சத்யஜித் ரே ரித்விக் கட்டக்கின் அதிதீவிர ரசிகர். ரித்விக் கட்டக்கின் 'நானும் என் சினிமாவும்' புத்தகத்திற்கு முன்னுரை எழுதி, அப்புத்தகத்தை முன்னின்று வெளியிட்டவர் சத்யஜித் ரே. அந்தளவிற்கு

கட்டக்கின் மேல் பாசமும், அவரது கலையின் மேல் பற்றும் கொண்டவராக இருந்தவர் ரே.

பணம் சம்பாதிப்பதற்கான வழியாக மட்டுமே சினிமாவைப் பார்க்கிற தயாரிப்பாளர்களுக்கு மத்தியில், தான் நினைத்த சினிமாவை எடுக்க ஆட்களே கிடைக்காமல் பல சிரமங்கள், போராட்டங்களுக்கு மத்தியில் தானே பணத்தைத் திரட்டி ஒவ்வொரு படத்தையும் எடுத்திருக்கிறார் கட்டக். ஏற்கனவே பம்பாய் வணிகச் சினிமாவில் பிமல் ராயுடன் தடம்பதித்த அவர் அங்கேயே இயக்குனராக ஆகியிருக்கலாம். பிமல் ராய், குரு தத் போன்றவர்களைப்போல் உணர்ச்சி வசப்படுதல் அதிகம் கொண்ட (Sentimental) நடுநிலைச் சினிமா (Middle cinema) இயக்குநர் என்ற இடத்தை அவரால் எளிதில் அடைந்திருக்க முடியும். அதற்கான எண்ணற்ற வாய்ப்புகள் கையெட்டுமிடத்தில் இருந்தன. ஆனால் நடுநிலைச் சினிமாவும் தன்னுடைய ஊடகமல்ல, தன்னுடைய ஊடகம் என்பது சமரசங்கள் எதுவுமே அற்ற சினிமா என்பதில் அவர் தெளிவாக இருந்தார். அதற்காகவே அனைத்து கஷ்டங்களையும் தானே சுமந்துகொண்டார்.

கட்டக்கின் 'பாரி தேக்கே பாலியே' ஒரு தனிமனிதனாக எனக்கு மிக நெருக்கமான படம். அதில் ஒரு குக்கிராமத்தில் குடும்பம், தந்தை என்ற அடக்குமுறைகளுக்கு மத்தியில் சோர்வுடன் வாழக்கூடிய இளவயதுப் பையன், நகரம் சுதந்திரமானது, அங்கு எல்லா வசதிகளும் கிடைக்கின்றன என்று நம்பி நகரத்திற்கு ஓடுகிறான். ஆனால் அதுவரையில் எளிமையான, மந்தமான கிராமத்துச் சூழலில் வாழ்ந்த அந்தப்பையனுக்கு, சரவேகத்தில் பாயும் நகர வாழ்க்கை என்னவென்றே புரிவதில்லை. அது மிகக்கொடுமையான அவதியைத்தான் அவனுக்குத் தருகிறது.

முடிவற்ற தண்டவாளங்களில் ரயில்கள் ராட்சஸ உருவத்தில் போவதும், வருவதுமாக இருக்கின்றன. நெருக்கியடிக்கும் எண்ணற்ற வாகனங்கள், வானுயர்ந்த கட்டடங்கள், ஈசல் கூட்டங்களைப்போல் மொய்க்கும் மனிதர்கள். தன் கிராமத்தில் இருக்கும்வரை அவன் நூறு மனிதர்களைக்கூட ஒரே நேரத்தில் பார்த்திருக்க மாட்டான்! நகரத்தில் அவன் பார்த்த அத்தனை மனிதர்களுமே ஏமாற்றுக்காரர்களாகத் தென்படுகிறார்கள், பொய்யான முகத்துடனேயே திரிகிறார்கள். இதற்குக் கிராமத்தில் அப்பாவின் நெருக்கடிகளே பரவாயில்லை! அப்பா வேலைக்குச் சென்றுவிடும் நேரத்திலாவது சந்தோஷமாகயிருக்க அங்கு வாய்ப்பிருக்கிறதே என்று சொந்தக் கிராமத்திற்கே திரும்பிப் போகிறான்.

1950களின் கல்கத்தா நகரவாழ்க்கையை இந்தப் படம் போல், வேறெதுவும் எடுத்துச் சொன்னதில்லை. அதில் சலில் சௌதுரி இசையமைத்த 'அமி ஒனேக் குரீயா ஷேஷே ஐலம் ரே கொல்கத்தா' என்ற பாடல் காட்சி இப்போதும் என் கண்களில் ஓடுகிறது. இன்றைக்கு அந்தப்படத்தைப் பார்க்கிறபோது ஆச்சரியமாக இருப்பது, நகரத்தின் நடுவில், படமெடுப்பதற்கு எந்த வாய்ப்புமே இல்லாத இடங்களில் கேமராவை வைத்துப் படம்பிடித்திருக்கிறார் கட்டக்! அவ்வளவு மக்கள் நெரிசலில், யாருமே கேமராவைப் பார்க்காதபடி இயல்பான காட்சிகளை எப்படி கட்டக் படம்பிடித்தார்? தனது கலையின்மேல் அவர் கொண்ட காதலையும் கச்சிதத்தையும் இது நமக்கு உணர்த்துகிறது. 'பாரி தேக்கே பாலியே'வில் ரித்விக் கட்டக் அலசியிருக்கும் வாழ்க்கைச் சித்திரங்கள் மிக ஆழமானவை. இளவயது கிராமத்துச்சிறுவனின் மனப்பதிவுகள் ஏன் கிராமத்திலிருந்து மனிதர்கள் நகரத்தை நோக்கித் தொடர்ந்து பயணமாகிறார்கள்?.... நகரம்

தங்களுக்குத் தேவையான எல்லா வாழ்வாதாரங்களையும் வழங்கும் என்ற வீண் நம்பிக்கை அவர்களை உந்துகிறது.

நானும் பதிமூன்று வயதில் கிராமத்திலிருந்து நகரத்திற்கு ஓடிப்போனேன். அப்பாவுடன் கோபித்துக்கொண்டு கொச்சி நகரத்திற்கு ஒளிந்து ஓடினேன். கொச்சியில் ஒரேயோர் இரவு மட்டும்தான் தங்கினேன். கட்டக்கின் பையனுக்கு நடந்ததுதான் எனக்கும் நடந்தது. பின்னர் நல்ல மனிதரைப் போல் தோற்றமளித்த ஒருவர் வேலை தருகிறேன் என்று சொல்லி அவரது அறைக்கு என்னை அழைத்துச் சென்றார். இரவு முழுவதும் பாலியல் தொல்லைக்கு ஆளானேன். அடுத்தநாள் அதிகாலையில் ஒருவழியாக அங்கேயிருந்து தப்பித்து ஓடி கிராமத்திற்கே திரும்பினேன். அப்போது நான் 'பாரி தேக்கே பாலியே' பார்த்திருக்கவில்லை. அந்தப் படத்தை முன்பே பார்த்திருந்தால் கண்டிப்பாக வீட்டைவிட்டு ஓடிப்போயிருக்க மாட்டேன். ஒவ்வொரு சாதாரண மனிதனும் தனது அன்றாட வாழ்க்கையோடு தொடர்புபடுத்திக்கொள்ளக் கூடிய எண்ணற்ற கதைத் தருணங்கள் ரித்விக் கட்டக்கின் எல்லாப் படங்களிலும் இருக்கின்றன.

இன்று நம்மிடையே நிகழ்ந்துகொண்டிருக்கும் பல விஷயங்களை ஒரு தீர்க்க தரிசனம்போல் தனது படங்களில் கட்டக் கொண்டுவந்திருக்கிறார். அவரது 'அஜாந்த்ரிக்' (எந்திரமல்லாதது) படத்தில் ஒரு மனிதனுக்கும் எந்திரத்திற்குமான உறவைச் சொல்கிறார். ஒரு வாடகைக் கார் ஓட்டுனரின் வாழ்க்கை அது. அவனது வீடு, உறவு, சொத்து, சுகம் எல்லாமே அந்தக் கார் மட்டுமே. அதைத் துடைத்து மினுக்கி, ஒரு தூசி கூடப் படாமல் பாதுகாத்துப் பேணுகிறான் அவன். அவனோடு பேசுவதற்கு மனிதர்கள் யாருமே இல்லை. தன்னுடைய வலிகளைக் காரிடம் பகிர்ந்துகொள்கிறான். சந்தோஷங்களையும்

காருடன்தான் பேசுவான். அந்தக் காருக்குள் ஏறியிறங்கிப் போகிற மனிதர்கள், அவர்களின் சம்பாஷணைகள் வழியாகவே அவன் பெரிய வாழ்க்கை அனுபவங்களைக் கற்றுக்கொள்கிறான். அந்தக் காரில் காதலர்கள், திருடர்கள் எனப் பல தரப்பினர் பயணம் செய்வார்கள். அவர்கள் பேசுவதையெல்லாம் மௌனமாக ஆனால் கவனமாகக் கேட்டுக்கொண்டே வருவான். மற்றவர்களுக்குக் கார் என்பது கொஞ்சநேரம் பயணம் செய்வதற்கான ஒரு வாகனம். அவனுக்கோ அது முழு உலகம்.

ஒரு கட்டத்தில் தனது கார் தனக்குத் துரோகம் செய்வதுபோன்ற பிரமை அவனுக்கு ஏற்படுகிறது. கோபத்தைக் கட்டுப்படுத்த முடியாமல் அந்தக்காரை அவன் அடித்து உடைத்துச் சுக்குநூறாக்குகிறான். காரின் ஹாரன் மட்டும் தெறித்துப்போய் ஒரு புல்வெளியில் விழுந்துகிடக்கும். சிதைந்துபோன காரின் உதிரிப்பாகங்களை ஒரு சைக்கிள் ரிக்ஷாக்காரன் காயலாங் கடைக்கு எடுத்துப்போவதுதான் படத்தின் இறுதிக்காட்சி. ஆனால் ஒரு சிறுவன் அந்தப் புல்வெளிக்குள்ளிருந்து ஓடிவந்து அங்கே கிடக்கும் அந்த ஹாரனை எடுப்பான். 'பாம், பாம்' என்று ஹாரனை அடித்துக்கொண்டு மகிழ்ச்சியாக அவன் கேமராவை நோக்கி ஓடி வருகிறான். இயந்திரங்களை நாம் இனிமேல் ஒருபோதும் ஒதுக்கவே முடியாது, அடுத்த தலைமுறையின் வழியாக அது தன் தாக்கத்தை மேலும் வலுவாக்கிவிடும் என்பது அப்படத்தின் முடிவு. அந்த முடிவு இன்றைய நமது வாழ்க்கைச் சூழலுக்கும் மிகவும் பொருத்தமானது.

செல்போன் என்கின்ற எந்திரம் நம் கைகளின் நீட்சியாகவே மாறிப்போன காலம் இது. டேப்லெட்டுகள், மடிக்கணினிகள், வாகனங்கள் என இயந்திரங்கள் இல்லாமல் வாழவே முடியாததுபோல்

அவற்றோடு நாமெல்லாம் பின்னிப்பிணைந்திருக்கிறோம். இதை 1958லேயே கட்டக் சொல்கிறார். எந்திரங்களின் உற்பத்தி அதிகமானால், தொழிலாளர்கள் வேலை வாய்ப்புகளை இழந்து விடுவார்கள் என்று கம்யூனிஸ்ட்கள் குரல் கொடுத்துக் கொண்டிருந்த அந்தக் காலத்திலேயே, ''எந்திரங்கள்தாம் இனி மனிதனுக்கு எல்லாமாக இருக்கப்போகிறது. மனிதர்கள் இன்னொரு மனிதனுடன் நேரம் செலவழிப்பதை விட எந்திரத்தோடுதான் வாழ விரும்புவார்கள்' என்ற பார்வைதான் கட்டக்கின் அஜாந்த்ரிக் முன்வைக்கிறது.

இன்று நாம் காதலியுடனோ, மனைவியுடனோ இருப்பதைவிட செல்போனுடன் இருப்பதையே விரும்புகிறோம்! இன்றைக்கு உலகின் எந்த மூலையிலிருக்கிற மனிதர்களைப் பார்த்தாலும், அவர்கள் அருகேயிருக்கும் மனிதனின் முகத்தையே பார்க்காமல் கையில் செல்போனை வைத்து நோண்டிக்கொண்டிருக்கிறார்கள். மனிதர்களுக்கு இன்று நெருக்கமான உறவு எந்திரங்களோடு மட்டும்தான். அவைகளோடு பேசத்தான் மனிதர்கள் விரும்புகிறார்கள். எழுபதாண்டுகளுக்கு முன்னரே இதை வித்தியாசமான அணுகுமுறையில் ரித்விக் கட்டக் பதிவுசெய்திருக்கிறார்.

வெகுமக்களிடம் தன் படைப்புகள் சேரவேண்டும், அவர்கள் விரும்பிப் பார்க்கவேண்டும் என்பதற்காக அவர்களுக்குப் பிடித்த, அவர்களுக்குப் பரிச்சயமான, மலிவுத் திரைப்பட உத்திகள் தேவை என்று கட்டக் ஒருபோதும் நினைத்ததில்லை. ஆத்மார்த்தமாக உழைத்து வெளிக்கொண்டுவரும் படைப்புகளை மக்கள் நிச்சயம் ஏற்றுக்கொள்வார்கள் என்று அவர் நம்பினார். ஆனால் அந்த நம்பிக்கை வீண்போனது. எண்ணற்ற இன்னல்களுக்கும் போராட்டங்களுக்கும் நடுவே ரித்விக் கட்டக் ஒரு படம் எடுத்துமுடித்தாலும் கூட, பலசமயம் அப்படியொரு படம் வந்திருக்கிறது என்பதே மக்களுக்குத்

தெரியாமல்போனது. மக்களிடம் படங்களைக் கொண்டுபோய்ச் சேர்க்கமுடியவில்லை எனபது ஒருபுறமிருக்க மக்கள் அப்போது அவற்றைக் கண்டுகொள்ளவில்லை என்ற உண்மையும் நீடிக்கிறது. அவரது பலபடங்கள் அதிகபட்சமாக இரண்டு அல்லது மூன்று நாட்கள்தான் திரையரங்கில் ஓடியிருக்கின்றன. 'மேகே டாக்கா தாரா' மட்டும்தான் அவர் வாழ்நாளில் வணிக வெற்றிபெற்ற ஒரேயொரு படம்.

மேகே டாக்கா தாராவும் வங்கப்பிரிவினையின்போது, அங்கிருந்து ஓடிவந்த ஒரு குடும்பத்தைப்பற்றிய கதை. வேலை செய்து, தனது பெரிய குடும்பத்தைக் காப்பாற்ற ஒரு பெண் படுகிற கஷ்டங்களையும், கடைசியில் அவள் ஒரு காச நோயாளியாக மாறிப்போகும்பொழுது அந்தக் குடும்பமே அவளைப் புறக்கணிக்கும் அவலத்தையும் அப்படம் காட்டுகிறது. பல்வேறு இந்தியமொழிகளில் 'மேகே டாக்கா தாரா' வின் நேரடிப் பாதிப்புடைய படங்கள் வந்திருக்கின்றன. தமிழில் கே பாலச்சந்தரின் இயக்கத்தில் 1973ல் வந்த 'அரங்கேற்றம்' உதாரணம். கட்டக்கின் முதல் படமான 'நாகரிக்'கின் ஒரு பகுதியின் பாதிப்பு பிற்பாடு தமிழ் இயக்குநர் பாலுமகேந்திரா எடுத்த 'வீடு' படத்தில் தெரியும். நாகரிக்கில் கிராமத்திலிருந்து நகரத்திற்கு வருகிற ஒருவனுக்கு, நகரத்தில் சொந்தமாக ஒரு சிறுவீடு கட்டி வாழவேண்டும் என்ற ஆசை. வீடு கட்டுவதற்கான வரைபடத்தைப் பார்த்து, இங்கு ஒரு அறை, இங்கு ஹால், கிச்சன் என்று சொல்லிக்கொண்டிருக்கிறவன், ஒரு கட்டத்தில் தன்னால் ஒருபோதும் வீடுகட்ட முடியாது என்பதை உணர்ந்து, அந்த வரைபடத்தைக் கிழித்துப்போட்டு வெளியேறுகிறான்.

மணி கௌள், அரவிந்தன், அடூர் கோபாலகிருஷ்ணன், ஜான் ஆப்ரஹாம், குமார் சாஹ்னி என இந்தியக் கலைச் சினிமாவின் ஆளுமைகளுக்கு நிச்சயமாக ஏதோவொரு வகையில் ரித்விக் கட்டக்

படங்களின் தாக்கம் இருக்கும். ஜான் ஆப்ரஹாம், மணி கௌள், குமார் ஷஹனி போன்றவர்கள் பூனே திரைப்படக் கல்லூரியில் ரித்விக் கட்டக்கின் மாணவர்கள். கட்டக் வணிக ரீதியாக வெற்றிபெற்ற இயக்குநராக இல்லாமல் போயிருக்கலாம், ஆனால் அவருடைய பாதிப்பிலிருந்துதான் பின்னர் திரைப்பட ஆளுமைகளாக மதிக்கப்பட்ட பலர் உருவானார்கள். கட்டக் வாழ்ந்த காலத்திலேயே வந்த சத்யஜித் ரேயின் சில காட்சி அணுகுமுறைகளில்கூட ரித்விக் கட்டக்கின் பாதிப்பு இருக்கிறது.

'சுவர்ண ரேகா' கட்டக்கின் படங்களிலேயே மிக அற்புதமானது என்றே சொல்வேன். வெளியான காலத்தில் பெரிதாக கவனிக்கப்படாத அந்தப் படம் இன்று மாற்றுச் சினிமாவின் பாடப் புத்தகமாக உலகம் முழுவமுதும் திரைப்படக் கல்லூரிகளின் பாடத் திட்டத்தில் இருக்கிறது. வங்க வரலாறு, வங்கத்தின் நாட்டுப்புறக்கலைகள், ரபீந்திர சங்கீதம் போன்றவற்றை மிகவும் தனித்துவமான முறையில் சுவர்ண ரேகாவில் கையாண்டிருக்கிறார். கட்டக்கிற்கு இசை நாட்டம் அதிகம். குறிப்பாக வங்க நாட்டுப்புற இசையின் மீதும் ரபீந்திர சங்கீதம் மீதும் தீவிர ஆர்வத்தோடு இருந்தார். ஒரு நாடக நடிகராகத் தனது நிகழ்த்துக் கலை வாழ்க்கையை ஆரம்பித்த ரித்விக் கட்டக் 'ஜுக்தி தக்கொ ஆர் கப்போ', 'திதாஷ் ஏக்தி நதிர் நாம்' போன்ற தனது படங்களில் நடிக்கவும் செய்கிறார்.

பயங்கரமாகக் குடித்து ரித்விக் கட்டக் தன் வாழ்க்கையை அழித்தார், கொஞ்சம் கட்டுப்பாட்டோடு இருந்திருக்கலாம் என்றெல்லாம் அவர்மேல் விமர்சனம் வைப்பார்கள். ஆனால், கட்டக்கால் எப்படிக் கட்டுப்பாட்டோடு இருக்கமுடியும்? கட்டுப்பாடுகளுக்கும் அடக்குமுறைகளுக்கும் எதிரான கலகம்தானே அவரது வாழ்க்கையே! கட்டுப்பாட்டுடன் இருந்தால் அவர் கட்டக் அல்ல. 'படம் எப்போது

வெளியானது? எவ்வளவு வசூலானது? எத்தனைபேர் பார்த்தார்கள்? வங்கியில் எவ்வளவு பணம் சேர்த்திருக்கிறீர்கள்? என்று அணா பைசாவை மட்டும் பேசக்கூடிய இந்தச் சமூகத்தின் கோரமுகத்தை ஒவ்வொரு நாளும் எதிர்கொள்ள அவருக்குக் குடி தேவைப்பட்டது என்றே தோன்றுகிறது.

மதுப்பழக்கத்திற்கு அடிமையாகி அவர் அழிந்துபோனார், இல்லையெனில் பெரிய புகழும் பணமும் அவருக்குக் கிடைத்திருக்கும் என்பதுமாதிரியான வாதங்களில் எனக்கு அறவே நம்பிக்கையில்லை. கட்டக் தன்னளவில் செய்து முடித்திருப்பதெல்லாமே பெரிய ஆக்கங்கள். அந்தப் படங்களினால் அவர் எவ்வளவு பணம் சம்பாதித்தார்? குடிக்காமல் ஒழுக்கவாதியாக இருந்திருந்தால் அவர் இன்னும் பல படங்களைச் செய்திருக்கலாமே? என்பதெல்லாம் கீழ்த்தரமான பேச்சுகள். கட்டக்கைப் போன்ற ஓர் ஆளுமையைப் பேசும்போது ஒருபோதும் பொருந்தாத பேச்சுகள் அவை.

ரித்விக் கட்டக் இறக்கிறபொழுது ஒன்பது வயது மட்டுமேயான நான் அவர் இறந்துபோகிற வரையில் அவரது ஒரு படத்தையும் பார்த்திருக்கவில்லை. பின்புதான் அப்படங்களைப் பார்த்தும், படித்தும் அவரை அறிந்துகொண்டேன். அடுத்த தலைமுறை, அதற்கு அடுத்த தலைமுறை என அவரது படங்களைப் பார்த்து அவற்றைப் பேசும் தீவிரத் திரை ரசிகர்களை அவர் உருவாக்கியிருக்கிறார். அவரது படங்கள் இந்திய மாற்றுச் சினிமாவின் மேதைகள் அனைவரிடமும் சென்று சேர்ந்திருக்கிறது. அவருக்குப் பின்னால் மாற்றுச் சினிமாவில் அடியெடுத்து வைத்தவர்களில் ரித்விக் கட்டக்கின் நேரடிப் பாதிப்பு இருந்திருக்கிறது. மலையாளச் சினிமாவில் கட்டக்கின் வழித்தோன்றல்கள் எத்தனையோபேர் வந்தனர். வங்காளத்தில் அண்மையில் மறைந்துபோன ரிதுபர்ணோ கோஷ் வரையிலும்

கட்டக்கின் பாதிப்பு நீடித்திருக்கிறது. கட்டக்கின் கலை வாழ்ந்துகொண்டேயிருக்கிறது.

மொழி புரியாது என்பதால் அவரது படங்களைத் தவிர்ப்பதாகச் சொல்வது இன்னொரு வகையான வீண்பேச்சு. மொழி புரியாது என்ற காரணத்திற்காக பிரெஞ்சுப் படங்களை நாம் பார்க்காமல் தவிர்க்கிறோமா? ஈரானிய, ரஷ்ய, லத்தீன் அமெரிக்க, மெக்சிகன் படங்களை மொழி தெரிந்தா நாம் பார்த்துக்கொண்டிருக்கிறோம்? ஈரானியப் படங்களைப் பார்த்தால் அது உங்களுக்குப் புரிகிறதெனில் இந்தியாவின் முக்கிய மொழிகளில் ஒன்றாகிய பெங்காலியின் படங்கள் ஏன் உங்களுக்குப் புரியவில்லை?

1980களின் துவக்கத்தில் எங்களூரில் இருந்த திரைப்படச் சங்கத்தில் ரித்விக் கட்டக்கின் படங்களை முதன்முதலில் நான் பார்க்கும்போது அதில் சப்-டைட்டில் கூடக் கிடையாது. ஐந்தாவது வரையில் மட்டுமே படித்த கிராமத்து மனிதர்கள் அங்கு அப்படங்களைப் பார்த்தனர். அத்தனைபேருக்குமே அப்படங்கள் புரிந்திருக்கிறது. ஏனெனில் அந்தப் படங்கள் சாதாரண மனிதர்களின், ஏழை எளிய மக்களின் கதையைத்தான் சொல்லியது. உலகம் முழுவதும் அந்தக் கதை அன்றும் இன்றும் ஒன்றுதான்.

ஒரு படப்பிடிப்பிற்காக கட்டக் ஒரு குக்கிராமத்துக்குச் செல்கிறார். இரவில் தங்குவதற்கு ஒரு வீடுவேண்டும். கட்டக்கின் சில ரசிகர்களும் அங்கு இருந்தார்கள். அவர்கள் வீட்டில் தங்கலாமே, என்றனர். ஆனால் ''நான் இங்கு மிகவும் ஏழ்மையான ஏதாவது ஒரு வீட்டில்தான் தங்கப்போகிறேன்'' என்று கிளம்புகிறார். ஓர் ஏழைக்குடிசையில் அடைக்கலம் கேட்கிறார். அக்குடிசையின் உள்ளே இடமில்லை. ஆனால் படப்பிடிப்பு நடந்த இருபது நாட்களும் அந்தக் குடிசையின்

திண்ணையில் கட்டக் தூங்கினார். அக்குடிசையில் வாழ்ந்த கணவனும் மனைவியும் மாலை ஆறுமணி ஆனவுடன் தூங்கச் சென்றுவிடுவார்கள்! அடுத்த நாள் அதிகாலையில்தான் வெளியே வருவார்கள். விளக்கில் ஊற்றுவதற்கு எண்ணெய் வாங்கக்கூட அவர்களிடம் பணமில்லை. அதனால், இருட்டு வரத்துவங்கியதுமே தூங்க ஆரம்பித்துவிடுகிறார்கள். காலை வெளிச்சம் வந்தவுடன் எழுந்துகொண்டு வேலை செய்ய ஆரம்பிப்பார்கள்.

வீட்டின் முன்னால் இருக்கிற கொஞ்ச இடத்தில் வெண்டைச் செடி பயிரிட்டிருக்கிறார்கள். அந்தக் காய்களைப் பிடுங்கி, பன்னிரண்டு கிலோ மீட்டருக்கு அந்தப்பக்கம் உள்ள சந்தைக்குக் கால்நடையாகச் சென்று, காய்களை விற்று அதில் கிடைக்கக்கூடிய கொஞ்சப் பணத்தில் உணவுப் பொருட்களை வாங்கிவருவார்கள். அது முடிந்துபோன பின்னர் சாப்பிட எதுவுமில்லை. பக்கத்திலிருக்கிற காட்டிலிருந்து இலைகள், காளான்கள், வேர்கள் என எதாவது ஒன்றைப் பிடுங்கித் தின்றுதான் அந்தக் கணவன், மனைவி வாழ்க்கை நடத்துகிறார்கள். அந்த இலைகளும் காளான்களும் விஷத்தன்மையுள்ளவை. இருந்தும் அவற்றைத் தின்பதைத் தவிர பசியாற்ற அவர்களுக்கு வேறு எந்த வழியுமே தெரியவில்லை.

"இப்படித்தான் என் மக்கள் வாழ்கிறார்கள், இவர்களைப் புறக்கணித்துவிட்டு, குளிரூட்டப்பட்ட விடுதியறைகளில் உட்கார்ந்துகொண்டு, வயிறு முட்டச் சாப்பிட்டுவிட்டு, மக்களுக்கான சினிமா எடுக்கிறேன் என்று பீற்றிக்கொள்வதைவிடக் கேவலம் என்ன இருக்கிறது?" என்று எழுதினார் கட்டக். ஒரு பக்கம் ஒருவேளை உணவிற்கு மக்கள் படுகிற துன்ப நிலை. அதைச் சற்றுமே கண்டுகொள்ளாமல் உற்சாகமாக நகரும் செல்வந்தர்களின்,

அரசியல்வாதிகளின் சொகுசு வாழ்க்கை! இந்த அவலநிலைதான் ரித்விக் கட்டக்கின் கலையைத் தீர்மானித்தது. அக்கலையினூடாக வெளிப்பட்ட பெருங்கருணையின், மனிதநேயத்தின் வழியாக ரித்விக் கட்டக் வானுயர்ந்து நிற்கிறார். அங்கே அவர் அடுத்தடுத்த தலைமுறைகளுக்குப் பயணமாகிக்கொண்டேயிருக்கிறார்.

படச்சுருள் - 7/2015

துயரத்திற்கு ஓர் இரங்கல் கீதம்

பாப்ளோ நெரூதா

துயரம்
ஊனமுற்ற ஏழு கால்களால் சாணிமேல் தவழும்
அருவருப்பான வண்டு
விஷச் சிலந்திவலையில் தொங்கும் முட்டை
மூளை சிதறிப்போன பெருச்சாளி
இரவு வேசியின் எலும்புக்கூடு
உனக்கு இங்கே செல்வழி கிடையாது
உள்ளே நீ நுழையக் கூடாது
தூரம் போ
உனது கரிய குடையுடன் கிழக்கே நோக்கிப் போ
உனது பாம்பு பற்களுடன் வடக்கே நோக்கிப் போ
ஏன் எனில்
இங்கே ஒரு கவிஞன் வாழ்கிறான்

ஷாஜி

ஒரு துயரமும் இந்த வாசற்படி தாண்டக்கூடாது
இந்த ஜன்னல்கள் வழியே உலகின் சுவாசக்காற்று உள்ளே வருகிறது
புத்தம்புதிய ரோஜாப் பூக்கள்
மனிதர்களின் வெற்றிகளை பூத்தையல் செய்த கொடிகள்
இல்லை
உனக்கு இங்கே செல்வழி இல்லை
உனது வெளவால் சிறகுகள் அசைத்துக்கொள்
உனது தோல் மடிப்புக்களிலிருந்து உதிரும் அசிங்கமான இறகுகளை
நான் மிதித்து துவைப்பேன்
காய்ந்து கறுத்துபோன உனது பிணத்தின் தூசித் துரும்புகளை
காற்றின் நான்கு மூலைகளுக்கு பெருக்கியகற்றுவேன்
உனது கழுத்தை நான் முறுக்கிப் பிழிவேன்
உனது கண்களை ஊசி நூல்களால் தைத்து மூடுவேன்
உனது சவப்போர்வைக்கு நான் தையலிடுவேன்
துயரமே
உனது எலும்பு நொறுக்குகளை
நான் குழிதோண்டிப் புதைத்திடுவேன்
ஒரு ஆப்பிள் மரத்தின் வசந்தகாலத்திற்கு கீழே....

உயிர்மை - 2014

கம்யூனிஸ சினிமாவும் கம்யூனிஸமும் கேரளத்தில்

திருவிதாங்கூர் சமஸ்தானத்தின் புன்னப்ரா, வயலார் பகுதிகளில் தென்னை நாரிலிருந்து கயிறு திரிக்கும் தொழிலில் ஈடுபட்டிருந்த பல்லாயிரக்கணக்கான குடும்பங்கள் வாழ்ந்துவந்தன. மிகுந்த ஏழ்மையில் வாழ்ந்த அவர்களுக்கு கிடைக்கக்கூடிய தினக்கூலி ஒருவேளை உணவிற்கு கூட பற்றாமலிருந்தது. எதிர்த்து நின்று போராடுவதற்கோ தட்டிக் கேட்பதற்கோ எந்த சக்தியும் இல்லாமலிருந்த அம்மக்களைத் தமது உணவிற்காகவும் உரிமைகளுக்காகவும் போராடுவோம் என்ற மனநிலைக்கு எழுப்பி ஒரு போராட்டத்தைத் துவங்கிவைத்தது அப்போது அங்கு துளிர்விட்டுக் கொண்டிருந்த கம்யூனிஸ்ட் அமைப்பு. வெகுவிரைவில் ஒரு பெரும் அலையாக அப்போராட்டம் மாறியது. கேரளத்தில் மக்களிடம் வரவேற்பு பெற்று இன்று வரைக்கும் ஆட்சியில் இருக்கிற கம்யூனிஸ்ட் கட்சியின் துவக்கப் புள்ளி இதுதான். 1946ல் நிகழ்ந்த புன்னப்ரா - வயலார் மக்கள் எழுச்சி.

பிரட்டீஷாரின் உதவியுடன் இயங்கிக் கொண்டிருந்த திருவிதாங்கூர் அரசரின் திவான் சி பி ராமசாமி ஐயர் போலீசாரையும் ராணுவத்தையும் பயன்படுத்தி அம்மக்களுக்கு எதிராக போர் தொடுத்தார். உயர்ரக

துப்பாக்கிகளை வைத்துக்கொண்டு ராணுவம் அம்மக்களை ஒடுக்கப் புறப்பட்டபோது அது ஓர் ஆயுதப் போராட்டமாக உருமாறியது. காய்ந்த தென்னை மட்டைகளை சீவி கூர்மை செய்து வேல்கம்புகளையும் ஈட்டிகளையும் உருவாக்கி அவற்றை ஆயுதமாகக்கொண்டு தொழிலாளிகள் ராணுவத்தை எதிர்த்தனர். ஆயிரக்கணக்கான தொழிலாளிகள் கொல்லப்பட்டார்கள். போரில் திருவிதாங்கூர் அரசு வென்றுவிட்டது. மக்களைப் பொறுத்தவரையில் அது தோற்றுப்போன ஒரு போராட்டம். ஆனால் கம்யூனிஸ்ட் இயக்கத்திற்கு கேரளத்தில் கால் ஊன்றுவதற்கான வலுவான அடித்தளத்தை அது அமைத்துக் கொடுத்தது. ஏழை எளிய மக்கள், தாழ்த்தப்பட்டவர்கள் எல்லோரும் ஒன்று சேர்ந்து கம்யூனிஸ்ட் கட்சிக்காக உழைக்க ஆரம்பித்தனர்.

இந்தியாவிற்கு சுதந்திரம் கிடைத்து 9 ஆண்டுகள் கழித்துதான் திருவிதாங்கூர், கொச்சி, மலபார் சமஸ்தானங்கள் ஒருங்கிணைக்கப்பட்டு கேரள மாநிலம் உருவானது. ஆனால் 1950களின் ஆரம்பத்திலேயே அங்கு முழுக்க முழுக்க கம்யூனிஸ்ட் கொள்கைகளை வலியுறுத்துகிற நாடகங்களை நடத்தி கட்சியை பிரபலப்படுத்துவதற்காக கேரளா பீப்பிள்ஸ் ஆர்ட்ஸ் க்ளப் (KPAC) என்ற நாடகக்குழு ஆரம்பிக்கப்பட்டிருந்தது. 'நிங்ஙள் என்னை கம்யூனிஸ்ட் ஆக்கி' (நீங்கள் என்னை கம்யூனிஸ்ட் ஆக்கினீர்கள்) போன்ற நாடகங்கள் அரங்கேற்றப்பட்டன. இந்நாடகங்களும் அவற்றின் மிகவும் பிரபலமடைந்த பாடல்களும் வழியாக கம்யூனிஸ்ட் கொள்கை கேரள மக்களிடம் பரவியது. உழைக்கும் வர்க்கத்தினர், சாதி மத அடிப்படையில் தாழ்த்தப்பட்ட மக்கள், முதலாளிகளால் பெருவாரியாக சுரண்டப்பட்டவர்கள் என எல்லோருடைய ஆதரவும்

கம்யூனிஸ்ட் கட்சிக்குக் கிடைத்து அக்கட்சி பெரிய அளவில் வளரத்துவங்கியது.

உயர்சாதி நாயர்கள், கிறித்தவர்கள், முஸ்லீம்கள், நம்பூதிரிகள் போன்றவர்களின் கையில்தான் கேரளத்தின் ஒட்டுமொத்த விவசாய நிலப்பரப்பும் அப்போது இருந்தது. தாழ்த்தப்பட்டவர்கள் மற்றும் இடைநிலை சாதிகளைச் சேர்ந்த வறுமையான குடும்பங்கள் அந்நிலங்களின் ஓரத்தில் குடிசை போட்டு அந்த நிலக்கிழார்களுக்காக விவசாய வேலைகளைச் செய்துவந்தனர். இது கிட்டத்தட்ட அடிமை சமூகம் போல் வழிவழியாகத் தொடர்ந்தது. அக்குடும்பங்களின் வாரிசுகளுமே நிலக்கிழார்களுக்கு அடிமை வேலை செய்யும் சூழல் நிலவியது. அக்குடும்பங்களின் பெண்கள் அடிமைப்பெண்களாக பாலியல் கொடுமைகளுக்கு ஆளாக்கப்பட்டார்கள். அந்த ஏழைகளுக்கு கல்வியும் முற்றிலுமாக மறுக்கப்பட்டது. நமது ஆட்சி வரும்போது இந்த அவலச் சூழலிலிருந்தெல்லாம் விடுதலை கிடைக்கும் என கம்யூனிஸ்ட் கட்சி வாக்குறுதி அளித்தது.

1957ல் நடந்த கேரள அரசின் முதல் பொதுத் தேர்தலில் பெருவாரியான வாக்குகள் வித்தியாசத்தோடு 60 தொகுதிகளில் வெற்றிபெற்று கம்யூனிஸ்ட் கட்சி ஆட்சிக்கு வந்தது. ஜனநாயக முறையில் ஆட்சிக்கு வந்த உலகின் முதன்முதல் அரசுகளில் ஒன்று அது. உயர்குடிகள், பெரும் பணக்காரர்கள், உயர் சாதியினர் என்று தங்களை அடையாளப்படுத்திக் கொண்டிருந்தவர்கள் இதனை மிகவும் அஞ்சினர். அது நிலக்கிழார்களுக்கும் பெரும் பணக்காரர்களுக்கும் பதட்டத்தை உண்டாக்கியது. ஆட்சிக்கு வந்தவுடன் விவசாய தினக்கூலிகளுக்கு அவர்கள் உழைத்துவந்த நிலத்தின் ஒரு பகுதியை பதிவுசெய்து கொடுக்கும் தீர்மானத்தை கம்யூனிஸ்ட் அரசு நிறவேற்றியது.

அன்றுவரை கல்வி என்கின்ற ஒன்றை நினைத்தும் பார்க்காமல் தனக்குப் பின் தனது கூலிவேலைகளை செய்ய குழந்தைகளைத் தயார்படுத்தி வந்த சமூகங்களுக்கும் எளிதில் கல்வி கிடைக்கும் வகையில் புது கல்விச் சட்டம் ஒன்று கொண்டுவரப்பட்டது. இந்த இரண்டு விஷயங்களும் நிலக்கிழார்களுக்கும் பெரும்பணக் காரர்களுக்கும் கல்வி வியாபாரிகளுக்கும் பீதியை உண்டாக்கியது. நம் நிலம் அனைத்தையும் விரைவில் குடியானவர்களுக்கு எழுதி வைக்க நேரும் என்று அவர்கள் கூடிக்கூடி பேசிக்கொண்டனர். கத்தோலிக் தேவலாயத்தின் கட்டுப்பாட்டில்தான் பெரும்பாலான கல்வி அமைப்புகள் இருந்தன. கல்வி இனிமேல் நமது அதிகாரத்தின் கீழ் இருக்காது என்று அவர்கள் கலங்கினார்கள். அனைவரும் சேர்ந்துகொண்டு கம்யூனிஸ்ட் கட்சியின் அரசுக்கு எதிராக பெரும் போராட்டத்தைக் கையிலெடுத்தனர். இந்த போராட்டம் 'விமோச்சன சமரம்' என்று அழைக்கப்பட்டது.

பொது இடங்களில் போராட்டங்கள் நடைபெற்றன. அரசு சார்பில் அவற்றைக் கலைக்க முனைகையில் துப்பாக்கிச் சூடு நடத்துகிற அளவிற்குப் போனது. ஒரு துப்பாக்கிச் சூட்டில் ஏழை கர்ப்பிணிப் பெண் ஒருத்தி கொல்லப்பட அது பெரிய தலைப்பாகப் பேசப்பட்டது. நடப்பு விஷயங்களை அறிந்துகொள்ள இருந்த ஒரே ஊடகமான செய்தித்தாள்கள் உயர்குடியினரின் உடமையில்தான் இருந்தன. அவர்கள் இந்தச் செய்தியை ஊதிப் பெரிதாக்கி அரசுக்கு எதிராகப் பயன்படுத்தினர். கர்ப்பிணி பெண் கொல்லப்பட்ட சம்பவத்தால் குழந்தைகள் முதல் பெண்கள், பெரியவர்கள் வரை கொதித்தெழுந்தனர். அந்தப் பெண்ணைக் கொன்றது கம்யூனிஸ்ட்காரர்கள் தாம் என்ற பேச்சு பொதுமக்களிடையே பரவலானது.

அங்கமாலி எனும் ஊரில் இருந்த காவல் நிலையத்தை முற்றுகையிட்டவர்கள் மீது நடந்த துப்பாக்கிச் சூட்டில் ஏழுபேர் இறந்து போனார்கள். இந்த இரு சம்பவங்களும் கம்யூனிஸ்ட்காரர்கள் கொலைகாரர்கள் என்ற பேச்சை பரவலாக்கியது. பொருளாதார சக்தி, ஊடக சக்தி எல்லாவற்றையும் பயன்படுத்தி இறுதியில் கம்யூனிஸ்ட் அரசை வீழவைத்தனர். மத்திய அரசின் உதவியோடு அந்த ஆட்சி கலைக்கப்பட்டது. ஆனால் கம்யூனிஸ்ட் அமைப்பு கேரளத்தில் மிகவும் வலுவான அரசியல் கட்சியாக மாறுவதற்கு இச்சம்பவங்களும் உதவின.

கேரளா பீப்பிள்ஸ் ஆர்ட்ஸ் க்ளப் (KPAC) ஆரம்பித்த நாடகப் புரட்சி கம்யூனிஸ்ட் கட்சியின் வளர்ச்சியில் முக்கியப் பங்கு வகித்தது என்று முன் சொன்னேன். அவர்களின் நாடகங்கள், பாடல்கள் எல்லாம் மிகவும் பிரபலமானது. கம்யூனிஸ்ட் கட்சியை எதிர்ப்பவர்கள் கூட அப்பாடல்களை பாடித்திரிந்தனர். 1950களின் மத்தியில் முதன்மையான வெகுஜன ஊடகமாக சினிமா பரவலாகியபோது அதில் பங்குபெற்ற பெரும்பாலான கலைஞர்கள் இந்நாடகங்களிருந்து புறப்பட்ட கம்யூனிஸ்டுகளாகவே இருந்தனர். KPACயின் நாடக ஆசிரியராகயிருந்த தோப்பில் பாஸி சினிமாத் திரைக்கதையாசிரியர் ஆனார். பாடலாசிரியரான பி.பாஸ்கரன் இயக்குநரானார். கவிஞரும் பிரபல பாடலாசிரியருமான வயலார் ராம வர்மா உயர்சாதியில் பிறந்தாலும் கொள்கைகளின் ஈர்ப்பால் கம்யூனிஸ்டானவர். ராம வர்மா என்ற தனது பெயரையே துறந்து புன்னப்ரா- வயலார் போராட்டத்தினால் பிரபலமடைந்த வயலார் எனும் தனது ஊரின் பெயரையே தன் பெயராக வைத்துக்கொண்டார்.

மலையாள சினிமாவில் கம்யூனிஸ்ட் அறிகுறிகளை முதலில் வெளிப்படுத்தின படம் 1954ல் வந்த நீலக்குயில். பி.பாஸ்கரனும்

பின்னர் செம்மீன் படத்தை இயக்கிய ராமு காரியாத்தும் சேர்ந்து இயக்கிய படம் அது. ஒரு தாழ்த்தப்பட்ட சாதிப் பெண்ணை ஒரு உயர்சாதி நாயர் காதலித்து கர்ப்பமாக்கி, சாதிக்கும் சமூகத்திற்கும் பயந்து அப்பெண்ணை கைவிடுகிறான். அந்தப் பெண்ணோ குழந்தையை பெற்றதோடு கிட்டத்தட்ட தற்கொலை என்று சொல்லக்கூடிய நிலையில் இறந்துபோகிறாள். உயர்சாதி நாயர் சொந்தசாதிப் பெண் ஒருத்தியை திருமணம் செய்து வாழத்துவங்குகிறான். ஆனால் இறுதியில் அவர்கள் அந்த குழந்தையை சொந்தக் குழந்தையாக ஏற்றுக்கொள்கிறார்கள். காலதாமதம் ஆனாலும் சாதி வேறுபாட்டை அவர்கள் மறுக்கிறார்கள் என்பதுதான் படத்தின் முடிவு. இத்தகைய புரட்சிகரமான சமூகக் கருத்துக்களை யோசிக்கக் கூட முடியாத அந்த காலகட்டத்தில் வெளிவந்து பெரும் வெற்றியடைந்தது நீலக்குயில். கேரளத்தின் கம்யூனிஸ்ட் சிந்தனைத் துவக்கத்தில் நீலக்குயில் ஒரு முக்கியமான திரைப்படம்.

ஆட்சி கலைக்கப்பட்டாலும் கட்சி வளர்கிறது. கேரளத்தில் நக்சலைட் இயக்கங்கள் வந்திறங்குகின்றன. கொள்கைக்காக கொலை செய்தாலும் தவறில்லை எனும் நக்சலைட் நோக்கில் பெரும்பணக்காரர்கள் சிலர் கொல்லப்படுகிறார்கள். இந்திய அளவில் கம்யூனிஸ்ட் கட்சி சி.பி.ஐ, சி.பி.எம் என இரண்டாகப் பிரிகிறது. இவையெல்லாமே கேரளத்தின் மிகமுக்கியமான அரசியல் நிகழ்வுகளாக மாறுகின்றன. இதே காலகட்டத்தில் பெரும்பாலான மலையாளிகள் விரும்புகிற ஊடகமாக சினிமா மாறுகிறது. மக்கள் அதிகமாக விரும்புகிற ஊடகம் என்பதால் கம்யூனிஸ்ட் இயக்கங்கள் சினிமாவை ஒரு கொள்கை பரப்புச் சாதனமாக பயன்படுத்த ஆரம்பிக்கிறது.

முதன்முறையாக ஒரு கம்யூனிஸ்ட் கதாநாயகனை முன்னிறுத்திய படம் கே வின்சென்ட் இயக்கிய 'துலாபாரம்'. முதலில் KPAஇக்காக தோப்பில் பாஸி எழுதிய நாடகம் அது. துலாபாரம் மலையாளத்தில் பெரும்வெற்றி பெறுகிறது. ஒரு கம்யூனிஸ்டாக கதாநாயகன் எடுக்கிற முடிவுகளால் அவரது மனைவியின் வாழ்க்கை மீளமுடியாத துயரத்திற்கு போய்விடுகிறதுதான் கதை. கட்சிக்கான போராட்டத்தில்தான் அவர் கொல்லப்படுகிறார். தன் குடும்பத்திற்காக அல்ல இந்த சமூகத்திற்காக வாழவேண்டும் என்பதுதான் முன்வைக்கப்படும் கருத்து. பெரும் வெற்றியையும் பல விருதுகளையும் அடைந்த படமாக இன்று வரைக்கும் துலாபாரம் நினைவுகூரப்படுகிறது.

துலாபாரம் போன்ற படங்களுக்குக் கிடைத்த பெரும் வெற்றியை சினிமாவை வணிகமாக மட்டும் பார்க்கக்கூடிய முதலாளிகள் கவனிக்கத்துவங்கினர். கம்யூனிஸ்ட் கருத்துகள் உள்ள படங்கள் பெரும்பாலான மக்களை கவர்ந்து பெரும் வசூலை ஈட்டுவதை கண்டு கொண்ட வணிக சினிமா நிறுவனங்கள் 'கம்யூனிஸ்ட் வணிகப் படங்களை' எடுக்க ஆரம்பித்தன. கட்சித் தொண்டர்கள் பத்து சதவீதம் பேர் பார்த்தால் கூட போட்ட பணம் கிடைத்துவிடுமே என்ற எண்ணத்தில் பல கம்யூனிஸ்ட் படங்கள் எடுக்கப்பட்டன. புன்னப்புரா-வயலார் மக்கள் எழுச்சியை மையமாக வைத்தே புன்னப்பரா-வயலார் என்ற படம் எடுக்கப்படுகிறது! செக்ஸ் போன்ற வணிக சமாச்சாரங்கள் எல்லாம் கலந்து எடுக்கப்பட்ட மசாலாப் படமாகத்தான் அது இருந்தது. 1952ல் வெளிவந்த KPACயின் நாடகம் 'நிங்ஙள் என்னை என்னெ கம்யூனிஸ்ட் ஆக்கி' ஐ 1970ல் சினிமாவாக எடுத்தது கம்யூனிஸ்ட் சித்தாந்தங்களுக்கு முற்றிலும் எதிரான சினிமா முதலாளி ஒருவர்தான்!

மூலதனம் என்ற படம் வந்தது. நீலக்குயில் படத்தை எடுத்த பி பாஸ்கரன்தான் இந்தப் படத்தையும் எடுத்தார். இது முற்றிலும் கம்யூனிஸ்ட் சிந்தனைகளைக் கதைக்களமாக கொண்ட படம். சேதுமாதவனின் இயக்கத்தில் 1971ல் வெளியான 'அனுபவங்கள் பாளிச்சகள்' திரைப்படம் கம்யூனிஸ்ட் கதைக்கருவுடன் கலை ரீதியாகவும் மிக முக்கியமான படம். இப்படம் குடும்பத்திற்கும் சமூகத்திற்கும் கொள்கைக்கும் இடையே நடக்கும் மானுடப் போராட்டத்தை மிகத் தீர்க்கமாகப் பேசியது. அதன் பிறகு 'விமோச்சன சமரம்', 'நீலக்கண்ணுகள்' போன்ற படங்கள் வந்தன. ஆனால் 'அனுபவங்கள் பாளிச்சகள்' படத்தோடு ஒப்பிடுகையில் இப்படங்கள் தரக்குறைவானவையாகவே அமைந்தன.

பி.ஏ.பக்கர் இயக்கிய 'கபனி நதி சுவந்நப்போள்' முழுக்க முழுக்க நக்சலைட் கொள்கைகள் சம்பந்தமான படம். கபனி நதி என்பது கேரளாவின் வயநாடு பகுதியில் ஓடக்கூடிய நதி. அப்பகுதியில் சில நிலக்கிழார்களை நக்சலைட்டுகள் கொலை செய்தனர். அந்நிகழ்வுகளை மையமாக வைத்து எடுக்கப்பட்ட படம் இது. இப்படத்தின் முதல் நாள் படப்பிடிப்பு நடந்த அன்றுதான் இந்தியாவில் ஊரடக்கு சட்டத்தை இந்திரா காந்தி அமல்படுத்தினார். அரசியல் கருத்துக்களுள்ளவர்களால் அசையவே முடியாத அந்த சூழ்நிலையில் அங்கும் இங்கும் மறைந்து மறைந்து மறைமுகமாகத்தான் இந்தப் படத்தை எடுத்து முடித்தார்கள். அதில் கதாநாயகனாக நடித்தவர் பிற்பாடு பல கலைப்படங்களை இயக்கிய, மலையாளத்தின் இடதுசாரி இயக்குனர்களில் முக்கியமானவரான டி.வி.சந்திரன். வணிக நோக்கங்கள் எதுவும் இல்லாமல் எடுக்கப்பட்ட 'கபனி நதி சுவந்நப்போள்' பரவலாக பேசப்பட்டது.

1980களில் கம்யூனிஸ படங்கள் என்ற போர்வைக்குள் பல மோசமான வணிகப்படங்கள் வெளிவந்தன. கதாநாயகன் கம்யூனிஸ்டாக இருப்பான். படம் படுமோசமாக இருக்கும். சண்டை, உடை குறைப்பு, ஆடல் பாடல் என மசாலா படத்திற்குண்டான அனைத்தும் விஷயங்களும் இருக்கும். மசாலா இயக்குனர்கள் பலர் இத்தகைய 'கம்யூனிஸ்ட்' சினிமாக்களை எடுத்தனர். ஸ்போடனம், கொடுமுடிகள், ரக்த ஸாக்ஷி போன்றவை உதாரணங்கள். அச்சமயத்தில் அடூர் கோபாலகிருஷ்ணன் எடுத்த 'முகாமுகம்' திரைப்படம் மட்டுமேதான் ஓர் உண்மையான கம்யூனிஸ்ட் படமாக இருந்தது. ஆனால் அப்படம் அவரது மற்ற படங்களைப் போல பேசப்படவோ விருதுகளை வெல்லவோ இல்லை. இருந்தும் கம்யூனிஸ சினிமாவில் முக்கியமான படம் 'முகாமுகம்'.

மலையாள சினிமாவில் அஞ்சரைக்குள்ள வண்டி, சத்ரத்தில் ஒரு ராத்ரி என்பவை போன்ற செக்ஸ் படங்கள் எடுக்கிற இயக்குநர்கள்கூட 'கம்யூனிஸ்ட்' கொள்கைப் படங்களை எடுத்தார்கள் என்பதுதான் வேடிக்கை. 1986ல் வந்த 'சகாவு' போன்ற படங்கள் உதாரணம். கிட்டத்தட்ட செக்ஸ் படமேதான் ஆனால் பெயர் மட்டும் 'சகாவு' (தோழர்)! மலையாளத்தின் கம்யூனிஸ்ட் சினிமா இப்படியெல்லாம் பயணப்பட்டது. 'மாற்றுவின் சட்டங்ஙளே' என்று ஒரு படம். தமிழில் விஜயகாந்த் நடிப்பில் வெளியான 'சட்டம் ஒரு இருட்டறை' படத்தின் மலையாள வடிவம். வணிக வெற்றியை மட்டுமே குறியாக வைத்து கம்யூனிஸ்ட் கொள்கை போன்ற பாவனைகள் வைத்து பல படங்கள் வெளிவந்தன.

லெனின் ராஜேந்திரன் என்ற இயக்குனர் கம்யூனிஸ்ட் கட்சிக்காக தேர்தலில் நின்று வெற்றி பெற்று சட்டமன்ற உறுப்பினரானவர்.

கம்யூனிஸ்ட் கொள்கைகளை முன்னிறுத்திய 'மீனமாசத்திலெ சூர்யன்' என்ற படத்தை அவர் எடுத்தார். வணிக வெற்றியும் பெற்று கலைப்படமாகவும் இன்று வரை அறியப்படும் 'பஞ்சாக்னி' எனும் படம் வந்தது. எம்.டி.வாசுதேவன் நாயர் எழுதி ஹரிஹரன் இயக்கிய படம். ஒரு பெண் நக்சலைட்டின் வாழ்க்கையை மையமாகக்கொண்ட கதை. மோகன்லால் கதாநாயகனாவும் கீதா கதாநாயகியாகவும் நடித்தனர். அதுவரை வந்த கம்யூனிஸ்ட் படங்களிலெல்லாம் கதாநாயகன்தான் கம்யூனிஸ்ட். அவன்தான் புரட்சியாளன். ஆனால் அஜிதா என்ற கேரளத்து நக்சலைட் போராளிப் பெண்ணின் சாயலில் அமைக்கப்பட்டிருந்த கதாநாயகிதான் இந்தப்படத்தில் புரட்சியாளர்.

மம்முட்டி, மோகன்லாலின் ஆரம்ப காலத்திலும் பல கம்யூனிஸ்ட் படங்கள் வெளிவந்தன. இருவரும் ஒன்றாக நடித்து, ஐ.வி. சசியின் இயக்கத்தில் 1989ல் வெளிவந்த 'அடிமகள் உடமகள்' என்ற படம் உதாரணம். வணிகப்படம் என்றாலும் ஒரு தொழிற்சாலையில் நடைபெறுகிற வேலைநிறுத்தப் போராட்டத்தை கதைக்களமாக வைத்து பெரிய வணிக சமரசங்கள் இல்லாமல் எடுக்கப்பட்ட படம். வெற்றிபெற்ற திரைப்படம் கூட. மம்முட்டியும் மோகன்லாலும் சூப்பர் ஸ்டார்களாக மாறிய பின்னரும் அவர்கள் கம்யூனிஸ்ட் சினிமாக்களில் நடித்தனர். 1990ல் மோகன்லால் கதாநாயகனாக நடித்து 'லால் சலாம்' என்ற படம் வெளியானது. இரண்டு இளவயது நண்பர்கள், இருவருமே கம்யூனிஸ்ட் கட்சிக்காரர்களாக இருந்திருக்கிறார்கள். அதில் ஒருவர் பணம் சம்பாதிப்பதற்காக வேறு வழியில் செல்கிறார். அதனால் உண்டாகிற பிரச்சினைகள். அந்தப்படமும் வெற்றி பெற்றது.

'ஓர்மகள் உண்டயிரக்கணம்' எனும் படத்தில் கதாநாயகனாக மம்முட்டி நடித்திருந்தார். கட்சிக்காக எந்தளவு தியாகம்

வேண்டுமானாலும் செய்யக்கூடிய பாத்திரம். 1959ல் நடந்த 'விமோச்சன சமர'த்தை கதைக்களமாக வைத்து 1995ல் டி வி சந்திரன் இந்த படத்தை இயக்கினார். விமோச்சன சமரம் எப்படிப்பட சூழ்ச்சிகளால் வெற்றி பெற்றது, கொள்கைக்காக வாழ்ந்தவர்கள் எப்படி தோற்றுப் போனார்கள் என்பதுதான் கதை. நல்ல படமாக இருந்தாலும் அது பரவலாகக் கவனிக்கப்பட்டு பேசப்படவில்லை. மலையாள கம்யூனிஸ்ட் சினிமாவின் மிக முக்கியமான திரைப்படங்களில் ஒன்றாக இந்தப்படத்தைத் தயக்கமின்றிச் சொல்வேன். லால் சலாம் எடுத்த வேணு நாகவள்ளி மீண்டும் மோகன்லாலை வைத்து 'ரக்த காக்ஷிகள் சிந்தாபாத்' என்ற படத்தை எடுத்தார். கம்யூனிஸத்தை எவ்வளவு வணிகமாக காட்டமுடியும் என்பதற்கு எடுத்துக்காட்டாக இப்படத்தைச் சொல்லமுடியும்.

கேரளாவின் முதல் கம்யூனிஸ்ட் அரசின் முதலமைச்சராக இருந்தவர் இ.எம்.எஸ்.நம்பூதிரிப்பாட். அவருக்காக உயிரையும் கொடுக்கத் தயாராக இருந்த ஒரு ஏழை நெசவாளி. கட்சி ஊழியன். நினைவுகளற்ற முதுமையில் தள்ளாடும் அவருக்கு நம்பூதிரிப்பாட் இறந்துபோனார் என்று தொலைக்காட்சி செய்தி கேட்டவுடன் தனது பழைய காலகட்ட கட்சி வாழ்க்கையின் நினைவுகள் வருகின்றன. 2001ல் பிரியநந்தன் இயக்கத்தில் வெளியான 'நெய்த்துக்காரன்' படம் அது. முரளி கதாநாயகனாக நடித்திருப்பார். சிறந்த நடிகனுக்கான தேசிய விருதையும் அப்படம்வழியாக அவர் வென்றார். கேரளாவின் அப்பழுக்கற்ற கம்யூனிஸ்ட் தலைவர் என்று சொல்லப்படும் ஏ.கே.கோபாலனின் வாழ்க்கை வரலாற்றை வைத்துக்கொண்டு 2007ல் ஏ கே ஜி எனும் படத்தை எடுத்தார் ஷாஜி என் கருண். எடுத்தார். அவ்வளவுதான்!

மதுபால் என்ற இயக்குனரின் முதல் படமான 'தலப்பாவு'வில் பிருத்விராஜ் கதாநாயகனாக நடித்தார். 2008-ல் வெளியான இப்படத்தின் மையப் பாத்திரம் ஒரு நக்சலைட். பல பதிற்றாண்டுகளுக்கு முன்பு வயநாடு பகுதியில் வர்கீஸ் என்ற நக்சலைட்டை ஒரு போலீஸ்காரர் ஏமாற்றி சுட்டுக்கொன்றார். ஆனால் அது அப்போது யாருக்கும் தெரியவரவில்லை. வர்கீஸை காணவில்லை என்று மட்டும் சொல்லப்பட்டது. பல ஆண்டுகளுக்குப் பின்னர் அந்த போலீஸ்காரர் ''நான்தான் வர்கீஸை ஏமாற்றி சுட்டுக் கொன்றேன், இந்த இடத்தில் தான் சுட்டேன்'' என்று பொதுவெளியில் பகிரங்கமாகச் சொன்னார். அந்தக் காலத்தில் கேரளத்தில் பரவலாகப் பேசப்பட்ட நிகழ்வு இது. இதை மையமாக வைத்து எடுக்கப்பட்ட படம் 'தலப்பாவு'. 2013ல் வெளியான லெஃப்ட் ரைட் லெஃப்ட் எனும் படம் மறைந்த மகா நடிகர் கோபியின் மகனான முரளி கோபி எழுதி அருண்குமார் அரவிந்த் இயக்கினார். கலைரீதியாக தரமான இப்படம் கேரளத்தில் கட்சி கம்யூனிஸம் சந்தித்த மாபெரும் வீழ்ச்சிகளை சுட்டிக்காட்டியது. தீவிர கட்சி கம்யூனிஸ்டுகள் இப்படத்தை முற்றிலுமாக புறக்கணித்தார்கள் என்பதையும் சொல்லியாகவேண்டும்.

'வசந்தத்தின்டெ கனல் வழிகள்' என்ற படம் சமுத்திரகனி நாயகனாக நடித்து வெளியானது. பி.கிருஷ்ணப்பிள்ளா என்ற கம்யூனிஸ்ட் தலைவர். மக்களுக்காக இரவு பகல் பாராமல் உழைத்து, கொள்கைக்காக வாழ்ந்தவர். இன்றளவும் கம்யூனிஸ்ட் தலைவர்களில் முக்கியமானவராக மதிக்கப்படுகிறவர். மிகவும் ஏழ்மையிலேயே வாழ்ந்தவர். அவரது வாழ்க்கை வரலாறு என்றுதான் இப்படம் வெளியானது. ஆனால் இதுவும் மோசமான கம்யூனிஸ்ட் சினிமாக்களின் வரிசையில் சேரக்கூடியதே. பி.கிருஷ்ணப்பிள்ளா

போன்ற ஒரு தலைவரின் வாழ்க்கையை இவ்வளவு மோசமாக எடுத்திருக்கக்கூடாதே என்ற எண்ணம்தான் படம் பார்க்கும்பொழுது தோன்றியது. கம்யூனிஸம் சம்பந்தமான படங்கள் கடந்த பத்தாண்டுகளில் மலையாளத்தில் மிகக் குறைவாகவே வந்தன. ஆனால் இந்த ஆண்டில் இதுவரைக்கும் மூன்று படங்கள் வந்திருக்கின்றன. ஒரு மெக்சிக்கன் அபாரத, சகாவு, காம்ரேட் இன் அமேரிக்க (சி.ஐ.ஏ). இவற்றைப் பற்றிச் சொல்வதற்கு என்னிடம் எதுவுமில்லை.

இதுவரை மலையாள சினிமா உலகில் கம்யூனிஸம் சம்பந்தமாக வெளிவந்த திரைப்படங்களின் குறுக்கு வெட்டுத் தோற்றம் இதுதான். இதில் ஒருசில படங்களைத் தவிர உண்மையிலேயே கம்யூனிஸ சிந்தனைகளின்மேல் பற்றுக்கொண்டடு எடுக்கப்பட்ட படங்கள் குறைவு. பெரும்பாலான படங்கள் கம்யூனிஸத்தை கடவுச் சீட்டுகளாக மாற்றும் வணிக நோக்கில் எடுக்கப்பட்டவை.

எந்தவொரு கொள்கையாக இருந்தாலும் என்னைப் பொறுத்தவரை அதன் நடைமுறை செயல்திறனும் நடைமுறை வெற்றியும்தான் முக்கியமானவை. பதினேழு வயதிலிருந்தே ஆழமான கம்யூனிஸ்ட் ஆதரவாளனாகயிருந்தவன் நான். ஆனால் அந்த நம்பிக்கை இன்று எனக்கு இல்லை. ஏனெனில் கேரளாவிலும் பெங்காலிலும் திரிபுராவிலும் இதுவரைக்கும் இயங்கிய கம்யூனிஸ்ட் ஆட்சிகளை நான் உற்றுப் பார்த்திருக்கிறேன். தமக்கு கிடைத்த அதிகாரத்தை இந்திய கம்யூனிஸ்டுகள் எப்படி பயன்படுத்தினார்கள் என்பதை நான் கூர்ந்து கவனித்திருக்கிறேன்.

'இடதுசாரிகள் வரும், அனைத்தும் சரியாகும்' என்று சொல்லி ஆட்சிக்கு வந்தவர்கள் சொல்லும்படியாக எதையுமே

சரிசெய்யவில்லை என்றே நினைக்கிறேன். இடதும் வலதும் மாற்றி மாற்றி ஒவ்வொரு ஐந்தாண்டுகளிலும் கேரள மாநிலத்தை பங்கு போடுகிறார்கள். இடதின் திட்டங்களை வலது இல்லாமல் செய்கிறது. வலதின் திட்டங்களை இடது ஒத்திப்போடுகிறது. இரண்டுமே ஒரே நாணயத்தின் இரண்டு பக்கங்களாக மட்டுமே செயல்படுகின்றன.

ஒடுக்கப்படுகிறவர்களுக்கும் தாழ்த்தப்பட்டுகிறவர்களுக்கும் சமநீதி கிடைக்க வேண்டும் என்ற அலாதியான மானுடக் கனவில் உருவாக்கப்பட்ட மகத்தான சிந்தனை கம்யூனிஸம். குடியானவன் அடிமையல்ல, அவனுக்கும் சொந்தமாகக் காணி நிலமாவது கிடைக்க வேண்டும், அவனது குழந்தைகளும் சீரான கல்வி பெறவேண்டும் என மிகத் தீர்க்கமாக மக்கள் நலனை மட்டும் கருத்தில்கொண்டு உருவாக்கப்பட்ட அமைப்பு அது. ஆனால் அறுபதாண்டுகள் தாண்டிய பின்னரும் ஒரு திரைப்படத்தின் காட்சிகளைப்போல் எல்லாம் பகல் கனவுகளாகவே நீடிக்கின்றன.

படச்சுருள் -07/2017

மக்சேசே விருதில் என்ன இருக்கிறது?

தொள்ளாயிரத்தித் தொன்னூறுகளின் ஆரம்பத்தில் நான் இசைப்பதிவு மேலாளராக பணியாற்றிவந்த மேக்னா சவுண்ட் நிறுவனம் கர்நாடக இசைக்கு மிகுந்த முக்கியத்துவம் வழங்கியது. பிராமணர்கள் என்று சொல்லக்கூடிய யாருமே அப்போது எங்கள் நிறுவனத்தில் இருந்ததில்லை. அக்காலம் ஏ வி எம், சங்கீதா போன்ற இசை நிறுவனங்கள்தாம் கர்நாடக இசையை பரவலாக வெளியிட்டு வந்தனர். ஆனால் இசை விற்பனையில் உலகத்தரமான வழிமுறைகளை நாங்கள்தாம் கடைப்பிடித்துவந்தோம். உலகளாவிய இசை விற்பனை நிறுவனமான வார்னர் பிரதர்ஸின் துணை அமைப்பு எங்களது நிறுவனம். எங்களுக்கிருந்த கனக்கச்சிதமான வியாபார உத்திகளால் தமது இசை, ரசிகர்களிடம் எளிதில் சென்றடையும் என்று எண்ணிய பல கர்நாடக இசைஞர்கள் எங்களுடன் இணைந்தனர். அவர்களில் முக்கியமானவர் டி எம் கிருஷ்ணா.

அப்போது டி எம் கிருஷ்ணாவுக்கு 17-18 வயது இருக்கும். துடிப்பான இளைஞன். மிகவும் முதிர்ச்சியுள்ள ஆழ்ந்த குரல். அவரது முகத்தைப் பாராமல் அவ்விசையைக் கூர்ந்து கேட்டால் மிகுந்த முதிர்ச்சியும் நிதானமும் அக்குரலில் தெரியும். பாடும் முறையில்

அப்படியே செம்மங்குடி பாணியின் நகலெடுப்பு இருக்கும். கிருஷ்ணா சமகால கர்நாடக இசையின் ஒரு முக்கியப் பாடகராக வலம் வருவார் என்று நாங்கள் நம்பினோம். அவரது பல தொகுதிகளை வெளியிட்டோம். அக்காலம் எங்கள் நிறுவனத்துடன் ஒப்பந்தத்தில் இருந்த கர்நாடக இசைப்பாடகி சங்கீதா சிவக்குமாரை டி எம் கிருஷ்ணா பிற்பாடு காதலித்து திருமணம் செய்துகொண்டார். பின்னர் இருவரும் எங்கள் நிறுவனத்தை விட்டு விலகிச் சென்றனர். எங்கள் நிறுவனமும் பெருவாரியான மக்களைச் சென்றடைந்து பெரும் பணத்தை ஈட்டித்தராத கர்நாடக இசையிலிருந்து சற்றே விலகி வெகுஜென இசையின் பக்கம் சென்று விட்டது.

இந்த இருபதாண்டுகளில் எத்தனையோ இசைத்தொகுதிகளை வெளியிட்டும் உலகம் முழுவதும் சென்று எண்ணற்ற மேடை நிகழ்ச்சிகளை நடத்தியும் சமகால கர்நாடக இசையின் மிக முக்கியமான ஓர் ஆண்குரலாக டி எம் கிருஷ்ணா தன்னை நிலைநாட்டினார். அவருக்கென்றே தனித்துவமான ரசிகர்கூட்டம் உருவானது. ஆனால் வெகுமக்களுக்கு அவரது பெயர் தெரியவந்தது இப்பொழுதுதான்! அதாவது கடந்த இரண்டு மாதங்களில்! அதன் காரணம் ஆசியாவின் நொபேல் பரிசு என்று அழைக்கப்படும் மக்சேசே விருது அவருக்கு அறிவிக்கப்பட்டதையொட்டி எழுந்த விவாதங்கள் வாக்குவாதங்கள்ம சர்ச்சைகள்.. சண்டைகள்.

இவ்விவாதங்களில் சிலர் முன்வைத்த ஒரு கருத்து டி எம் கிருஷ்ணா இந்த விருதிற்கு தகுதியானமுறையில் ஒரு சிறந்த பாடகர் அல்ல என்பதுதான். நண்பர் ஜெயமோகன் ஒருபடி மேலே சென்று சமகாலப் பாடகரான சஞ்சய் சுப்ரமணியம் அமரும் இருக்கையில் அமரும் தகுதிகூட டி எம் கிருஷ்ணாவிற்கு இல்லை என்று ஏதோ ஒரு வேகத்தில் எழுதினார்! நான் கர்நாடக இசையின் பெரும் ஆர்வலன் அல்ல.

ஆனால் எந்த இசையை முன்நிறுத்தவேண்டும், எந்த இசையைப் பதிவு செய்யவேண்டும், யார் அதற்கு தகுதியான இசைஞன் என்றெல்லாம் முடிவெடுக்க வேண்டிய பொறுப்பில், இசைத் தொழிலுக்குள்ளே இருபதாண்டுகள் பணியாற்றியவன் நான். அனைத்திற்கும் மேலாக கேட்கும் இசையை மிகுந்த அவதானிப்புடன் கேட்பவன். எண்ணற்ற கர்நாடக இசைத்தட்டுகளை சேகரித்துவைத்து இன்றுவரைக்கும் அவ்வப்போது கேட்டுக் கொண்டிருப்பவன். எனது இசை அனுபவத்தின், ரசனையின் அடிப்படையில் ஒரு தரமான பாடகர் என்றே டி எம் கிருஷ்ணாவை சொல்வேன்.

சஞ்சய் சுப்ரமணியமும் சிறந்த பாடகர். இவ்விரண்டுபேருமே கர்நாடக இசைக்காக தங்களை அர்ப்பணித்தவர்கள். சமகாலத்தில் கர்நாடக இசையை நிலைநிறுத்துவதற்கு பெரும் பங்கினை ஆற்றுபவர்கள். ஆனால் மறைந்த செம்மங்குடி, மதுரை மணி, கே வி நாராயண சுவாமி, அரியக்குடி போன்ற கர்நாடக இசையின் எக்காலத்திற்குமுரிய மாமேதைகளுடன் இவ்விரண்டு பேரையும் எந்தவகையிலுமே ஒப்பிட முடியாது என்றே நினைக்கிறேன். அதேநேரத்தில் குரல் வளம், பாடும்போது இசையின் செவ்வியல் தன்மையை முற்றிலுமாக கடைப்பிடித்தல், முன்னோடிகளின் பாணியை பின்பற்றுதல் போன்றவை டி எம் கிருஷ்ணாவின் தனிச்சிறப்புகள் என்றே சொல்லலாம். இவையனைத்தும் ஒருபக்கம் இருக்கட்டும். வேடிக்கை என்னவென்றால் டி எம் கிருஷ்ணாவிற்கு மக்சேசே விருது வழங்கப்பட்டது அவரது இசைச் சாதனைக்காகவோ இசைத் திறனுக்காகவோ அல்ல என்பது தான்.

'மேலெழுந்துவரும் தலைமை' (Emergent Leadership) என்கின்ற பிரிவில்தான் கிருஷ்ணாவிற்கு மக்சேசே அளிக்கப்பட்டிருக்கிறது. இந்தியாவிலிருந்து முதன்முதலாக இவ்விருதினைப் பெற்ற

இசைக்கலைஞர் என்று எம் எஸ் சுப்புலட்சுமியை சொல்வார்கள். 1976இல். ஆனால் அவருக்குமே சமூக சேவைப் பிரிவில்தான் இவ்விருது வழங்கப்பட்டது! இசைக்காக இந்தியாவிலிருந்து இவ்விருதினைப் பெற்றவர் சிதார் மேதை பண்டிட் ரவி ஷங்கர் மட்டுமே. எம் எஸ் சுப்புலட்சுமிக்கு அடுத்து இவ்விருதை இதுவரைக்கும் பெற்றுக்கொண்ட தமிழர்கள், இந்திய பசுமைப் புரட்சியின் தந்தை என்று அழைக்கப்பட்ட எம் எஸ் சுவாமிநாதன் (1971 - சமூகத் தலைமை), டி என் சேஷன் (1996 - அரசுப் பணி), ஜோக்கின் அற்புதம் (2000 - அமைதி மற்றும் சர்வதேச ஒற்றுமை), சென்னை அடையார் புற்றுநோய் மருத்துவமனையின் தலைவி மருத்துவர் வி சாந்தா (2005 - சமூக சேவை), குழந்தை ஃபிரான்சிஸ் (2012 - எந்த பிரிவு என்று கூறப்படவில்லை!) என்பவர்கள்தாம். இதில் ஜோக்கின் அற்புதம், குழந்தை ஃபிரான்சிஸ் ஆகியவர்கள் யார் என்றே இங்கே பலருக்கும் தெரியாது!

சமகால சமூகத்தில் நாணயமும் நேர்மையுமுள்ள ஆட்சிமுறை, எதற்குமே அஞ்சாமல் மக்களுக்கு சேவை செய்தல், மக்களாட்சிக்குள்ளே கடைப்பிடிக்கும் இலட்சியவாத நடைமுறைகள் இவற்றுக்காகத்தான் மக்சேசே விருது வழங்கப்படுகிறது என்று அவ்விருதின் கொள்கைக் கோட்பாட்டில் எழுதியிருக்கிறது. "ஜாதி மத பாகுபாடுகளால் பிளவுண்டு கிடக்கும் இந்தியச் சமூகத்தில், கர்நாடக இசையானது தாழ்த்தப்பட்ட மக்களுக்கு மறுக்கப்பட்டிருக்கிறது. இந்த இசையை அம்மக்களிடம் கொண்டு சென்று புரட்சிகரமான ஒரு சமூக மாற்றத்தை ஏற்படுத்தியமைக்காக டி எம் கிருஷ்ணாவிற்கு இந்த விருது வழங்கப்படுகிறது" என்று விருதின் தகுதியுரையில் நாம் வாசிக்கலாம்.

இதன் அடிப்படையில் டி எம் கிருஷ்ணாவின் செயல்பாடுகள் என்னென்ன என்று பார்க்கும்பொழுது கீழ்காணும் விடயங்கள் நமது

கவனத்திற்கு வருகின்றன. கர்நாடக இசையில் காலம்காலமாக மேலோங்கும் பார்ப்பனிய ஆதிக்கத்தை எதிர்க்கும் வகையில் டிசம்பர் மாதத்தில் சென்னை சங்கீத சபாக்களில் நடக்கும் மார்கழி இசை உற்சவத்தை அவர் புறக்கணித்தார். அவற்றில் பாட மறுத்தார். சென்னையின் கடலோரப் பகுதியிலுள்ள உரூர் ஆல்கோட் குப்பம் எனும் மீனவச் சேரியில் இசை மற்றும் நடன விழாக்களை ஏற்பாடு செய்தார். அவ்விழாக்களில் கர்நாடக இசையுடன் பறை இசையும் பிற இசைகளும் இசைக்கப்பட்டன. பரத நாட்டியத்துடன் பலவகை நாட்டியங்களும் அரங்கேற்றப்பட்டன. கானா இசையின் தாளத்தில் டி எம் கிருஷ்ணாவும் அவரது மனைவியும் நண்பர்களும் இசைகேட்க வந்த மக்களுடன் இணைந்து கொண்டாட்ட நடனம் ஆடினர்.

இவையனைத்துமே முற்றிலும் தவறானவை என்றும் இத்தகைய செயல்பாடுகளால் எந்தவொரு புரட்சியோ சமூக மாற்றமோ நிகழப்போவதில்லை என்றும், இந்த செயல்கள் கவனத்தை ஈர்த்து விருதுகளை அடையும் ஒருவகை சூழ்ச்சி என்றும் ஒரு தரப்பினர் வாதாடுகிறார்கள். மற்றொரு தரப்பினரோ கர்நாடக இசை வரலாற்றில் முதன்முறையாக ஜாதிமத, உயர்வு தாழ்வு வேலிகளுக்கு வெளியே அவ்விசையை கொண்டு செல்ல வேண்டும் என்று வலியுறுத்தி, அதை செயல்படுத்திக் காட்டின முதல் இசைக் கலைஞன் கிருஷ்ணாதான் என்கிறார்கள். அவ்வகையில் இவ்விருதிற்கு அவர் முற்றிலும் தகுதியானவர் என்றே அவர்கள் வாதிடுகிறார்கள்.

கர்நாடக இசை அடிப்படையில் ஒரு பக்தி இசை. எண்ணற்ற கடவுளர்களைப் பற்றியான பக்திப்பாடல்களின் தொகுப்பு அது. பக்திதான் அந்த இசையில் மேலோங்கும் பாவம் அல்லது உணர்வு. 'சிருங்கார பாவம் அதாவது காமம் கலர்ந்த காதல் உணர்வை முதன்மையாகக் கொண்ட பல பாடல்கள், தான வருணங்கள்,

ஜாவளிகள் போன்றவை இருக்கிறதே’ என்று கர்நாடக இசை தெரிந்தவர்கள் சொல்லக் கூடும். ஆனால் அந்த சிருங்காரமுமே ஆண் பெண் கடவுளர்களுக்கிடையே நடப்பதே ஒழிய மனித சிருங்காரம் அல்ல. உதாரணமாக அன்னமாச்சார்யா இயற்றிய ’பலுகு தேனெலா தல்லி பவளிஞ்செனு’ எனும் ஆபேரி ராகப் பாடலில் சொல்லப்படுவது ஶ்ரீ வெங்கடேசனுக்கும் அவரது காதலியான அலர்மேல் மங்காவிற்கும் இடையேயான சிருங்கார லீலைகள் தாம். கிருஷ்ண பகவான் அவரது காதலிகளுடன் செய்யும் லீலைகளைப் பற்றியெல்லாம் எண்ணற்ற பாடல்கள் இருக்கின்றன. அடிப்படையில் இவையனைத்துமே பக்தியின் விதவிதமான வெளிப்பாட்டுக்களே. இந்த பக்தியை வெளியே எடுத்தால் பின்னர் கர்நாடக இசையே இல்லை. ஒரு நாத்திகர் என்று தன்னை முன்னிநிறுத்தும் டி எம் கிருஷ்ணா பாடுவதும் இதே பக்திப் பாடல்களைத்தாம்!

கர்நாடக இசைப்பாடல்களின் பெரும்பகுதி தெலுங்கு, சமஸ்கிருதம், கன்னட மொழிகளில் இருப்பதனால் அவற்றைப் பாடுவது தவிர்த்து கர்நாடக இசை தமிழ் மொழியில் பாடப்படவேண்டும் என்ற கொள்கையுடன் 1930 காலகட்டத்தில் ஆரம்பிக்கப்பட்ட தமிழிசை இயக்கத்தின் மீது கடுமையான வெறுப்பை வைத்திருந்தவர் சென்னை மியூசிக் அகாடமியை உருவாக்கியவர்களில் பிரதானியான டி டி கிருஷ்ணமாச்சாரி எனும் டி டி கே. அவரது நெருங்கிய மருமகன் முறை உறவினர் டி எம் கிருஷ்ணா. இளவயதில் கிருஷ்ணாவையே பலர் கிருஷ்ணமாச்சாரி என்றுதான் அழைத்து வந்தனர்! கிருஷ்ணாவின் குருவான செம்மங்குடியும் அவரை அவ்வண்ணமே அழைத்தார். செம்மங்குடியுமே தமிழிசையை நிராகரித்தவர்.

‘‘இது தான் நல்ல இசை.. நீ இதைப் பாடு என்று பாமரர்கள் எங்களுக்குக் கட்டளையிட முடியாது. இசையில் ஜனநாயகம் என்பது

ஒரு பெரும் தீமை. நாங்கள் எங்களது இசைஞானத்திற்கு எந்தச் செவ்வியல் கிருதிகளுக்கு கடமைப்பட்டிருக்கிறோமோ.. அவற்றைப் பாடாமல் இருப்பது பாவச் செயல்'' என்று ஒரு காலகட்டத்தில் தெள்ளத்தெளிவாக கூறிய செம்மங்குடியிடமிருந்து கர்நாடக இசையின் நுட்பங்களைக் கற்றுத்தேர்ந்த டி எம் கிருஷ்ணா இன்று கர்நாடக இசையை அனைவரிடமும் கொண்டு சேர்க்கவேண்டும் என்ற கருத்திற்காக மக்சேசே விருதைப் பெற்றிருக்கிறார்! இதை ஓர் ஆச்சரியமாகத்தான் நான் கருதுகிறேன். ஆனால் ஒரு செவ்வியல் இசை வடிவத்தை அனைவரிடமும் கொண்டு சேர்ப்பதன் தேவை என்ன என்பதில் எனக்கு பல சந்தேகங்கள் இருக்கின்றன.

செவ்வியல் இசையை ஒருபோதும் வெகுஜெனஇசையாக மாற்ற முடியாது. அது தேவையுமில்லை. ஏனெனில் வெகுஜென இசை எனும் பரவலான இசை பல்வேறு மாறுபட்ட வடிவங்களில் பல்லாயிரம் ஆண்டுகளாக இருந்து வந்திருக்கிறது. பழங்குடி இசையில் தொடங்கி, நாட்டுப்புற இசையாகி, ஒவ்வொரு பிராந்தியத்திற்குமான இசையாகி, வேறு வேறு காலகட்டங்களில் வேறு வேறு நாடுகளில் பலமுறைகளில் உருவாகி, பிறகு அவை ஒவ்வொன்றும் ஒன்று கலந்து, எடுத்தும் கொடுத்தும் உருவானது வெகுஜென இசை. அதற்கும் பல்லாயிரம் ஆண்டுகளுக்கு பிறகு இதே வெகுஜன இசையிலிருந்தே உருவானது செவ்வியல் இசை. கர்நாடக இசை ஓம் காரத்திலிருந்து பிறந்தது என்றோ அல்லது அது சிவபெருமானின் உடுக்கையிலிருந்து பிறந்தது என்றோ நம்ப விரும்பினால் நீங்கள் அதையே நம்பலாம்.

வெகுஜன இசையின் பரந்துபட்ட பாணிகளில் சிலவற்றை ஒரே திசையில் பயணிக்க வைத்து அதை மேலும் மேலும் அளவைகளுக்கும் கோட்பாடுகளுக்கும் சம்பிரதாயங்களுக்கும் உள்ளாக்கி கடவுள் வழிபாட்டிற்காகவும் பக்தியைப் பரப்புவதற்காகவும் கொஞ்சம்

கொஞ்சமாக உருவாக்கப்பட்டது கர்நாடக இசை. பயிற்சி பெற்ற தனிமனிதர்களின் ரசனைக்காகவே அது உருவானது. ஈடுபாட்டுடன் பயிற்சியெடுத்து அதைத் தேடி வருபவர்களால் ரசிக்கக் கூடிய இசை இது. ஆனால் வெகுஜன இசையோ செவ்வியல் இசை உருவானபின் அதிலிருந்தும்கூட பலவற்றை உள்வாங்கி மேலும் மேலும் வளர்ந்து பரந்துகொண்டேயிருந்தது. அது இப்போதும் தொடர்கிறது. யாருமே வெகுஜென இசையைத் தேடிப் போக வேண்டியதில்லை. நாதச் செவிடர்களல்லாத (Tone Deaf) அனைவரிடமும் அது தானாகவே வந்து சேர்கிறது.

1930-50 காலகட்டத்தில் நமது திரைப்பாடல்களின் வாயிலாக கர்நாடக இசையின் எளிமைபடுத்தப்பட்ட வடிவங்கள் கூடுதலான மக்களை சென்றடைந்தது. அவ்விசையில் நாட்டம் இருந்தவர்களைதாம் அது பெருவாரியாக ஈரத்தது என்றாலும் கர்நாடக இசையை வெகுமக்களுக்குக் கொண்டுசெல்வதற்காக நடந்த மிகப்பெரிய புரட்சி இது ஒன்று மட்டுமே. ஆனால் அப்புரட்சியின் விளைவுமே அரைநூற்றாண்டுகாலம் கூட நீடித்திருக்கவில்லை. இன்று திரைப்பாடல்களிலிருந்து கர்நாடக இசை முற்றிலுமாக வெளியேற்றப்பட்டிருக்கிறது. பொதுவெளியில் கர்நாடக இசையின் இருத்தலை மீட்டெடுக்கும் விதமாக டி எம் கிருஷ்ணாவின் மீனவக் குப்பத்து இசை நிகழ்ச்சிகள் அமைந்தால் அது நல்ல விஷயம். ஆனால் அது சாத்தியப்படுமா?

டி எம் கிருஷ்ணா மக்சேசே விருதினை கையில் வாங்கிவிட்டார். அதுபற்றியான சர்ச்சைகளும் விவாதங்களும் அடங்கி விட்டன. இசைவழியாக ஜாதி மத வேறுபாடுகளில் இங்கே எந்த மாற்றமும் நிகழப்போவதில்லை. ஏன் என்றால் 'நான் உயர்ந்தவன், நீ தாழ்ந்தவன்' என்பது அடக்கியாளுதலை விரும்பும் மனிதனின் அதிகார வேட்கை.

அது ஓர் ஆழ்மனநிலை. சிலபல காரணங்களினால் நாம் வெளியே காட்டாமல் மறைத்துவைத்திருப்பது. அவ்வப்போது வெளியே எடுப்பது. நமக்குள்ளே மேலோங்கிக்கொண்டேயிருப்பது. இந்த அவல மனநிலை மாறாமல் இங்கே ஏற்றத்தாழ்வுகள் எதுவுமே மறையப்போவதில்லை. இசையின் மென்மைக்கு இதில் எங்கே இடமிருக்கிறது?

உயிர்மை - 09/2016

உழைக்கும் வர்க்க நாயகன்

எழுதி இசையமைத்து பாடியவர் - ஜான் லென்னன் (John Lennon)

மொழி - ஆங்கிலம்

நாடு - அமேரிக்க

ஆண்டு - 1970

பீட்டில்ஸ் இசைக்குழுவை உருவாக்கி வளர்த்தெடுத்து உலக வெகுஜென இசையின் போக்கை என்றைக்குமாக மாற்றியமைத்த ஜான் லென்னனின் Working Class Hero பாடலின் சாரம் தான் இது. சாரம் என்று சொல்வதன் காரணம் இப்பாடலில் வரும் You are so fucking crazy, You are still fucking peasants போன்ற பெரும் விவாதத்திற்கு உள்ளான வரிகளையோ பாடலில் அவர் பயன்படுத்தியிருக்கும் அமேரிக்க மொழி உத்திகளையோ மொழி பெயர்க்க நான் முயலவில்லை என்பதனால் தான்.

உழைக்கும் வர்க்க நாயகன்

பிறந்து விழுந்தவுடன் உன்னை சிறுமைப்படுத்துவார்கள்
எதற்குமே நேரம் தர மாட்டார்கள்
வலியைத் தவிர உன்னால் எதுவுமே உணரமுடியாது
நீ உழைக்கும் வர்க்க நாயகன் ஆவது சிறந்தது
நீ உழைக்கும் வர்க்க நாயகன் ஆவது சிறந்தது

வீட்டில் உன்னை புண்படுத்துவார்கள்
பள்ளியில் உன்னை அடிப்பார்கள்
நீ புத்திசாலியென்றால் உன்னை வெறுப்பார்கள்
நீ முட்டாள் என்றால் உன்னை இழிவு படுத்துவார்கள்
நீயோ ஒரு மகா கிறுக்கன்
அவர்கள் சொல்லிக் கொடுப்பதை உன்னால் செய்யவே முடியாது
நீ உழைக்கும் வர்க்க நாயகன் ஆவது சிறந்தது
நீ உழைக்கும் வர்க்க நாயகன் ஆவது சிறந்தது

இருபதாண்டுகாலம் உன்னை வதைத்து பயமுறுத்தியவர்கள்
நீ வேலை செய்து சம்பாதிக்க வேண்டும் என்று கட்டளையிடுவார்கள்
பயத்தில் உறைந்து போன உன்னால் இயங்கவே முடியாது
நீ உழைக்கும் வர்க்க நாயகன் ஆவது சிறந்தது
நீ உழைக்கும் வர்க்க நாயகன் ஆவது சிறந்தது

ஷாஜி

மதத்தில், காமத்தில், தொலைக்காட்சியால் நீ மயங்கிக் கிடப்பாய்
நான் புத்திசாலி, சுதந்திரமானவன், வர்க்கங்கள் அற்றவன் என்று
உன்னை நீயே எண்ணிக் கொள்வாய்
ஆனால் நீ ஒன்றுக்கும் உதவாத ஒரு உழவன் என்பதை நானறிவேன்
நீ உழைக்கும் வர்க்க நாயகன் ஆவது சிறந்தது
நீ உழைக்கும் வர்க்க நாயகன் ஆவது சிறந்தது

மேல் தட்டில் நிறைய இடமுண்டு நண்பா
ஆனால் புன்னகைத்து கழுத்தறுக்கும் வித்தை
உனக்குக் கைகூடவேண்டும்
மலைகளில் மாண்டுபோகும் மனிதர்களில்
ஒருவனாவது உனக்கு நன்று
நீ உழைக்கும் வர்க்க நாயகன் ஆவது சிறந்தது
உழைக்கும் வர்க்க நாயகன் ஆவதற்கு என்னை பின்பற்றி வா
நீ என்னை பின்பற்றி வா

உயிர்மை - 2014

நின்றுவிட்ட காலைத் தென்றல்

தரிசு நிலங்களுக்குமேல் பரவிக்கிடந்த நீலவானத்தைப் பார்த்து அமர்ந்திருந்தனர் பதினைந்து வயதான நஸீமும் அவளது எழுபத்தெட்டு வயதான தாத்தாவும்.

"என் பெயரின் பொருள் என்ன தாத்தா?"

"நஸீம் என்றால் குளிர்ந்த அதிகாலைக் காற்று. நீ அந்த காற்றைப் போல் தூய்மையானவள்"

"வானத்தின் நிறம் நீலமானது எப்படித் தாத்தா?"

"எனக்கு அதன் சாம்பல் நிறம் பிடிக்கவில்லை. அதனால் நீல வண்ணம் அடித்துவிட்டேன்".

நஸீமுக்கு அடக்கமுடியாத சிரிப்பு. "தாத்தா எப்போதுமே இப்படித்தான். முன்பின் முரணாகவே பேசுவார். "வானத்தின் நிறம் நீலமானதன் அறிவியல் காரணம்தான் கேட்டேன் தாத்தா". "வானத்தின் நிறம் நீலமோ மஞ்சளோ ஆகட்டும், நீ இப்போது அழகாகச் சிரித்தாயே! அதுபோதும். வண்ணங்கள் எதுவாகயிருந்தாலும் மனிதர்கள் சிரித்த முகத்துடன் வாழவேண்டும்".

தனது அன்புத் தாத்தாவின் வார்த்தைகளை நஸீம் கண்ணீருடன் நினைவு கூர்கிறாள். அவளது தாத்தா பலகாலமாக உடல்நலம்

பாதிக்கப்பட்டு படுத்த படுக்கையாகக் கிடந்தார். வெளியே வரவோ ஏன் அடுத்த அறைக்குச் செல்லவோ கூட அவர் விரும்பவில்லை. ஓர் ஆசிரியராகவும் கவிஞராகவும் சுதந்திரப் போராட்டக்காரராகவும் தனது இளமைக்காலத்தை நிறைவுடன் வாழ்ந்தவர் அவர்.

மனைவிமேல் வைத்திருந்த ஆழ்ந்த அன்பின் காரணமாக மனைவிக்கு அடங்கி நடக்கும் குணம் தனக்கு இருந்தது என்றும் அது தனக்குப் பிடித்திருந்தது என்றும் பெருமிதமாகவே சொல்பவர். ஆழ்ந்த சிந்தனைகளையும் கவித்துவத்தையும் வெளிப்படுத்தி சுவாரசியமான தனது இளவயது அனுபவங்களைத் தனது பேத்தியிடம் தொடர்ந்து பகிர்வதுதான் முதுமைப் படுக்கையில் அவருக்கிருந்த ஒரே பொழுதுபோக்கு.

இஸ்லாம் மதத்தில் பிறந்து அந்த மதத்தை நன்கு அறிந்துவைத்தவராக இருந்தபோதிலும் அதீதமான மதச் சார்பை அவர் வெறுத்தார். அவரது அநேகமான இளவயது நண்பர்கள் இந்துக்கள். இந்தியா - பாகிஸ்தான் பிரிவினையின்போது மதவாதம் உருவாக்கிய கொடுமைகளைக் கண்ணால் கண்டு மனமுடைந்து போனவர் அவர். அதன் ஆறாத ரணங்களை இதயத்தில் தாங்கி வாழ்ந்தவர். இனி ஒருபோதும் அப்படியொன்று இந்திய மண்ணில் நிகழாது என்ற நம்பிக்கையுடன் வாழ்ந்தவர்.

ஆனால் 1992ல் சூழல் மாறிவிட்டது. பாபர் மசூதியா? ராமன் பிறந்த இடமா? என்ற 'மிகத் தேவையான' சமூக ஆராய்ச்சியின் விளைவாக பாபர் மசூதியை இடிப்பதற்கான முழக்கங்கள் இந்தியாவின் மத நல்லிணக்கம் எனும் மூச்சுக்காற்றில் மீண்டும் நச்சைப் பரப்பியது. நாம் கடந்து வந்த வழிகளைப் பற்றிய புரிதல்களினாலும், சிந்தனைகளிலிருந்து உருவாகும் ஞானத்தினாலும் இதையும் கடந்து செல்லமுடியும் என்று நம்புகிறார் தாத்தா.

துவேஷத்தின் விஷப்புகைச் செய்திகளைத் தாங்கியவண்ணம் செய்தித்தாள்கள் வந்துகொண்டிருந்தன. தொலைக்காட்சிகள் இரவுபகலாக துவேஷத்தையே அறைகூவிக்கொண்டிருந்தன. தாத்தா அந்தச் செய்திகளை வெறுத்தார். புறக்கணித்தார். ஆனால் அவரது மகனும் மருமகளும் பேரனும் பேத்தியும் அடங்கிய அக்குடும்பம் அந்தச் செய்திகளை மிகுந்த பீதியுடன் பார்த்தது. எந்த நேரமும் இந்துக்களிடமிருந்து தங்களுக்கு ஆபத்து நிகழலாம் என்ற பயத்தில் அவர்களது வாழ்க்கை உறைந்தது. பள்ளிக்கு போகும் நஸீம் திரும்பி வரும் வரை அங்கு நிம்மதியின்மை நிலவியது.

நஸீமின் அண்ணன் முஷ்தாக் ஒரு நண்பனை வீட்டுக்கு அழைத்து வந்தார். இந்தியாவில் வளரும் இஸ்லாமிய தீவிரவாதத்தின் குறியீடானவர் அவர்! தாத்தாவின் ஞான வார்த்தைகளை அவர் விமர்சிக்கிறார். ''இந்தியத் தெருக்களில் இஸ்லாமியர்கள் நாய்களைப்போல் கொலை செய்யப்படுவது உங்களுக்குத் தெரியாதா?'' என்று தாத்தாவிடம் அவர் கோபமாகக் கேட்கிறார். ''மதக்கலவரங்களில் கொல்லப்படுபவர்கள் இஸ்லாமியர்களோ இந்துக்களோ

அல்ல! இந்த நாட்டின் ஏழை மக்கள். அதைப் புரிந்துகொள்'' என்று தாத்தா அவரிடம் நிதானமாகச் சொல்கிறார்.

1992ன் இறுதியில் மறுபடியும் ஏறத்தாழ இந்தியா - பாகிஸ்தான் பிரிவினைக்கு நிகரான ஒரு சூழல் இந்தியாவில் உருவாகிறது. ஆனால் அனைவருமே உறைந்த மனத்துடன் மௌனமாக இருக்கிறார்கள்! தாத்தா மிகுந்த வருத்தத்தில் விழுகிறார். இருந்தும் அவர் நஸீமுக்கு தனது வாழ்க்கை அனுபவங்களை பகிர்ந்துகொண்டேயிருக்கிறார். பாபர் மசூதி இடிக்கப்படுவதற்குச் சிலமணிநேரம் முன்பே தாத்தா

இவ்வுலகை விட்டுக் கடந்துபோகிறார். கலவரம் ஓயாத தெருக்களிலொன்றில் நான்கைந்துபேர் மட்டுமே சேர்ந்து தாத்தாவின் சடலத்தை மயானத்திற்கு எடுத்துச் செல்கிறார்கள்.

சயீத் மிர்சா எழுதி இயக்கிய உருது மொழித் திரைப்படம் நஸீம். நஸீம் எனும் பதின்பருவப் பள்ளி மாணவியின் பார்வையினூடாக அக்காலத்து இந்தியச் சமூகத்தின் அமைதியைக் குலைத்துவிட்ட விஷயங்களைப் படம் பிடித்துக் காட்டுகிறார் அவர். மீள்நினைவுகளாகக் காட்டப்படும் தாத்தாவின் அனுபவங்கள் வழியாக 1947க்கு முன்பிருந்த இந்திய முஸ்லிம் வாழ்க்கையின் துணுக்குகள், அக்காலத்தைய மத நல்லிணக்கத்தின் சித்திரங்கள், சுதந்திரப்போராட்ட வரலாற்றில் எழுதப்படாத சில அனுபவங்கள் போன்றவற்றை நாம் காண்கிறோம்.

நஸீமின் நிகழ்கால அனுபவங்கள் வழியாக 1990களின் ஆரம்ப காலத்துப் பள்ளி வாழ்க்கை, கல்வியின் நிலைமை, அக்காலத்து பதின்பருவப் பெண்களின் எண்ணங்கள், மலிவான வணிக சினிமாவின்மேல் அவர்களுக்கு இருந்த மோகம் போன்றவை காட்டப்படுகிறது. முஸ்லிம்களுக்கு இடையே இருக்கும் ஒன்றுக்கும் அதிகமான திருமணங்கள் அக்குடும்பங்களின் குழந்தைகளை எப்படியெல்லாம் பாதிக்கிறது என்பதை நஸீமின் பள்ளித் தோழியான சோயாவின் வாழ்க்கையினூடாகச் சொல்கிறார் சயீத் மிர்சா. அத்தியாவசியப் பொருட்களின் ஏறிக்கொண்டேயிருக்கும் விலைவாசி வரைக்குமான அக்காலத்தைய எண்ணற்ற சமூகப் பிரச்சினைகளை இந்தப் படம் பேசுகிறது.

மதக் கலவரத்தைப் பற்றியான பீதி கனக்கும் நாட்களிலொன்றில் ''அப்பா, பிரிவினையின்போது நீங்கள் ஏன் பாகிஸ்தான் போகவில்லை? குறைந்த பட்சம் மதக்கலவரத்தில் சிக்காமல்

தப்பித்திருக்கலாமே'' என்று தாத்தாவிடம் நஸீமின் அப்பா கேட்கிறார். அதற்குத் தாத்தா ''உனது இளவயதில் நமது வீட்டின் முன்றிலில் வளர்ந்து நின்ற அரிதான மரம் உனக்கு நினைவிருக்கிறதா? நம் அனைவருக்கும் அந்த மரம் மிகவும் பிடித்திருந்தது. உன் அம்மா அந்த மரத்தின்மேல் உயிரையே வைத்திருந்தாள்'' என்று மட்டும் பதில் சொல்கிறார். நினைவுகள் மட்டுமேதான் மனித வாழ்க்கை. ஒருவன் எதையெல்லாம் நினைவில் வைத்திருக்கிறான் என்பதை வைத்து அவனது வாழ்க்கை எப்படிப்பட்டது என்று நாம் கண்டடையலாம்.

இந்தியாவின் மிக முக்கியமான உருதுக் கவிஞர்களில் ஒருவரும் நடிகை ஷபானா ஆஸ்மியின் தந்தையுமான கைஃபி ஆஸ்மிதான் இப்படத்தில் தாத்தாவாக வருகிறார். தனது 76ஆவது வயதில் ஒரு திரைப்பட நடிகராக அவர் இதில் அறிமுகமானார்! அவர் நடித்த ஒரே படம் நஸீம். அந்த நடிப்பு குறைகளற்றது அல்ல என்றாலும் ஒரு கவிஞனின் ஆளுமையும் உருவமும் அப்பாத்திரத்திற்குச் சிறந்த தனித்தன்மையை அளிக்கிறது.

களங்கமின்மையும் அறிவதற்கான ஆர்வமும் மட்டுமேயிருக்கும் ஒரு பதின்பருவப் பெண்ணின் தரப்புகளற்ற பார்வை இந்தப் படம். நஸீமாக நடித்தது அப்போது 14 வயது மட்டுமேயான மயூரி காங்கோ. அற்புதமாக அப்பாத்திரத்தைக் கையாண்டார். அவரது முகத்தில் தென்படும் உண்மையும் நன்மையும் களங்கமின்மையும் நஸீமை மறக்கமுடியாதவளாக்குகிறது. நஸீமுக்குப் பிறகு ஓரிரு வணிகப்படங்களில் நடித்த பின்னர் திரைத்துறையை விட்டு விலகினார் மயூரி.

அரவிந்த் தேசாயின் விசித்திரக் கதை (Arvind Desai Ki Ajeeb Dastan), ஆல்பெர்ட் பின்டோவுக்கு ஏன் கோபம் வருகிறது? (Albert Pinto Ko Gussa Kyun Aata Hai?), முடந்தன் சலீமுக்காக அழவேண்டாம் (Salim

Langde Pe Mat Ro), இதோ! மோகன் ஜோஷி வந்து விட்டார் (Mohan Joshi Hazir Ho!) போன்ற வலுவான திரைப்படங்கள் வழியாக இந்திய நடுநிலை சினிமாவின் மிக முக்கியமான இயக்குநர்களில் ஒருவராகத் தன்னை நிலைநாட்டியவர் சயீத் மிர்சா. தனது முந்தைய படங்களில் இருந்த அறச்சீற்றத்தையும் கோபத்தையும் நஸீமில் அவர் முற்றிலுமாக கைவிட்டார்! இந்து முஸ்லிம் மதக்கலவரம் சார்ந்த ஒரு கதையாகயிருந்தும் மிகுந்த நிதானத்துடன்தான் இப்படத்தை அவர் எடுத்திருக்கிறார்.

நஸீமில் யாருமே சத்தமிட்டுக் கத்துவதில்லை. பெரிய பெரிய நிகழ்வுகள் எவையும் நேரடியாகக் காட்டப்படுவதில்லை. அதிரடித் திருப்பங்களோ பாடல் காட்சிகளோ இல்லை. சூழலில் கனத்து நிற்கும் இறுக்கத்தைப் பெரும்பாலான காட்சிகளில் பெய்துகொண்டிருக்கும் மழையும் மழைக்கு பின் நனைந்து காணப்படும் வீடுகளும் தெருக்களும் அடையாளப்படுத்துகின்றன. அமைதியின்மை ஒரு பெரும் மௌனமாக எங்கும் பரவிக்கிடக்கிறது. வீரேந்திர சைனி படமாக்கிய எளிமையானதும் நேர்த்தியானதுமான காட்சிகளும் சந்தூர் எனும் இசைக்கருவியை மையமாக வைத்து வனராஜ் பாட்டியா அமைத்த அற்புதமான பின்னணி இசையும் நஸீம் படத்தை வலிமைப்படுத்துகிறது.

தேசிய திரைப்பட மேம்பாட்டு அமைப்பின் (NFDC) 28 லட்சம் ரூபாயை வைத்து எடுக்கப்பட்ட நஸீம் 1995ல் வெளிவருவதற்கு தயாரானபோது இந்தியாவின் நடுநிலை சினிமா மிக மோசமானதொரு காலகட்டத்தை எட்டியிருந்தது! சிறந்த இயக்கத்திற்கும் சிறந்த திரைக்கதைக்குமான இரண்டு தேசிய விருதுகள் கிடைத்த பின்னரும் நஸீமை வெளியிட யாருமே முன்வரவில்லை. பின்னர் NFDC

இப்படத்தை மேம்போக்காக அங்குமிங்கும் ஓரிரு திரையரங்குகளில் வெளியிட்டது.

"காலப்போக்கை மாற்றியமைத்த அந்த நாளிலேயே விதிவசமாக இறந்துபோகிறார் நஸீமின் தாத்தா. அங்கு இறப்பது நம் அனைவரின் வாழ்க்கையிலும் எப்போதும் நிலவ வேண்டிய கவிதை, பண்பு, வெறுப்பின்மை, பன்மைத்துவம், கருணை போன்ற குணங்கள். ஒரே அடியில் அவை எல்லாமே சரிந்து விழுந்தன. இனி ஒருபோதும் அவை திரும்பி வரப்போவதில்லை" என்று சொன்னார் சயீத் மிர்சா. தனது தனிமனித வாழ்க்கையில் எந்த மதச்சார்பும் பின்பற்றாத ஒரு தாராளவாதி சயீத் மிர்சா என்பதை நாம் மறக்கக் கூடாது.

நஸீமுக்குப் பின்னர் சயீத் மிர்சா எந்தத் திரைப்படத்தையும் இயக்கவில்லை. ஒரு திரைப்படக் கலைஞனாக இந்திய சமுதாயத்திடம் சொல்வதற்கு நஸீமைத் தாண்டி தன்னிடம் எதுவுமில்லை என்று சொல்லியவண்ணம் திரைப்படத் துறையைவிட்டு அவர் விலகிப்போனார். கலைகளிலும் திரைப்படங்களிலும் சாதிமத உணர்வுகளை விடாமல் கடைப்பிடித்துக் கொண்டேயிருக்கும் நமது இனவாத மனநிலையின் நெற்றிப்பொட்டில் அறைந்தபடியே.

அந்திமழை - 01/2016

எனது மகளின் கண்களில்

மொழி : ஆங்கிலம்

எழுதி இசையமைத்தவர் : ஜேம்ஸ் ஸ்லேட்டெர் (James Slater)

பாடியவர் : மார்டீனா மக்ப்ரைட் (Martina McBride)

பாடல் வகைமை : கண்ட்ரி (Country)

ஆண்டு : 2003

நாடு : அமேரிக்க

எனது மகளின் கண்களில் (In My Daughter's Eyes)

எனது மகளின் கண்களில்
நான் ஒரு கதாநாயகன்
பலம் மிகுந்தவன்
பயமே அறியாதவன்
உண்மை எனக்குத் தெரியும்
என்னைக் காப்பாற்ற வந்தவள் எனது மகள்

நான் ஆகவேண்டும் என விரும்புவதை
எனக்கு காட்டுபவை
எனது மகளின் கண்கள்

எனது மகளின் கண்களில்
இருள் ஒளியாகிறது
உலகம் அமைதியில் சிரிக்கிறது
தளர்ந்து விழும்போது எனது பலம்
நம்பிக்கையோடு இருப்பதற்கு
எனக்கிருக்கும் ஒரே காரணம்
எனது மகளின் கண்கள்

அவளது மென்மையான உள்ளங்கை
எனது விரல்களை பொதியும்போது
என் இதயத்தில் ஒரு புன்னகை பூக்கின்றது
எல்லாமே கொஞ்சம் தெளிந்து விடுகிறது
வாழ்க்கை இதுதான் என்று புரிந்துவிடுகிறது
முடியவில்லை என்று நான் சோர்ந்து போகும்போது
என்னைத் தாங்கி நிறுத்துபவை
எனது மகளின் கண்கள்

எல்லாம் முடிந்தது என்று நான் நினைக்கும்போது
புதிதாய் ஒன்றை தொடங்கி வைப்பவை

வெளிச்சம் என்னவென்று எனக்கு தொடர்ந்து சொல்பவை
நான் யார் என்பதின் பிரதிபலிப்பு
நான் யாராகப் போகிறேன் என்பதின் சிறு சித்திரங்கள்
எதிர்காலம் என்று ஒன்று இருப்பதை
எனது கண்களுக்கு காணவைப்பவை
எனது மகளின் கண்கள்

அவள் வளர்வாள்
என்னை விட்டுச் செல்வாள்
எப்படி என்னை அவள் உயிர் வாழவைத்தாள்
எப்படியெல்லாம் என்னை சந்தோஷப்படுத்தினாள்
அனைத்தும் உங்களுக்குப் புரியவரும்
நான் இல்லாமல்போன பின்
அப்போதும் நானிருப்பேன்
எனது மகளின் கண்களில்.

உயிர்மை - 2014

வண்டி எண் 27 கீழ் நோக்கிப் பாய்கிறது

'' என்ன சத்தமிது? மீண்டும் ஒரு பாலம் கடந்து போகிறதா? பாலங்களுக்குமேல் நடுங்கும் தண்டவாளங்களில் பாய்ந்தோடும் இரும்புக் கூண்டில் நான். காலங்காலமாக நான் பாலங்களைக் கடந்து கொண்டேயிருக்கிறேன். ஓரிடத்தில் ஏறி இன்னோரிடத்திற்குச் செல்கிறார்கள் பயணிகள். ஒரு பகலோ இரவோ முடியும்போது தங்களது இலக்கைச் சென்றடைகிறார்கள். நான் எங்கிருந்து ஏறினேன்? எங்கேயும் செல்லாமல் எண்ணங்களிலிருந்து எண்ணங்களுக்குப் பயணிக்கிறேன். எதில் சிக்கியிருக்கிறேன்? எங்கே போகிறேன்? எதற்குப் போகிறேன்? யாரிடம் போர் பொருதுகிறேன்?''

பின்னிரவில் 27 டௌண் மும்பாய் வாரணாஸி விரைவு ரயிலின் பெட்டிகளொன்றில் பாதி மயக்கத்திலிருந்து விழித்தெழும் சஞ்சய் என்பவர் இப்படி யோசிக்கத் துவங்குகிறார். அவர் ஒரு ரயில் சீட்டுப் பரிசோதனை அதிகாரி. அந்த வேலையை அவர் வெறுக்கிறார். ஆனால் ஓய்வே எடுக்காமல் ஒரு ரயிலிலிருந்து இன்னொரு ரயிலில் ஏறி இலக்கில்லாமல் பயணித்துக் கோண்டேயிருக்கிறார். சாதகமாகவோ பாதகமாகவோ யாரிடமும் பேச முடியாதவரான, எந்தச் சூழ்நிலையிலும் தன்னை வெளிப்படுத்த முடியாதவரான அந்த

மனிதனின் மன ஓட்டங்களையும் வாழ்க்கையையும் நுட்பமாகச் சித்தரிக்கும் ஹிந்தித் திரைப்படம் 27 டௌண். நான் பார்த்த அசாத்தியமான இந்தியப் படங்களில் ஒன்று. 40 ஆண்டுகளுக்கு முன்பு வெளியான ஒரு கருப்பு வெள்ளைத் திரைப்படம் அது.

மனிதனின் மன ஓட்டங்களை திரைப்படக் காட்சிகளாகக் மாற்றுவதென்பது மிகவும் கடினமானது. உலக சினிமாவிலேயே இங்மர் பெர்க்மன் போன்ற ஒரு சில இயக்குநர்களால் மட்டுமே அது சாத்தியமாகியிருக்கிறது. உலகின் நவீன எழுத்தாளர்களில் ஃபிரான்ஸ் காஃப்கா தனது பாத்திரங்களின் வெளிப்படுத்த முடியாத மன ஓட்டங்களை ஆற்றலுடன் எழுதிச் சென்றவர். மையப் பாத்திரங்கள் தங்களது அப்பாக்களின் ஆதிக்கத்தால் வாழ்நாள் முழுவதும் அவதிப்படுவதை சித்தரிக்கும் காஃப்காவின் கதைகளின் இலக்கியத் தரத்தில், காட்டு ஸ்ட்ராபெரிப் பழங்கள் (Wild Strawberries) போன்ற பெர்க்மனின் திரைப் படங்களின் காட்சித் தரத்தில் எடுக்கப்பட்ட இந்தியத் திரைப்படம் 27 டௌண்.

தனது அம்மாவை 'சேச்சி' (அக்கா) என்று அழைத்து வந்தான் எனது பள்ளித் தோழன் சலிம் குமார்! சிறுவயதில் உறவினர்கள் அழைப்பதைக் கேட்டு அப்படி அழைக்க ஆரம்பித்து பின்னர் அதை மாற்றமுடியாமல் தொடரும் இதுபோன்ற பலரை எனக்குத் தெரியும். நானே எனது அப்பாவை 'அச்சான்' என்று தான் அழைத்து வந்தேன். அந்த வார்த்தையின் பொருளோ, எதனால் அப்படி அழைத்தேன் என்றோ இன்று வரைக்கும் எனக்குத் தெரியாது! 27 டௌண் படத்தின் மையப் பாத்திரம் சஞ்சய் தனது அப்பாவை 'அண்ணா' என்றும் அம்மாவை 'அக்கா' என்றும்தான் அழைக்கிறார். தனக்கு உண்மையான அப்பாவாக அவர் இல்லை என்பதன் குறியீடு அது.

ரயில் ஓட்டுனரான அப்பாவின் கடுமையான கண்டிப்பில் சிறுவயதிலிருந்தே பயந்து பயந்து வளரும் சஞ்சய்யால் அப்பாவின் எந்தச் சொல்லையுமே மறுக்க முடிவதில்லை. அப்பாவுடனான அவரது கருத்து வேறுபாடுகள் அனைத்துமே ''ஆனால் அண்ணா...'' என்ற இரண்டு வார்த்தைகளில் ஒடுங்கிப் போகின்றன. தனது நினைவுகள் தொடங்கும் காலத்திலிருந்தே சஞ்சய்க்குத் தெரிந்தது தண்டவாளங்களும் ரயில் பெட்டிகளும் மட்டும்தான். தண்டவாளங்களின் தனிமையுடன் ஓடி விளையாடுவதுதான் அவரது ஒரே குழந்தைப் பருவ விளையாட்டு. தென்னிந்தியாவில் எங்கோ இருக்கும் தங்களது சொந்தக் கிராமத்துக்கு சென்றுவரும் அரிதான பயணங்களில்கூட அப்பாவின் கண்டிப்பும் அம்மாவின் மௌனமும்தான் அவரை விடாமல் தொடர்கிறது.

ஓர் ஓவியராக மாற வேண்டும் என்று அவர் ஆசைப்படுகிறார். ஆனால் ரயில் ஓட்டுனரான தனது மகன் ஒரு ரயில்வே அதிகாரியாகவே வரவேண்டும் என்பது அப்பாவின் ஆசையல்ல, ஆணை! வேலையில் நடக்கும் ஒரு விபத்தில் அப்பா தனது காலை இழக்கிறார். கருணை அடிப்படையில் கிடைக்கும் ரயில்வே வேலையில் உடனடியாகச் சேரும் கட்டாயத்திற்கு ஆளாகிறார் சஞ்சய்.

மீண்டும் ரயில்ப் பெட்டிகள்! தண்டவாளங்கள்! தனது அறைக்கே செல்லாமல் ரயில்ப் பெட்டிகளிலேயே தூங்கி விழித்து வெறுமையில் வாழத் துவங்குகிறார். இடையே ஒரு காதல் மலர்கிறது. அங்கும் அப்பாவின் சொல்லை மீற முடிவதில்லை. அவர் கைகாட்டும் பெண்ணை மணம் புரிய நேர்கிறது. அப்பெண்ணை ஆத்மார்த்தமாக நேசிக்க முயன்றாலும் தன்னை ஒருவகையிலும் புரிந்துகொள்ள முடியாத அவளிடமிருந்து ஓடி ஒளியும் நிலைமை ஏற்படுகிறது.

பக்தியில் சரணடையலாம் என்று காசிக்குப் புறப்படுகிறார். ஆனால் அங்கு ஒரு விபச்சார விடுதியில் ஒரு விலைமாதிடம்தான் சரணடைகிறார். அப்பெண் அன்பானவள். ஆனால் தான் செய்வது சரியா தவறா என்ற மனப்பிறழ்வு அங்கிருந்தும் அவரைத் துரத்துகிறது. இறுதியில் காதலித்த பெண்ணிடமே திரும்பிச் சென்று நிராதரவாக நிற்கிறார். அவளுக்கோ இப்போது அவர்மேல் எந்த அன்பும் மீதமில்லை. இருந்தும் ஒருநாள் கழித்து, அவர்களது காதல் மலர்ந்த ரயில் நிலையத்தில் மீண்டும் சந்திக்கிறேன் என்கிறாள். சஞ்சய் அவளுக்காக நீண்டநேரம் அங்கு காத்திருக்கிறார். ஆனால் அவள் வரவேயில்லை. சஞ்சய் இறுதியில் இலக்கில்லாத, முடிவற்ற ரயில்ப் பயணங்களில் என்றைக்குமாகத் தொலைந்துபோகிறார்.

அனல் பறக்கும் வசனங்களோ, உணர்ச்சிகள் கொந்தளிக்கும் நிகழ்வுகளோ, அடிக்கடி நிகழும் திருப்பங்களோ, சுவாரசியம் ஏற்றுவதற்கென ஜோடிக்கப்பட்ட காட்சிகளோ இல்லாமல் ஓர் ஆவணப்படத்தின் பாணியில் மெதுவாகவும் மௌனமாகவும் 27 டௌணின் காட்சிகள் விரிகின்றன. படத்தின் முக்கியப் பாத்திரம் ரயில்தான் என்று சொல்லலாம். நெடுந்தொலைவு போகும் ரயில்கள், மும்பாய் உள்ளூர் ரயில்கள், மும்பாயின் வி டி மற்றும் பல ரயில் நிலையங்கள், அவற்றின் உணவுக் கடைகள், தண்டவாளங்கள், நடைமேடைகள் என நிஜமான இடங்களில் இயல்பாக இருக்கும் வெளிச்சத்தில் கருப்பு வெள்ளை ஒளிப்பதிவின் உச்சபட்ச சாத்தியங்களை வெளிப்படுத்துகிறது 27 டௌண்.

உலகத்தரமான கருப்பு வெள்ளை காட்சிகளை இப்படத்தில் உருவாக்கியதுவழி அபூர்வமான மேதைமையை வெளிப்படுத்திய அபூர்வ கிஷோர் பீர் (A K Bir) எனும் ஒளிப்பதிவாளருக்கு அப்போது

வயது வெறும் 22! கருப்பு வெள்ளைப் படங்கள் காலாவதியாகி அப்போது பல ஆண்டுகள் தாண்டிவிட்டிருந்தன. ஹிந்தியில் 1964ல் வந்த தோஸ்தி எனும் படத்திற்கு பிறகு ஒரு கருப்பு வெள்ளைப் படம்கூட சரியாக ஓடவில்லை. கருப்பு வெள்ளைப் படங்கள் அங்கு முற்றிலுமாக நின்று விட்டிருந்தன. இருந்தும் 27 டௌண் கருப்பு வெள்ளையில் எடுத்ததன் ஒரே காரணம் பணம் பற்றாக்குறை மட்டுமே!. தேசிய திரைப்பட மேம்பாடு அமைப்பிலிருந்து (NFDC) கடன் வாங்கிய 2 லட்சம் ரூபாயை மட்டுமே வைத்துக்கொண்டு 33 வயதிலிருந்த அவதார் கிருஷ்ண கௌள் இயக்கிய படம் 27 டௌண்.

அவதார் கிருஷ்ண கௌள் 1939ல் கஷ்மீரின் ஸ்ரீநகர் பகுதியில் ஓரளவுக்கு வசதியான குடும்பத்தில் பிறந்தவர். பதின் பருவத்திலேயே வீட்டையும் ஊரையும் விட்டு திரைப்படிப்பிற்காக அமேரிக்கா சென்று விட்டார். அங்கு சில்லறை வேலைகள் செய்து பணம் சம்பாதித்து திரைப்படக் கலையைப் பயின்றார். உணவகங்களில் துப்புரவாளராகவும் வாடகை வாகன ஓட்டுனராகவும் வேலை செய்திருக்கிறார். 29 ஆவது வயதில் இந்தியா திரும்பிய அவர் ஹிந்தித் திரைப் படத்துறையையே பின்புலமாக வைத்து மர்ச்சன்ட் ஐவரி எடுத்த பாம்பே டாக்கி எனும் ஆங்கிலப் படத்தில் துணை இயக்குநராக பணி புரிந்தார். பின்னர் தனது முதல் படத்தின் கனவுடன் அலையத் துவங்கினார்.

வேலையில்லாக் கலைஞர்களின் சரணாலயமாகயிருந்த தில்லியின் திரிவேணி கலா சங்கமத்திற்கு உள்ளே சிறிய புத்தகக் கடை ஒன்று இருந்தது. ஒருநாள் அங்கு சென்ற அவதார் கௌள், வந்து பலகாலமாகியும் ஒரு பிரதி கூட விற்காத ஹிந்தி புனைகதைப் புத்தகங்களை காட்டச் சொன்னார்! எடுத்துவைக்கப்பட்ட பல

புத்தகங்களிலிருந்து ரமேஷ் பக்ஷி (Ramesh Bakshi) எழுதிய 'பதினெட்டாவது சூரியனின் இளஞ்செடிகள்' எனும் சிறுகதையை எடுத்துப் படித்து முடித்தார்.

உலக எழுத்தாளர்களான காஃப்கா, காம்யு போன்றவர்களின் தெறிப்புக்கள் தென்பட்ட அக்கதையின் எழுத்தாளரைத் தேடிக் கண்டுபிடித்தார். அவருடன் இணைந்து 27 டௌணின் திரைக்கதையை உருவாக்கினார். மையப் பாத்திரமாக நாடக நடிகராகயிருந்த மஹராஜ் கிருஷ்ண ரெய்னா (M K Raina) தேர்வு செய்யப்பட்டார். பூனா திரைப்படக் கல்லூரியிலிருந்து ஒளிப்பதிவு படித்து வெளியே வந்த ஏ கெ பீர் ஒளிப்பதிவாளராக ஒப்பந்தமானார். சம்பளம் 3000 ரூபாய்! கதாநாயகி பிரபல நடிகை ராக்கி (Rakhi). திரைக்கு முன்னும் பின்னுமிருந்த மற்ற அனைவருமே புதுமுகங்கள்.

முழுக்க முழுக்க ரயில் சம்பந்தப்பட்ட ஒரு படத்தை நிஜ ரயில்களிலும் ரயில் நிலையங்களிலும் எடுத்து முடிப்பது இன்றுவரைக்கும் மிகக் கடினமான காரியம். பெரும் பணத்தையும் நேரத்தையும் செலவிட்டு எண்ணற்ற நடைமுறைச் சிக்கல்களை சந்திக்காமல் அது சாத்தியமே ஆகாது. ஆனால் துணிச்சலான அந்த இளைஞர்கள் யாரிடமுமே அனுமதி கோராமல் கையில் பிடித்த கேமராவை வைத்துக்கொண்டு ரயில்களுக்குள்ளே மும்முரமாகப் படப்பிடிப்பில் ஈடுபட்டனர்.

ரயில்வே போலீசாரால் பலமுறை கைது செய்யப்பட்டனர். உள்ளூர் ரௌடிகளின் கையில் சிக்கி சித்திரவதைகளுக்கு ஆளானார்கள். ரயிலில் திருட்டுத்தனமாகக் காட்சிகளைப் பதிவு செய்யும்போது ராணுவத்திடம் சிக்கி வதைக்கப்பட்டனர். ராணுவக்காரர்கள் அவர்களை பாகிஸ்தான் உளவாளிகளெனத் தவறாகப் புரிந்துகொண்டு அடித்துத்

துவைத்தனர். அனைவருக்குமே வயது குறைவாக இருந்ததனால் நிஜ சினிமாப் படப்பிடிப்பு அது என்று யாருமே நம்பவில்லை!

விளக்குகள் இல்லவேயில்லை! தனக்கு ஒப்பனையே இல்லை! சின்னப் பையன்கள் தன்னைவைத்து விளையாடுகிறார்கள் என்று நினைத்த கதாநாயகி ராக்கி பல சிக்கல்களை உண்டுபண்ணினார். எடுத்த காட்சிகளைத் திரையில் போட்டுக் காட்டாமல் மீண்டும் படப்பிடிப்புக்கு வரமுடியாது என்று சண்டையிட்டுக் கிளம்பினார். எடுத்த காட்சிகளைப் போட்டுக் காட்டுவது அப்போது மிகவும் கடினமான ஒன்று. இருந்தும் கஷ்டப்பட்டு அதற்கும் ஏற்பாடு செய்தார் அவதார் கௌள். "விளக்கில்லாமல் படம் எடுத்தால் திரையில் இருட்டுதான் தெரியும்! வாங்க, கொஞ்சம் இருட்டைப் பார்க்கலாம்" என்று ஏளனமாகப் பேசிக்கொண்டு ஒரு கும்பலுடன் படம் பார்க்க வந்த ராக்கி எடுக்கப்பட்ட காட்சிகளைப் பார்த்து வியந்துபோனார். அதன்பின் தனது முழு ஒத்துழைப்பையும் வழங்கினார்.

ஒரே ஒரு காட்சித் துணுக்குக்காக ஐந்தாறு மைல்களுக்குமேல் கனமான கேமராவைத் தூக்கிக்கொண்டு கால்நடையாகவே சென்றிருக்கிறார்கள்! வார்த்தைகளால் விளக்க முடியாத ஒரு அதிசய நிகழ்வுதான் 27 டௌணின் படப்பிடிப்பு என்று ஏ கெ பீர் பிற்பாடு சொன்னார். கேமராவைத் தூக்கிவைக்கும் கருவிகள் எதுவுமில்லை. அதைத் தோளில் வைத்துக்கொண்டு நெருக்கியடிக்கும் கூட்டத்திற்கு நடுவே நடந்துசென்று படம் பிடிக்கவேண்டும்.

இப்படத்தில் யாருமற்ற ஒரு ரயில் நடைமேடையின் பறவைக்கோணக் காட்சி ஒன்று இருக்கிறது. ஒரு மாநகர ரயில் அங்கு வந்து நிற்கிறது. ஒரு சின்னப் பெட்டிபோல் காட்சியளிக்கும் அந்த ரயிலிலிருந்து கூட்டமாக வெளியேறும் மக்கள் வெள்ளத்தில், சில

நிமிடங்களில் அந்த நடைமேடை ஒரு மனிதக் கடலாக மாறுகிறது! உலக சினிமாவிலேயே நிகரற்ற இந்த ஒரே ஒரு காட்சி மட்டுமே போதும் 27 டௌண் படத்தின் மகத்துவத்திற்குச் சான்றாக.

புல்லாங்குழல் வித்தகரான ஹரிபிரசாத் சௌரஸியாவும், ஒடிசி நடனத்தில் காலங்காலமாக கையாண்டுவரும் முக்கியமான பல இசைகளை அமைத்த பண்டிட் புவனேசுவர் மிஷ்ராவும் இணைந்து புவன்-ஹரி என்ற பெயரில் இப்படத்தின் இசையை அமைத்தனர். சில இடங்களில் அதீத நாடகத்தனம் கொண்டது என்று அப்போது சிலரால் குறை சொல்லப்பட்ட இசை அது. இப்போது மீண்டும் பார்க்கையில் 27 டௌணின் இசைத்தடம் அசாத்தியமான ஒன்றாகவே எனக்குப் படுகிறது. நாடகத்தனம்கொண்ட அந்த இசை படத்திற்கு மற்றுமொரு பரிமாணத்தைதான் அளிக்கிறது.

கருப்பு வெள்ளைப்படத்தைப் பார்க்க யாருமே விரும்பாத ஒரு காலகட்டத்தில் வெளியாகியும் ஓரிரு திரையரங்குகளில் மூன்று வாரம் வரைக்கும் ஓடியது 27 டௌண். பல வெளிநாட்டுத் திரைப்பட விழாக்களுக்கு படம் தேர்வுசெய்யப்பட்டது. இருந்தும் படத்தின் தரத்திற்கோ தகுதிக்கோ ஏற்ற வரவேற்பு எதுவும் அப்போது கிடைக்கவில்லை. பின்னர் 1974ஆம் ஆண்டின் சிறந்த ஹிந்தி திரைப்படம், இந்தியாவின் சிறந்த ஒளிப்பதிவாளர் எனும் இரண்டு தேசிய விருதுகள் படத்திற்கு வழங்கப்பட்டன. பல வெளிநாட்டு திரைப்பட விழாக்களில் 27 டௌண் கொண்டாடப்பட்டது.

படம் வெளியாகி ஒரு வாரம் கழித்து மழைகொட்டும் ஒரு மாலையில் மும்பாயின் வால்கேசுவர் கடற்கரையில் மனச்சோர்வுடன் நின்றுகொண்டிருந்தார் அவதார் கிருஷ்ண கௌள். அடித்துச் சிதறும் கடல் அலைகளுக்குள்ளே ஒரு பெண் மூழ்கிப் போவதை திடீரென்று

அவர் கண்டார். உடன் கடலில் குதித்து அப்பெண்ணை ஒரு வழியாகக் கரை சேர்த்தார். ஆனால் அதற்கிடையே அவர்மேல் பாய்ந்த பேரலைகள் அவதார் கௌளை அடித்துக் கொண்டுபோனது.

சில நாட்கள் கழித்து எம் கே ரைனாவுக்கு அவதார் கௌளிடமிருந்து ஒரு கடிதம் வந்தது. "அன்பு ரைனா.. இங்கே யாருமே பெரிதாக கண்டுகொள்ளவில்லை என்றாலும் நமது படம் மதிப்புமிக்க லொகார்னோ திரைப்பட விழாவின் முக்கியச் சுற்றுக்குத் தேர்ந்தெடுக்கப் பட்டிருக்கிறது. ஆனால் அங்கு சென்றுவரக்கூட என்னிடம் பணமில்லை. நமது படம் அங்கு அநாதையாக நிற்கப்போகிறது".

சகமனிதர்களையும் திரைப்படக்கலையையும் உயிர்விட்டு நேசித்த அவதார் கௌள், தான் எடுத்த ஒரே ஒரு திரைப்படத்தை அநாதையாக விட்டு விட்டு மறதிக்குள் மறைந்துபோனார். இன்றும் சிதைந்துபோன இரும்புத் தூண்களில் ரயில் பாலங்கள் பயந்து நிற்கின்றன. எதையுமே நினைவில் வைக்காத கொடூரமான காலம் அவற்றின் மேல் இலக்கில்லாமல் பாய்ந்துகொண்டிருக்கிறது.

அந்திமழை - 2015

ஒரு கறுப்புப் பறவையை பார்ப்பதன் பதிமூன்று விதங்கள்

கவிஞர் : வாலஸ் ஸ்டீவென்ஸ் (Wallace Stevens).
(1879ல் பிறந்து 1955ல் மறைந்த கற்பனை வளம் மிக்க நவீனக் கவிஞர் வாலஸ் ஸ்டீவென்ஸ்)
மொழி : ஆங்கிலம்
நாடு : அமேரிக்க
ஆண்டு : 1917

ஒரு கறுப்புப் பறவையை பார்ப்பதன் பதிமூன்று விதங்கள்
(Thirteen Ways of Looking at a Blackbird)

1
உறைந்த இருபது பனிமலைகளுக்கிடையே
அசையும் ஒரே ஒரு பொருள்
ஒரு கறுப்புப் பறவையின் கண்

2

மூன்று கறுப்புப் பறவைகள்
அமர்ந்திருக்கும் ஒரு மரத்தைப் போல்
எனக்கு மூன்று மனங்கள் இருந்தது

3

இலையுதிர் காலக் காற்றில்
அந்த கறுப்புப் பறவை சுழன்றடித்தது
அது ஒரு ஊமைநாடகத்தின் சிறு பகுதி

4

ஒரு ஆணும் ஒரு பெண்ணும்
ஒன்று தான்
ஒரு ஆணும் ஒரு பெண்ணும் ஒரு கறுப்புப் பறவையும்
ஒன்று தான்

5

எதை முதன்மைப்படுத்த வேண்டும்
என்று எனக்கு தெரியவில்லை
பார்வைக் கோணங்களின் அழகையா?
மறைமுகக் குறியீடுகளின் அழகையா?
கறுப்புப் பறவையின் சீழ்க்கை ஒலியையா?

இல்லை

எல்லாமே முடிந்துவிட்ட அந்த தருணத்தையா?

6

முரட்டுக் கண்ணாடிகளாலான நீண்ட ஜன்னலை
பனித் துகள்கள் நிரப்பியிருந்தது
கறுப்புப் பறவையின் நிழல் அதை குறுக்கிட்டு
முன்னும் பின்னும் கடந்து போனது
நிழலின் பதிவடையாளம் அந்த மனநிலை
அதன் காரணம் ஏதோ ரகசிய பாஷையில் எழுதப்பட்டது

7

மெலிந்துபோன நகரவாசிகளே,
எதற்காக தங்கப் பறவைகளை கனவு காண்கிறீர்கள்?
உங்களது பெண்களின் கால்களைச் சுற்றிவரும்
ஒரு கறுப்புப் பறவையை
உங்கள் கண்களுக்குத் தெரியவில்லையா?

8

உயர்குடி உச்சரிப்புகள் எனக்கு தெரியும்
வழவழப்பான தாளங்களும் எனக்கு தெரியும்
எனக்குத் தெரிந்தவை அனைத்திலும்
அந்த கறுப்புப் பறவை கலந்திருப்பதையும் எனக்குத் தெரியும்

9

கண்காணா தூரத்திற்கு பறந்துபோனபோது அந்த கறுப்புப் பறவை
பல வட்டங்களுக்கிடையே ஒரு வட்டத்தின்
விளிம்பை வரைந்து சென்றது

10

பச்சை வெளிச்சத்திற்கு நடுவே பறக்கும்
கறுப்புப் பறவையை பார்க்கும்போது
செவிக்கினிய ஓசைகள் மட்டுமே எழுப்புவதில் பேர்பெற்ற
வேசித் தரகிகள் கூட கீரிச்சிட்டு கத்துவார்கள்

11

தனது கண்ணாடி வாகனத்தில்
மாநிலத்தின் மேலே பயணித்தார் தலைவர்
ஏதோ ஒரு பீதி அவரை துளைத்தது
அந்த பீதியில் தனது வாகனத்தின் நிழலைக் கூட
கறுப்புப் பறவை என அவர் எண்ணத் துவங்கினார்

12

ஒரு நதி நகர்கிறது
கறுப்புப் பறவை பறந்து கொண்டிருக்கலாம்

13
அந்தி கறுக்கிறது
பிற்பகல் முழுவதும் பனி விழுந்துகொண்டிருந்தது
மேலும் பனி விழப்போகிறது
தேவதாரு மரத்தின் காணாக் கிளையொன்றில்
அமர்ந்திருக்கிறது அந்த கறுப்புப் பறவை

உயிர்மை - 2014

இணையம் தழுவும் எழுத்து

இலைகள்

மரப்பட்டை

விலங்குத் தோல்

பருத்தி இழை

செயற்கை இழை....

தடித்த எழுத்துக்களில் வேறு வேறு வண்ணங்களில் எழுதி மகளிடம் கொடுத்தேன்.

"இது போதுமா அப்பா?" என்று சந்தேகமாகக் கேட்டாள்.

"அது இவ்வளவுதான்டா செல்லம்" என்றேன்.

மாலையில் பள்ளிக்கூடத்திலிருந்து திரும்பி வந்த கீதிப் பாப்பாவின் முகம் வாடிப்போயிருந்தது!

"என்னடா ஆச்சு?"

"நேஹா, தியா, நித்தியா, மாதவ், அசுவின்.. அல்லாரும் நெறய பேஜில கலர் போட்டோ அல்லாம் ஒட்டி வச்சு எடுத்தினு வந்தாங்க. அவங்களுக்கல்லாம் மிஸ் அஞ்சு ஸ்டார் தந்தாங்க.. என்னோட புக்கப் பாருங்க!''. நான் அவளது வீட்டுப்பாடப் புத்தகத்தை புரட்டிப்

பார்த்தேன். நட்சத்திரங்கள் எதுவுமில்லை! மேலும் எல்லாமே தவறு என்பதுபோல் வெட்டியும் போட்டிருக்கிறார் வாத்தியாரம்மா! மனிதன் அணியும் உடைகளின் பரிணாம வளர்ச்சியைப் பற்றி எழுதத்தானே கேட்டிருந்தார்!

அடுத்தநாள் பள்ளிக்கு மகளை அழைத்து வரச் சென்றபோது என்ன நடந்தது என்று தெளிந்து விட்டது. வண்ணப்படங்களை ஒட்டி, விரிவான அட்டவணைகளைப் போல் தயாரித்த பல பக்கங்களில் மனித உடைகளின் வரலாற்றை விரிவாக விளக்கியிருந்தனர் பெரும்பாலான குழந்தைகள்! 135000 ஆண்டுகளுக்கு முன்பு மனிதன் உடைகள் அணிய ஆரம்பித்ததிலிருந்து துவங்கும் தகவல்கள்! இணையத்திலிருந்து பதிவிறக்கம் செய்து மின் அச்சிட்டவை!

''அதெல்லாம் தப்புடா.. நெட்டிலிருந்து அப்படி டவுண்லோட் பண்ணி பிரின்ட் அவுட் எடுத்து ஒட்ட யாராலயும் முடியும். அப்பா எழுதிக் கொடுத்தது தான்டா ரைட்டு''.... 'ஆனால் எனக்கு ஒரு ஸ்டார் கூட கெடைக்கலையே...'' என்று ஏமாற்றத்தில் சோர்ந்த எனது மகளின் வார்த்தைகளுக்கு என்னால் பதில் சொல்ல முடியவில்லை.

யோசித்துப் பார்த்தேன்! நான் அவளிடம் சொன்னது உண்மையா? இணையத்திலிருந்து பதிவிறக்கம் செய்து பாடங்களை நிரப்புவதில் என்ன தவறு? மனிதன் உடைகள் அணிய ஆரம்பித்ததன் வரலாற்றை அனைவருமே தெரிந்து வைத்திருக்க வேண்டுமா? அத்தகவல்கள் கிடைக்குமிடத்திலிருந்து எடுக்கலாமே! எதை வேண்டுமானாலும் எடுக்கும் வாய்ப்பு இருக்கும்போது அதை பயன்படுத்துவது நல்லது தானே? அறிவுஜீவிகளான எழுத்தாளர்களே இணையத்திலிருந்து எண்ணற்ற விஷயங்களை எடுக்கிறார்களே!

இணையம் உலகை முற்றிலுமாக ஆக்கிரமித்திருக்கும் கடந்த பதினைந்தாண்டுகளில் இணையத்திலிருந்து தழுவி எழுதுகிறார்

என்கின்ற குற்றச்சாட்டை சந்திக்காத எழுத்தாளர்கள் குறைவே. இணையம் இருப்பதனால் மட்டுமே பலர் எழுத்தாளர்களாகத் தங்களை முன்வைக்கிறார்கள் என்பதை மறுப்பதற்கில்லை என்றாலும் இணையத்தின் வருகைக்கு வெகுகாலத்திற்கும் முன்னரே எழுத்தாளர்களாக தங்களை நிலைநாட்டியவர்களையும் இந்த குற்றச்சாட்டு விட்டபாடில்லை! தழுவல்தான் இங்கு பிரச்சினை என்றால் இணையம் வருவதற்குப் பல பதிற்றாண்டுகளுக்கு முன்பே தழுவி எழுதுவதை மும்முரமாக கையாண்டவர்களில் ஒருவன் நான்!

பத்தாவது வயதில் எனது முதல் எழுத்து பிரசுரமானது. ஒரு கவிதை! அது தந்த ஆர்வத்தில் எழுத்தாளன் ஆகியே தீருவேன் என்று முடிவெடுத்தேன். ஆனால் என்ன எழுதுவது? அப்பா என்னை அடித்துத் துவைத்தார் என்று எழுதினால் அதில் என்ன புதுமை இருக்கிறது? மகன்களை அடித்துக் கொடுமைப்படுத்தாத அப்பாக்கள் அந்த காலத்தில் எங்கிருந்தார்கள்! எழுத்தாளன் ஆகியே தீரவேண்டுமே! என்ன செய்வது?

ஒருநாள் ஜூனியர் விகடனில் தமிழ்நாட்டின் மேட்டுப்பட்டி எனும் கிராமத்தில் ஆயிரக்கணக்கான எருமைகளை ஒரு கோவில் சடங்கின் பகுதியாக பலி கொடுத்ததைப் பற்றிய கட்டுரையைப் படித்தேன். உடனடியாக அதை மலையாளத்திற்கு மொழிபெயர்த்துக் கேரள சப்தம் எனும் இதழுக்கு அனுப்பி வைத்தேன். எனது உண்மையான வயதோ தமிழோ தெரியாத ஆசிரியர், சம்பவ இடத்திற்கு நான் விரைந்து எல்லாவற்றையும் நேரடியாகப் பார்த்து எழுதியதாக நினைத்து அதைப் பிரசுரித்து 25 ரூபாய்க்கான காசோலையையும் எனக்கு அனுப்பி வைத்தார்! வாழ்க்கையில் முதலில் பார்த்த அந்தக் காசோலையைக் காசாக்க என்னால் முடியவில்லை என்றாலும் எழுதினால் பணம் கிடைக்கும் என்று அப்போது தெரியவந்தது. (அது அவ்வப்போது

மட்டுமே நடக்கும் ஓர் அதிசயம் என்பதைப் பிற்பாடு தெரிந்துகொண்டேன்!)

பதினாறு வயதிருக்கும்போது ஒரு பழைய ரீடர்ஸ் டைஜஸ்ட் பிரதியில் 'முதியவயது உடலுறவுக்கு ஒரு கைப்புத்தகம்' எனும் ஒரு கட்டுரையைப் பார்த்தேன். அந்த வயதின் காமக் கிளுகிளுப்பில் அதை படிக்க ஆரம்பித்த நான் அக்கட்டுரையை மொழிபெயர்த்து குடும்ப டாக்டர் எனும் 'ஆரோக்கிய மருத்துவ' இதழுக்கு அனுப்பி வைத்தேன். ஒரு பெரிய பீரங்கிக் குழலுக்கு இருபுறமும் ஒரு கிழவனும் கிழவியும் நிற்பதுபோன்ற அட்டைப் படத்துடன் அட்டைக் கட்டுரையாக அதைப் பிரசுரித்தனர்!

சில வாரங்கள் கழித்து அவ்விதழின் ஆசிரியர் மனோகரன் எனக்கு ஒரு கடிதம் அனுப்பினார். 'ஷாஜிக்கு, பழைய ரீடர்ஸ் டைஜஸ்டிலிருந்து வார்த்தைக்கு வார்த்தை சுட்டு எழுதிய ஒரு கட்டுரையை அனுப்பும்போது குறைந்த பட்சம் 'நன்றி - ரீடர்ஸ் டைஜஸ்ட்' என்ற ஒரு குறிப்பையாவது வைத்திருக்கலாம். இத்தகைய கட்டுரைகளைப் பிரசுரிப்பது பல வகையான சட்டச் சிக்கல்களை வரவழைக்கக்கூடியது. அது உங்களுக்கும் எங்களுக்கும் நல்லதில்லை'. பயந்து நடுங்கி ஒரு மூலையில் உட்கார்ந்து போனேன்.

இதுபோன்ற எழுத்துக்களின் வழியாக எழுத்தாளனாக வேண்டியதில்லை என்று அன்று முடிவெடுத்தேன். தனது கடிதத்துடன் ஆசிரியர் 50 ரூபாய் காசோலையையும் வைத்திருந்தார்! முழுத்தேங்காய் கிடைத்த நாய் போல் அதைப் பலமாதம் கையில் வைத்திருந்தேன். வறுமை ஒரு மனிதனை எதுவும் செய்ய வைக்கும்! பணமில்லாமல் திண்டாடிய நாளொன்றில் அக்காசோலையை எடுத்து கோட்டயத்தில் உள்ள அவ்விதழின் அலுவலகத்திற்குச் சென்றேன்.

காற்றில் வளைந்து நிமிர்வதுபோன்ற ஒல்லி உடம்புக்கு மேல் அசைந்து தொங்கும் உடைகளுடன் பலவீனமாக நிற்கும் அந்தப் பதினாறு வயதுப் பையன் எழுதிய 'முதியவயது உடலுறவுக்கான கைப்புத்தக'த்தை நினைத்து ஒட்டுமொத்த ஆசிரியர் குழுவும் விழுந்து விழுந்து சிரித்தனர்.

ஜனனி பிரசுரம் என்கின்ற பெயரில் பல இதழ்களை நடத்திக்கொண்டிருந்த அக்குழுமத்தின் தலைவர் தாமஸ் டி அம்பாட் அப்போது மலையாள களிப்புனைவு (Pulp Fiction) இலக்கியத்தின் பேய் மற்றும் துப்பறியும் கதை எழுத்தாளர்களில் ஓர் உச்ச நட்சத்திரம். ஒருகாலத்தில் அவர் எங்கள் ஊர்ப் பகுதிகளில் தங்கி கூலிவேலை செய்திருக்கிறாராம்! அந்த நினைவுகளாலோ என்னமோ, என்னிடம் மிகவும் அன்பாகப் பழகினார். காசோலையைத் திருப்பி வாங்கி 'வரும்காலத்தில் நீ எழுதப்போகும் அசல் எழுத்துக்களுக்கு இது ஒரு முன்தொகை' என்று சொல்லி ஒரு 100 ரூபாய் நோட்டை கையில் வைத்துத் தந்தார். எழுத்துக்காக எனக்கு கிடைத்த முதல் ஊதியம்!

எழுத்தில் அவர் ஒருபோதும் எனது ஆதர்சமாக இருந்தவரல்ல என்றாலும் பின்னர் பலமுறை நான் அவரைச் சந்தித்தேன். புகழும் செல்வமும் வாய்த்திருந்த ஒரு நட்சத்திர எழுத்தாளர் அவர். என்னை வைத்து அவருக்கு எந்த லாபமும் இருந்ததில்லை. ஆனால் நான் நேரில் சந்தித்த அந்த முதன்முதல் எழுத்தாளர் என்னிடம் மிகுந்த கருணையையும் அன்பையும் வெளிப்படுத்தினார். கார்கள் இருந்தபோதிலும் இருசக்கர வாகனங்களை நேசித்தவர். தனது புல்லட்டில் நெடுந்தொலைவு பயணம் செய்வதை விரும்பிய அவர் அத்தகைய ஒரு பயணத்திற்கு நடுவே சாலை விபத்தில் சிக்கி பரிதாபமக இறந்துபோனார்.

ஒரு முறை கோழிக்கோட்டின் ஒரு நட்சத்திர விடுதியில் நாவல் எழுதுவதற்காக தங்கியிருந்த அவரைச் சந்தித்த நாள் மறக்க முடியாதது. எனக்கு 'நாரங்ஙா வெள்ளம்' வாங்கித் தந்து அவர் விஸ்கி குடித்துக்கொண்டிருந்தார். அறை முழுவதும் பலவிஷயங்களைப் பற்றிய இதழ்கள், கருப்புப் புத்தகங்கள் (Black Books), ஆங்கிலப் புனைவிலக்கியப் புத்தகங்கள், அறிவுத் தகவல் களஞ்சியங்கள் போன்றவை விரவிக் கிடந்தன. இது போன்ற புத்தகங்களை வாசிப்பதன் வழியாகவும் அவற்றிலிருந்து தகவல் தேடல் செய்வதன் வழியாகவும் நாம் அறிவை வளர்த்துக்கொள்ளலாம் என்றும், நமது எழுத்திற்கான தகவல்களைச் சேகரித்துக்கொள்ளலாம் என்றும் அவர் என்னிடம் சொன்னார்.

எழுத்திற்கான தகவல்களை நாம் எங்கிருந்தாவது எடுத்தே ஆகவேண்டும். ஆண்டுகள், இடங்கள், பெயர்கள் போன்ற தகவல்களை படைப்பூக்கத்தால் உருவாக்கிவிட முடியாது. ஒரு காலத்தில் அதற்காக இதழ்களையும் புத்தகங்களையும் களஞ்சியங்களையும் பயன்படுத்தினோம். புத்தகங்கள் ஒருசிலருக்கு மட்டுமே கையெட்டும் தொலைவில் இருந்தன, இப்போதும் இருக்கின்றன! ஆனால் இணையம் ஒவ்வொருவரின் விரல் நுனிக்குமே இன்று வந்துவிட்டது! ஒரு தகவலுக்காக தடிமனான பல புத்தகங்களைப் பலமணிநேரம் இப்போது புரட்டவேண்டியதில்லை. இணையம் அனைத்தையும் எளிதாக்கியிருக்கிறது.

இணைய தளங்களிலிருந்து எடுக்கும் தகவல்களை உலகம் முழுவதும் எழுத்தாளர்கள் பயன்படுத்துகிறார்கள். ஆனால் அந்த எழுத்துக்களைப் படித்த பின்னர் யோசனை பொங்கும் சில நண்பர்கள் இணையத்தில் அதைப் பற்றி வேறு என்னென்ன இருக்கிறது என்று

தேடிப்பிடித்து 'மார்க் ஷட்டர் பக் என்பவர் 1995லேயே இதைப்பற்றி விரிவாக எழுதியிருக்கிறார். அதுகூட இவருக்குத் தெரியவில்லை' என்றெல்லாம் சொல்வார்கள்! இதற்கு ஒரு மறுபக்கமும் இருக்கிறது. விஷயமே அறியாத பலர் அங்கும் இங்குமிருந்து கிடைக்கும் குறிப்புச் சொற்களை 'கூகிள்' செய்து ஏதோ ஒன்றைப் படித்து, எல்லாம் தெரிந்தவர்களைப்போல் நடமாடும் அபாயம் நிகழ்கிறது.

சமீபத்தில் ஒரு விளம்பர நிறுவன அலுவலகத்தில் வரப்போகும் விளம்பர வரிசை ஒன்றுக்கான விவாதத்தில் பேசிக் கொண்டிருந்தேன். 'அசாதாரணமான கூற்றுகளுக்கு அசாதாரணமான ஆதாரங்களும் தேவைப்படுகின்றன என்று கார்ல் சேகன் (Carl Sagan) சொல்லியிருக்கிறார்...' என்று நான் சொன்னபோது அந்த நிறுவனத்தில் அதிகாரியாயிருக்கும் ஓர் இளைஞர் 'வான் அறிவியலாளர் கார்ல் சேகனைப் பற்றித்தானே சொல்கிறீர்கள்?' என்று கேட்டார்!

அறிவியல் மேதையும் விண்வெளி ஆய்வாளரும் சிந்தனையாளரும் எழுத்தாளருமான கார்ல் சேகனைப்பற்றி இந்த இளைஞர் தெரிந்து வைத்திருக்கிறாரே! பரவாயில்லையே என்று ஒரு கணம் நினைத்துக்கொண்டேன்! ஆனால் நான் பேசுவது எதையும் சரியாகக் கவனிக்காமல் முழுநேரமும் அவர் தனது ஐஃபோனில் நோண்டிக்கொண்டுதானே இருந்தார் என்று யோசித்தபோதுதான், அலைபேசி 'ஓலகத்துல கூகிள் கூகிள்' பண்ணிப்பார்த்து தான் கார்ல் சேகன் யாரென்று அவர் கண்டுபிடித்தார் என்பது எனக்கு வெளிச்சமானது!

''ஷாஜி என்கின்ற வார்த்தையின் பொருள் உருது மொழியில் தைரியமானவர் என்று. ஆனால் மவோரி மொழியில் அது....''ஒரு படத்தில் என்னுடன் நடித்த ஒரு நடிகனின் இணைய விஞ்ஞானம்

இப்படித்தான்போகிறது. நாம் எதைச் சொன்னாலும் அவர் அதை நமக்குத் தெரியாமல் கூகிள் பண்ணி தகவல்களை எடுப்பார்! பின்னர் யாருக்குமே தேவையில்லாத அத்தகவல்களை நமக்கு முன் கக்கி உயிரெடுப்பார்!

தனக்குத் தொடர்போ அக்கறையோ இல்லாத விஷயங்களை இணையத்திலிருந்து எடுத்துத் தன்னுடைய கண்டுபிடிப்பைப் போல் வழங்கிப் புகழைக் கோரும் ஆட்களின் எண்ணிக்கை ஊடகங்களிலும் சமூக வலைத்தளங்களிலும் இன்று மிக அதிகம். வேடிக்கை என்னவென்றால் பலமுறை சரிபார்க்காமல் இணையத்தில், முக்கியமாக இந்தியத் துணைக்கண்டத்தின் பல இணைய தளங்களில் இருக்கும் தகவல்களைப் பயன்படுத்த முடியாது என்பதுதான். அங்கு தகவல்களைவிடத் தகவல் பிழைகளே நிரம்பி வழிகின்றன.

ஒரு விஷயத்தைப்பற்றித் தனக்கு முன்பின் எதுவுமே தெரியாது, தன்னுடைய சிந்தனைகளுக்கு அத்துடன் எந்தச் சம்பந்தமுமில்லை என்றிருக்கும்போதிலும், வாசகர்களுக்கு சுவாரசியத்தை அளிக்கும் வகையில் இணையத்தில் எங்கேயோ பார்த்த சிலவற்றை எடுத்து, 'பலகாலமாக இதைப்பற்றித்தான் நான் தியானித்துக் கொண்டிருக்கிறேன்' என்று எழுதும் எழுத்தாளர்கள் இருக்கத்தான் செய்கிறார்கள். பழம்பெரும் பாடகர் பி பி ஸ்ரீநிவாஸ் இறந்துபோனபோது பிரபல மலையாள இசை விமர்சகர் ஒருவர் சமகாலப் பாடகர் ஸ்ரீநிவாஸைப் பற்றிய இணையத் தகவல்களை எடுத்து ஒரு கட்டுரையை எழுதினார். அக்கட்டுரையின்படி 2008இன் சிறந்த பாடகருக்கான தமிழ்நாடு அரசு விருதைப் பெற்ற பின்னர்தான் பி பி ஸ்ரீநிவாஸ் இறந்தார்!

'ஃபிலோமினா குட்டி என்று ஒரு பாடகியிருக்கிறாள், கேட்டிருக்கிறீர்களா?' என்று ஓர் அன்பர் என்னிடம் கேட்டார்! ஏதோ

புதிய 'மலையாளிக் குட்டி' ஒருவள் பாடகியாக வந்திருக்கிறாள் என்று நினைத்தேன்! ஆஃப்ரோ பீட் எனும் ஆப்ரிக்க இசை வடிவத்தை நிறவெறிக்கு எதிரான போராட்டமாக முன்வைத்த நைஜீரிய கருவியிசைக் கலைஞரும் அரசியல் போராளியுமான ஃபெலா குடி (Fela Kuti) குறித்துத்தான் அவர் சொன்னார் என்று பிறகு எனக்குத் தெரியவந்தது. ஃபெலா குடி இறந்து கிட்டதட்ட இருபதாண்டுகளான பின்னர் அவரை ஃபிலோமினா குட்டி எனும் 'பாடகி' ஆக்குகிறார்கள்!

''நீங்கள் பல ஆங்கிலப் பாடகர்களைப்பற்றி சொல்லியிருக்கிறீர்களே..... ஆனால் எர்த்தா கிட்டை பற்றி ஒன்றுமே சொல்லவில்லையே'' என்று ஒருபெண்மணி எனக்கு மடல் அனுப்பினார். எர்த்தா கிட்டா? அந்தப் பெயரை அதற்கு முன்பு நான் கேள்விப்பட்டதேயில்லை! உலகில் இருக்கும் அனைத்து பாடகர்களையும் எனக்கு எப்படித் தெரியும்? இணையம் சரணம் கச்சாமி! தேடினேன்.

1950-60களில் அமேரிக்காவில் இருந்த ஒரு காபரே நடனப்பாடகி எர்த்தா கிட். சில பாடல்களை இணையத்திலேயே கேட்டுப் பார்த்தேன். பாட்டு என்பதை விட உணர்ச்சிக் கொந்தளிப்புள்ள பேச்சுகள் அவை! காமச்சுவை கசியும் பாடல்களைத் தாம் அதிகமும் பாடியிருக்கிறார். அவரைக் கேட்காததில் எனக்கு வருத்தமேதும் தோன்றவில்லை! மடலுக்குப் பதில் அனுப்பினேன். 'நீங்கள் எர்த்தா கிட்டின் ரசிகையா? அவரை உங்களுக்கு எப்படித் தெரியும்?'

''எனக்குத் தெரியாது. பிரின்ஸ் ராமவர்மா எழுதியதை நெட்டில் படித்தேன். நெட்டில் பாட்டு கேட்டேன். ஒன்றுமே புரியவில்லை. அதுதான் உங்களிடம் கேட்டேன்'' என்று பதில் வந்தது! பிரின்ஸ் ராமவர்மா என்ன எழுதியிருக்கிறார் என்று நானும்' நெட்டில்' பார்த்தேன்.

''எனக்கு ஷோப்பாங் பிடிக்கும், பிசெட் பிடிக்கும்

பழையகாலப் பாடல்கள் பிடிக்கும்

நான்குபேர் கொண்ட தந்தியிசைக் குழு பிடிக்கும்

கிழக்கு ஆசிய தேவாலய குழு இசை பிடிக்கும்

ஆனால் எண்ணைக் கிணர்கள் பீப்பய்க்களில் எண்ணை நிரப்பும்

'சளர்ர்ர்ப்ப்' ஒலிதான் எனக்கு மிகவும் பிடிக்கும்...' அமேரிக்காவின் முக்கியப்பாடகி எர்த்தா கிட்ட் இப்படிப் பாடினார்..'' என்று எழுதியிருக்கிறார்!

திருவாங்கூர் அரச பரம்பரையைச் சார்ந்தவரும், கர்நாடக இசைப் பாடகரும், இசை ஆசிரியரும், செவ்வியல் இசை ஆய்வாளருமான பிரின்ஸ் ராமவர்மா எதற்காக இதை எழுதினார் என்று அந்த கட்டுரையிலிருந்து எனக்கு விளங்கவில்லை! உழைக்கும் வர்க்க இசையின் முக்கியத்துவத்தை உணர்த்த அந்த வரிகளை மேற்கோளாகக் காட்டியிருக்கிறார் என்று குத்துமதிப்பாக வைத்துக்கொண்டேன். ஆனால் அந்த வரிகளை எழுதியவர் எர்த்தா கிட்ட் இல்லையே! மார்வின் ஃபிஷெர் எனும் கறுப்பினப் பாடலாசிரியர் எழுதிய வரிகள் அவை!

பல இணைய தளங்களில் பல மணிநேரம் ஒத்துப்பார்த்துத் தேடித்தான் மேற்சொன்ன தகவல்களைக் கண்டுபிடித்தேன். அந்தப் பெண்மணியும் பிரின்ஸ் ராமவர்மாவும் நானும் இணையத்திலிருந்துதான் இந்த தகவல்களை எடுத்திருக்கிறோம். ஆனால் தகவல்களை ஒவ்வொருவரும் எப்படிப் புரிந்துகொள்கிறார்கள் என்பதுதான் முக்கியம். ஷோப்பாங் (Chopin) மற்றும் பிசெட் (Bizet), மிக முக்கியமான மேற்கத்திய செவ்வியல் இசையமைப்பாளர்கள் என்று அறியாத, நான்குபேர் கொண்ட

தந்தியிசைக் குழு (String quartet), கிழக்கு ஆசிய தேவாலய குழு இசை (Polynesian carol) போன்றவை என்னவென்று உணராத ஆட்களுக்கு இந்த வரிகள் எப்படிப் புரியும்?

இலைகள், மரப்பட்டை, விலங்குத்தோல், பருத்தி இழை போன்றவற்றிலிருந்து அன்றும் இன்றும் ஆடைகள் தயாரிக்கப்படுகின்றன என்ற உண்மையைத் தெரியாதவர்களும் இணையத்தின் உதவியால் குழந்தைகளின் வீட்டுப் பாடத்தை நிரப்பலாம். அவர்கள் அக்குழந்தைகளின் பள்ளி ஆசிரியர்கள்கூட ஆகலாம். ஆனால் மனித உடைகளின் உண்மையான வரலாற்றை அறிய அவர்களால் ஒருபோதும் முடியாது.

'1915 டிசம்பர் மாதத்தின் ஒரு மாலையில் இருட்டும் அழுக்கும் குழைந்த பாரிஸ் நகரத் தெருவொன்றில் ஒரு விளக்குக் கம்பத்தின் கீழ் பிறந்து விழுந்தாள் பிரான்சு நாட்டின் எக்காலத்திற்குமுரிய அதிசயப் பாடகி எடித் பியாஃப். தெருமுனைகளில் நின்றுகொண்டு பலர் பரிதாபமான அந்த மகப்பேற்றை வேடிக்கை பார்த்தனர். ஆடுமாடுகள் குட்டி போடுவதுபோல் பனிகொட்டும் சாலையோர நடைமேடையில் தனது மகளை பெற்றுப் போட்டாள் ஒரு தாய்' என்று உள்ளுடைந்து எழுதும் ஓர் எழுத்தாளனை இணையத்தால் உருவாக்க முடியுமா?

உயிர்மை - 2015

குறுகிய வாழ்நாள் நீண்ட கனவுகள் காண விடுவதில்லை

கவிஞர்: எர்ணெஸ்ட் டௌசன் (Ernest Dowson . 1867 & 1900)

மொழி : ஆங்கிலம்

நாடு : இங்கிலாந்து

ஆண்டு : 1896

குறுகிய வாழ்நாள் நீண்ட கனவுகள் காண விடுவதில்லை

(Vitae Summa Brevis Spem Nos Vetat Incohare Longam)

அழுகை ஒன்றும் நீளமானதல்ல

சிரிப்பும் தான்

அன்பு

காதல்

ஆசை

வேட்கை

வெறுப்பு

பகைமை

எதுவும் நம்மிடம் இருப்பதில்லை
நாம் வெளிவாசல் கதவு தாண்டிய பின்
ரோஜா மலர் நாட்கள் நீடிப்பதில்லை
திராட்சை மது நாட்களுக்கும் நீளமில்லை
பனித்திரை மூடிய கனவுக்கு வெளியே
நீண்ட பாதை ஒன்று தோன்றித் திறக்கிறது
கனவுக்குள்ளேயே அது மூடப்படுகிறது.

எர்ணெஸ்ட் டௌசன் தனது முப்பத்தி மூன்றாவது வயதில் இறந்துபோனார்

உயிர்மை- 2014

பாடலின் உரிமை யாருக்கு?

திரைப்படப் பாடல்களின் காப்புரிமைத் தொகை சார்ந்த பல சர்ச்சைகள் தமிழ்ச் சூழலில் தொடர்ந்து எழுந்தவண்ணமே இருக்கின்றன. ஒரு குறிப்பிட்ட இசையமைப்பாளரின் பாடல்களை மேடையில் பாடுவது, பதிவிறக்கம் செய்வது, பொது இடங்களில் ஒலிபரப்புவது போன்ற அனைத்துக்கும் காப்புரிமைத் தொகை செலுத்தியே ஆக வேண்டும் போன்ற பேச்சுகள் இங்கே தொடர்ந்து உருவாகிக்கொண்டே இருக்கின்றன. இதன் நிஜம்தான் என்ன? திரைப்படப் பாடல்களின் உரிமை உண்மையில் யாருக்குச் சொந்தமானது?

ஓர் இயக்குநர் அல்லது கதாசிரியர், திரைக் கதையாசிரியர் ஒரு கதைத் தருணத்தை யோசிக்கிறார். அந்தக் காட்சியில் நிகழும் நிகழ்வுகளையொட்டி அங்கே ஒரு பாடல் இடம்பெற வேண்டுமென்று அவர் திட்டமிடுகிறார். அப்படத்தின் இசையமைப்பாளராக ஒப்பந்தமானவருக்கு அதை அவர் எடுத்துச் சொல்கிறார். அதற்கேற்ப அவ்விசையமைப்பாளர் ஒரு மெட்டை உருவாக்கி, அதில் அந்தக் கதை தருணத்தை வெளிப்படுத்தும் வரிகளை எழுத ஒரு பாடலாசிரியர் ஒப்பந்தமாகிறார். இம்மூன்று விஷயங்களும் இணையும்போது ஒரு

பாடல் உருவாகிறது. போட்ட பணம் திரும்பிவரும் என்று எந்தவொரு உத்தரவாதமும் இல்லாமல் இவையனைத்துக்கும் முதலீடு செய்ய ஒரு தயாரிப்பாளர் முன்வருகிறார். பாடல் உருவான பின்னரும் அதைப் பிடிக்காமல் மாற்று மெட்டுகளையும் வரிகளையும் பலமுறை அந்த இயக்குநர் கேட்கக்கூடும். இறுதியில் இயக்குநர் விரும்பித் தேர்ந்தெடுத்த, ஒப்புக்கொண்ட மெட்டில், அவருக்குப் பிடித்த வரிகளில் அவருக்கும் ஏற்புடைய ஒரு பாடகனின் அல்லது பாடகியின் குரலில் அப்பாடல் பதிவாகிறது. வழக்கமாக ஒரு திரைப்பாடல் உருவாகும் விதம் இதுவே.

பின்னர் அந்த இயக்குநர் அப்பாடலைப் படமாக்குகிறார். மெட்டு, வரிகளும் பாடகர்களின் குரல் மற்றும் உணர்வுபூர்வமான பாடுமுறை, சிறப்பான காட்சிப்படுத்தல் போன்றவை ஒன்றிணையும்போதுதான் ஒரு சிறந்த பாடல் உருவாகிறது. இப்படி உருவாகும் ஒரு பாடலின் முழு உரிமையைக் கொண்டாடும் தகுதி இதில் யாருக்கு இருக்கிறது என்பது ஒரு சிக்கலான கேள்வி. அப்படி ஒரு காட்சி அந்த இயக்குநரின் மனதில் தோன்றவில்லையென்றால் அந்தப் பாடலே உருவாகியிருக்காதே? அதனால் அந்தப் பாடலின் முழு உரிமை அவருடையது என்று சொல்லலாமா? சிறப்பான மெட்டு அமையவில்லையென்றால் பாடல் ரசிகர்களைச் சென்றடைவது கடினம். ஆதலால் அப்பாடலின் முழு உரிமை அந்த இசையமைப்பாளருக்குச் சொந்தம் என்று சொல்லலாமா? பாடலின் வரிகள் ரசிகனைக் கவர்ந்திழுக்கவில்லை யென்றால் அவனால் அந்தப் பாட்டுக்குள்ளே போகவே முடியாதே. அப்போது அந்தப் பாடலாசிரியருக்கு முழு உரிமையையும் அளிக்கலாமா? அப்பாடல் காட்சி சிறந்த நடிகர்களால் நடிக்கப்பட்டு சிறப்பாகப் படமாக்கப்படவில்லையென்றால் யாருமே அதைப் பார்க்க

மாட்டார்களே? மீண்டும் இயக்குநருக்கு முழு உரிமையும் அளிப்பதா? இதெல்லாம் மிகவும் சிக்கலான கேள்விகள். இந்திய திரைப்பாடல்கள் என்பது முழுக்க முழுக்க ஒரு கூட்டு முயற்சி. அதில் பங்கேற்கும் ஒரு தனி ஆளுமை அதை முற்றிலுமாகத் தனதென்று உரிமைகோர முடியாது என்பதுதான் உண்மை.

ஆனால் உலகம் முழுவதும் பெருவாரியாக விநியோகிக்கப்படும் ஆங்கிலப் பரப்பிசையில் (ஙிஹுண்ஞுஹுணுண கணிணீ ஙூதண்டிஞி) பாடல்களின் கருத்தாக்கத்தை யோசித்து உருவாக்குபவரும், வரிகளை எழுதுபவரும் மெட்டமைப்பவரும் அதன் கருவியிசைக் கோர்ப்பை உருவாக்குபவரும் அநேகமாக ஒரே இசைஞராகத்தான் இருக்கிறார். அதைக் காட்சிப்படுத்த வேண்டுமென்றால் அதையும் அடிப்படையில் யோசிப்பவர் அவரே. ஆதலால் அப்பாடலின் முழு உரிமையும் அவருக்கே சொந்தமாக மாறுகிறது. மற்ற கருவியிசைக் கலைஞர்கள், ஒலிப்பதிவு மற்றும் தொழில்நுட்பக் கலைஞர்கள் அனைவருக்கும் உரிய ஊதியத்தை வழங்கி தமது படைப்பூக்கத்திற்கான, உழைப்பிற்கான முழு ஊதியத்தையும் பெற்றுக்கொண்டதாக அவர்களிடமிருந்து ஒப்புதல் சான்றைப் பெற்றுக்கொள்கிறார். இவ்வாறாக அப்பாடலின், இசையின் முழு உரிமையும் அவ்விசைக் கலைஞருக்கு உரியதாக மாறுகிறது. அவருக்கு விருப்பம் இருந்தால் அவ்வுரிமையைப் பிற்பாடு வேறு யாருக்காவது மாற்றலாம். ஆனால் பலரின் கூட்டு முயற்சியால் உருவாகும் இந்திய திரைப்பாடல்களுக்கு இக்கூற்றுகள் அறவே பொருந்தாது.

இந்தியாவைப் பொறுத்தவரையில் காப்புரிமைச் சட்டம் என்பது முற்றிலும் மங்கலான ஒன்று. அறுபத்தி ரெண்டு ஆண்டுகளுக்கு முன்பு உருவாக்கப்பட்ட இந்திய காப்புரிமைச் சட்டப் பிரிவு 52இன்

அடிப்படையில்தான் இன்று வரைக்கும் இசை சார்ந்த காப்புரிமைகள் இங்கு கணக்கிடப்படுகிறது. 2012இல் சில மாற்றங்கள் இச்சட்டத்தில் ஏற்படுத்தியதாகச் சொல்கிறார்கள் என்றாலும் ஒவ்வொரு நாளும் மாறிக் கொண்டே இருக்கும் மின்னணு, இணைய வடிவங்களுக்கு ஏற்ப அதில் பெரிதாக மாற்றங்கள் எதுவும் உருவாகவில்லை. 'வருங்காலத்தில் வரப்போகும் அனைத்து வடிவங்களிலும்' என்று ஒப்பந்தங்களில் ஒரு வரியைச் சேர்க்கிறார்கள் என்றாலும் அது சட்டரீதியாக நிலைநிற்கக்கூடியது அல்ல.

திரைப்பாடலின் முழு உரிமையும் தன்னுடையதென்று இசையமைப்பாளர் சொல்கிறார், பாடலாசிரியர் சொல்கிறார், தயாரிப்பாளர் சொல்கிறார், இசை நிறுவனம் சொல்கிறது, இப்போது பாடகர்களும் சொல்ல ஆரம்பித்துவிட்டனர். இந்திய திரைப்பாடகர்கள் உரிமை பாதுகாப்புச் சங்கம் என்ற ஒன்று உருவாக்கப்பட்டு கடந்த சில ஆண்டுகளாகச் செயல்பட்டு வருகிறது. அது வழியாக பாடகர்களும் உரிமைத் தொகையைப் பெற ஆரம்பித்துவிட்டனர். ஐபிஆர்எஸ் என்ற ஓர் அமைப்பு பல ஆண்டுகளுக்கு முன்பு உருவானது. திரையிசைமைப்பாளர்களான சலீல் சௌதுரி, எம்.பி.ஸ்ரீனிவாசன் போன்றவர்கள்தான் அதை ஆரம்பித்து வைத்தவர்கள். இன்று மேடைக் கச்சேரிகளில் பாடப்படும் ஒவ்வொரு பாடலுக்கும் காப்புரிமைத் தொகை வாங்குவதற்கு இந்த அமைப்பு முயற்சிக்கிறது. ஆனால் இந்தியா முழுவதும் பட்டிதொட்டிகளிலெல்லாம் ஒவ்வொரு நாளும் அரங்கேறும் திரையிசைக் கச்சேரிகளுக்கு எப்படி காப்புரிமைத் தொகை வசூலிப்பது? நகரங்களில் நிகழக்கூடிய, பெரிதாக விளம்பரப்படுத்தப்பட்ட இசை நிகழ்ச்சிகளிலிருந்து மட்டும்தான் ஓரளவுக்குப் பணத்தை இந்த அமைப்பு வசூலிக்கிறது. அப்பணம்

முற்றிலுமாக சம்பந்தப்பட்ட இசையமைப்பாளர்கள், பாடலாசிரியர்களைச் சென்றடைகிறதா? உத்தரவாதம் எதுவும் இல்லை.

இன்றைய காலகட்டத்தில் பல இசையமைப்பாளர்களின் பாடல்களில் வரும் பல கருவியிசை பகுதிகள், அப்பாடல் பதிவில் பங்கேற்கும் கருவியிசைக் கலைஞர்களே உருவாக்குகிறார்கள். அப்படி உருவாக்கப்பட்ட இசைப்பகுதிகளின் காப்புரிமை யாருடையது? வேலை செய்த நாளுக்கான ஊதியத்தை மட்டுமே வாங்கிக்கொண்டு செல்லும் அந்த இசைக்கலைஞனுக்கு வேறு எதாவது தொகை வழங்கப்படுகிறதா? இல்லையென்பதே உண்மை.

ஒரு காலத்தில் பெயர்பெற்ற பல இசையமைப்பாளர்களின், பாடலாசிரியர்களின், கருவியிசைக் கலைஞர்களின் குடும்பங்கள் இன்றும் அவதிப்பட்டுக்கொண்டே இருக்கிறார்கள். 'காப்புரிமைத் தொகை, காப்புரிமைத் தொகை' என்ற சத்தங்கள் மட்டுமே ஒலிக்கின்றன. எவ்வளவு சிறப்பாக இசையை உருவாக்கினாலும் அதைப் படைப்பூக்கத்தோடு வாசிக்க கருவியிசைக் கலைஞர்கள் இல்லாமல், அவ்வொலிகளை சிறப்பாகப் பதிவு செய்யும் ஒலிப்பதிவாளர்கள் இல்லாமல் இசையை உருவாக்கவே முடியாதே. இவ்வாறாக பல்வேறு கலைஞர்களின் கூட்டுமுயற்சியால் உருவாகும் இந்திய திரையிசையானது தன்னுடையது மட்டுமென்று முற்றிலுமாக உரிமை கொண்டாட யாராலுமே முடியாது என்பதே உண்மை.

இவையனைத்தையும் கணக்கிடும்போது இந்திய திரைப்பாடல்களின் காப்புரிமை என்பது நடைமுறையில் எண்ணற்ற சிக்கல்களைக் கொண்டது என்று புரிந்துகொள்வதில் சிக்கல்கள் எதுவும் இல்லை. இந்த அடிப்படை விஷயங்களைக் கருத்தில்

கொள்ளாமல்தான் இங்கே காப்புரிமை குறித்துப் பேசிக்கொண்டிருக்கிறார்கள். இயல், இசை, நாடகம் மட்டுமல்லாது, பல்வேறு தொழில்நுட்பத் துறைகளின் ஒத்துழைப்பில்லாமல் உருவாக்கவே முடியாத சினிமா எனும் கலையின் பொது இருத்தலுக்கும் அதற்குள்ளே இடம்பெறும் வெவ்வேறு கலைகளின் தனி இருத்தலுக்கும் தகுந்த காப்புரிமைச் சட்டங்கள் உருவாகி அமல்படுத்தப்படாமல் இச்சிக்கல்களுக்கு முடிவே வராது. பாடல்களைக் கேட்பதும், பாடுவதும் மனிதர்களின் அடிப்படை உரிமை. காப்புரிமையின் பெயரால் அதற்குத் தடைவிதிப்பது மனித உரிமை மீறலன்றி வேறெதுவும் இல்லை.

உயிர்மை - 6/2019

கார்காலம்

புறவழிச்சாலைகளில் நெருக்கியடிக்கும் போக்குவரத்தினூடாக சென்னை மாநகரிலிருந்து வெளியேறுவதும் திரும்பி வருவதும் இன்று மிகவும் சிரமமாகி விட்டிருக்கிறது. திருச்சி நெடுஞ்சாலையில் அசுரவேகத்தில் பாய்ந்துவரும் கார்கள் கூடுவாஞ்சேரி தாண்டும்முன் உலோக நத்தைகளாக மாறி வண்டலூரில் வந்து உறைந்து கிடக்கின்றன. பெங்களூர் நெடும்பாதையில் ஸ்ரீபெரும்புதூரைத் தாண்டுவதற்கே போதுமென்றாகி விடுகிறது. சில மாதங்களுக்கு முன்பு ஒருநாள் அப்பாதையில் நெரிசலான போக்குவரத்தையும் கரடுமுரடான சாலையையும் குறைசொல்லி காரை நகர்த்திக்கொண்டிருந்தார் எனது ஓட்டுநர்.

இருபத்தி மூன்று ஆண்டுகளுக்கு முன்பு இந்த இடத்தில் மாமிசத் துண்டுகளாக சிதறிக்கிடந்த ராஜீவ் காந்தியின் புகைப்படம் பார்த்த நினைவு தரும் அமைதியின்மை காரணமாக எப்போதுமே இந்த ஓரிடத்தை மட்டும் வேகமாகக் கடந்து செல்ல முயல்வேன். ஆனால் இன்று இங்கு நகரமுடியாமல் தத்தளிக்கின்ற நூற்றுக்கணக்கான கார்களுக்கிடையே சிக்கிக் கிடக்கிறேன்! விதவிதமான பெயர்களில், வண்ணங்களில், வர்த்தக அடையாளங்களில் மொய்க்கும் இந்த

கார்களை ராஜீவ் காந்தி நினைவிடத்திலேயே பார்ப்பது ஒரு அதீதக் கற்பிதக் காட்சிபோல் எனக்குத் தோன்றியது. இந்தியச் சாலைகளில் இவ்விதத்தில் எண்ணற்ற கார்களை நிரப்பி விட்டவர் ராஜீவ் காந்தி! அவருக்கு முன்பிருந்த நமது கார் வரலாற்றின் மிகவும் மங்கலான சித்திரங்களுக்குள்ளே எனது மனம் வெறுமனே ஓடத்துவங்கியது.

உலகில் தானியங்கி வாகனங்கள் கண்டுபிடிக்கப்பட்ட காலத்திலேயே இந்தியாவிலும் ஒன்றிரண்டாக வரத் துவங்கியிருந்த கார்களின் பெயர் அப்போது 'கார்' என்று அல்ல. 'மொபைல்' என்று! ஓல்ட்ஸ் மொபைல் (நூடுஜீண் ஷுணிஞடிடுஜு) என்று தான் அமேரிக்காவில் சந்தைக்கு வந்த முதல் காரின் பெயரே. நீராவியில் ஓடிய அக்கார்களில் ஒன்றை இந்தியாவுக்கும் அனுப்பி வைத்தனர். ஆனால் கப்பல் மூழ்கிப் போனதால் அது இந்தியா வந்து சேரவில்லை!

வெள்ளையர்கள் இந்தியாவின் பல பகுதிகளில் சீரான சாலைகளை அமைத்தனர். அச்சாலைகளில் பயணிக்க கார்கள் தேவைப்பட்டன. உலகின் முதன்முதல் பிரபல கார் என்றழைக்கப்பட்ட டி ஃபோர்ட் ஐ தயாரித்த அமேரிக்காவின் ஃபோர்ட் நிறுவனம், அதன் உற்பத்தியை நிறுத்தியபோது மீதமிருந்தவற்றை பகுதிகளாக இந்தியாவில் கொண்டுவந்து பொருத்தி விற்க மும்பையில் தொழிற்சாலை ஒன்றை ஆரம்பித்தது. செவ்ரொலே கார் நிறுவனமும் அதே காலத்தில் மும்பையில் ஆலையைத் தொடங்கியது. ஆனால் பெரும் பொருளாதார இழப்பைச் சந்தித்த அந்த ஆலைகள் ஓரிரு ஆண்டுகளிலேயே மூடப்பட்டன.

மோரிஸ் எனும் இங்கிலாந்து காரின் தொழில்நுட்பத்தைக் கடன்வாங்கி அம்பாசடர் காரை இந்தியாவில் தயாரிக்கத் தொடங்கினார்கள் பிர்லா குடும்பத்தினர். நாற்பதாண்டுகாலம் இங்கு

மிக அதிகமாக விற்கப்பட்ட கார் அம்பாசடர். ஆரம்பத்தில் செல்வத்தின், செல்வாக்கின் அடையாளமாக விளங்கிய அம்பாசடர் பின்னர் அரசு நிர்வாக அதிகாரத்தின் அடையாளமாக மாறியது. காலப்போக்கில் வெறுமொரு வாடகைக் கார் எனும் நிலைமைக்குத் தள்ளப்பட்ட அம்பாசடர் கடைசி இருபத்தைந்தாண்டுகளில் மிகவும் சிரமப்பட்டு ஓடி கடந்த மே மாதத்தில் என்றைக்குமாக நின்றுபோனது.

இத்தாலியின் ஃபியட் வழங்கிய தொழில்நுட்பத்தின் அடிப்படையில் வெளிவந்த பிரீமியர் பத்மினி கால்நூற்றாண்டுகாலம் இந்தியாவில் பிரபலமான காராகத் திகழ்ந்தது. பிரீமியர் பத்மினி நிறுத்தப்பட்டு இப்போது பதினைந்து ஆண்டுகள் தாண்டிவிட்டிருக்கிறது. ஆனால் இன்றும் பல்லாயிரக்கணக்கான பத்மினிகள் வாடகை வாகனங்களாக ஓடிக் கொண்டிருக்கின்றன! அவற்றில் பெரும்பாலானவை இருபதாண்டுகளுக்குமேல் பழையவை!

பத்தாண்டுகள் தாண்டிய கார்களைத் தெருக்களில் ஓட்டுவதில் பல சட்ட நிபந்தனைகள் இருந்தாலும் அதையெல்லாம் இங்கு யாருமே கண்டுகொள்வதில்லை என்றே படுகிறது! இருபதாண்டுகளுக்கும் மேல் பழகிய பல்லாயிரக்கணக்கான மஹிந்திரா வேன்கள் சின்னக் குழந்தைகளின் பள்ளி வாகனங்களாக இன்றும் தங்கு தடையில்லாமல் ஓடிக்கொண்டிருக்கின்றன நமது நாட்டில்!

அம்பாசடருக்கும் பிரீமியருக்கும் பின்னால் கடைசியில் மாருதி வந்து ஒட்டிக்கொண்டது. முழுக்க முழுக்க இந்தியாவிலேயே தயாரிக்கப்படும் கார் என்ற கனவுடனும் சாதாரண மக்களுக்கும் கட்டுப்படியாகும் ஒரு காரைத் தயாரிக்கும் நோக்கத்துடனும் ராஜீவ் காந்தியின் தம்பி சஞ்சய் காந்தியின் தலைமையில் தான் மாருதி

நிறுவனம் துவங்கப்பட்டது! ஆனால் பத்தாண்டுகள் கடந்த பின்னரும் மாருதி நகரவேயில்லை!

ஜப்பானியக் கார் நிறுவனமான சுசுக்கியுடன் இணைந்து அவர்களது தொழில்நுட்பத்தில் மாருதி 800 எனும் இந்தியாவின் முதன்முதல் 'சிறு நகரச் சீருந்து' 1983ல் வெளிவந்து பெரும் வெற்றியை அடைந்தது. இந்த ஆண்டின் துவக்கத்தில் உற்பத்தி நிறுத்தப்படும் வரை கிட்டத்தட்ட 30 லட்சம் மாருதி 800கள் விற்கப்பட்டன! முதலில் இந்திய அரசு நிறுவனமாகயிருந்த மாருதி இன்று முற்றிலுமாக சுசுக்கியின் உடமை! மாருதி என்ற பெயருக்கு இருக்கும் வணிகரீதியான சாத்தியத்தினால் அந்தப் பெயரை மட்டும் இன்றும் பயன்படுத்துகிறார்கள்.

1986ஆம் ஆண்டில் ராஜீவ் காந்தி ஆரம்பித்து வைத்த தில்லி வாகனக் கண்காட்சி தான் இந்தியாவில் இன்று நாம் காணும் அனைத்து நவீனக் கார் ரகங்களும் வந்திறங்கிய வழி! அந்தக் கண்காட்சிக்கு உலகின் பல முக்கிய கார் உற்பத்தி நிறுவனங்களை அழைத்து வந்து, அவர்களது தொழிற்சாலகளை அமைப்பதற்கான சூழ்நிலையை இங்கு உருவாக்கிக் கொடுத்தது ராஜீவ் காந்தியின் தலைமையிலான அரசு. இந்தியவின் கார்காலம் முற்றிலுமாக மாறிவிட்டது அந்த நிகழ்வுடன் தான்.

மூன்று ரகக் கார்கள் மட்டுமே ஓடிக்கொண்டிருந்த இந்தியத் தெருக்களில் இன்று ஓடுவது 300க்கும் மேலான கார் ரகங்கள்! ஒவ்வொரு நாளும் 5500க்கும் மேலான கார்கள் நமது தெருக்களில் இறங்கிக் கொண்டிருக்கின்றன! தொண்ணூறாண்டுகளாக இங்கிலாந்தில் இயங்கிக்கொண்டிருந்த, விலை உயர்ந்த கார்களை மட்டுமே தயாரிக்கும் ஜாக்குவார் நிறுவனத்தை சமீபத்தில் மொத்தவிலைக்கு வாங்கியது இந்தியாவின் டாடா நிறுவனம்!

வாகனங்களை உற்பத்தி செய்து விற்கும் வேகத்தில் நமது சாலைகளைப் பற்றி நாம் சிந்திக்கவேயில்லை. வந்திறங்கிக்கொண்டேயிருக்கும் லட்சக்கணக்கான வாகனங்களைத் தாங்கும் வலிமை நமது சாலைகளுக்கு இருக்கிறதா? நூறாண்டுகளுக்கு முன்பு வெள்ளையர்கள் அமைத்த அதே சாலைகள்தான் பலஇடங்களில் இன்றும் இருக்கின்றன!

75 லட்சத்திற்குமேல் விலையாகும் தனது ஜாக்குவாரில் பெங்களூரிலிருந்து இப்போது சென்னை வந்துகொண்டிருக்கும் எனது நண்பர் சரத் கூட இந்த நெரிசலில் எங்கேயோ சிக்கியிருப்பாரே! அனைத்துச் சாலைகளிலும் அனுதினம் நெரிசல் அதிகரித்துக் கொண்டே போகிறதே! இது எங்கேபோய் முடியும்? என்றெல்லாம் யோசித்தவண்ணம் நான் வெளியே பார்த்தேன்.

கார் இப்போது வேகமாக ஓடுகிறது! நின்று பாரக்கத் தூண்டும் அழகான கிராமங்கள் பச்சைப் பசேலென இருபுறமும் மின்னி மறைகிறது. வாழ்க்கையும் இப்படித்தானே! மெதுவாகச் செல்லவேண்டும் என்று ஆசைப்படும் இடத்தில் அது வேகமாக ஓடுகிறது. வேகமாகப் போகவேண்டும் என்று நினைக்கும்போது அது நகர்வதேயில்லை. எதுவுமே நினைவில் வைத்துக்கொள்ளாமல் காலம் மட்டும் வேகமாக ஓடிக்கொண்டேயிருக்கிறது.

தீராநதி - /11/2014

கண்ணாடியில் தெரியும் மனிதன்

பாடியவர் : மைக்கேல் ஜாக்ஸன்

எழுதி இசையமைத்தவர்கள் : க்ளென் பல்லார்ட் (Glen Ballard), சியெதா காரெட் (Siedah Garret), மைக்கேல் ஜாக்ஸன்

இசைத் தொகுப்பு : பேட் (Bad)

பாடல் வகைமை : (கணினி) இப்பாடல் ஆர் அண்டு பி இசை, சோல் இசை, காஸ்பெல் இசை ஆகியவற்றின் கலவை.

ஆண்டு : 1988

மொழி : ஆங்கிலம்

நாடு : அமேரிக்க

கண்ணாடியில் தெரியும் மனிதன் (Man in the Mirror)

ஒரு மாற்றத்தை உருவாக்கப் போகிறேன்
எனது வாழ்நாளில் ஒரு முறையாவது
அருமையாக அதை நான் உணரப்போகிறேன்

வித்தியாசம் ஒன்றை உருவாக்கப் போகிறேன்
சிலவற்றை சரிசெய்யப் போகிறேன்

எனது குளிர்கால சொகுசுக் குப்பாயத்தின்
கழுத்துப் பட்டையை தூக்கி விடுகிறேன்
மனதில் காற்றொன்று வீசுகிறது
உணவற்று தவிக்கும் தெருக் குழந்தைகள் என் கண் முன்னால்
எதுவுமே பார்க்கவில்லை என்று கடந்து செல்ல
நான் என்ன கண்கள் தெரியாதவனா?

ஒரு கோடைக்காலத்தின் புறக்கணிப்பு
உடைந்துபோன ஒரு கண்ணாடிப் புட்டியின் மேல்த்துண்டு
ஒரு எளிய மனிதனின் உயிர்
இவை காற்றில் சுழன்று அலைகின்றன
இவற்றுக்கு மட்டும் போக இடமேதுமில்லை

எனது கண்ணாடியில் தெரியும் அந்த மனிதனிலிருந்து
நான் துவங்கப் போகிறேன்
உனது வழிகளை மற்றிக்கொள் என நான்
அவனிடம் சொல்லப்போகிறேன்
இதைவிட தெளிவான அறிவுரை எதுவுமில்லை
உலகை கொஞ்சமாவது உயர்ந்த இடமாக்க

உன்னையே உற்றுப்பார்
உன்னிடம் மாற்றத்தை உருவாக்கு

சுயநலம் மட்டுமே நிரம்பிய அன்பில் வாழ்ந்தவனே
ஒன்றை நீ அறியவேண்டிய காலம் வந்து விட்டது
தலையைச் சாய்க்கக் கூட இடமில்லாதவன்
ஒரு காசு கடன் கிடைக்கக் கூட வாய்ப்பில்லாதவன்
அது நீயே தான் என்று ஒரு கணம் எண்ணிப்பார்

ஆழ்ந்த ரணங்களில் வாழும் ஒரு விதவை
உடைந்து சிதிலமான ஓர் இதயம்
கரைந்துபோன எண்ணற்ற கனவுகள்
எல்லாம் ஒரு காற்றைப் போன்றவை தான்
போக இடமேதுமில்லாதவை

நான் என்னிடமிருந்து துவங்குகிறேன்
எனது கண்ணாடியில் தெரியும் மனிதனிலிருந்து துவங்குகிறேன்
உனது வழிகளை மற்றிக்கொள் என நான்
அவனிடம் சொல்கிறேன்
இதைவிட தெளிவான அறிவுரை எதுவுமில்லை
உலகை கொஞ்சமாவது உயர்ந்த இடமாக்க
உன்னையே உற்றுப்பார்
உன்னிடம் மாற்றத்தை உருவாக்கு

ஷாஜி

உன்னிடம் நேரமிருக்கும் இந்த கணத்திலேயே

இதை சரிவரப் புரிந்துகொள்

உன் இதயத்தை நீ மூடும்போது

உன் மனதையும் உன்னால் மூட முடியுமா?

அந்த மனிதன்..அந்த மனிதன்

கண்ணாடியில் தெரியும் அந்த மனிதன்

அவனிடம் நான் சொல்கிறேன்

உனது வழிகளை மற்றிக்கொள்

அது தான் உனக்கு நல்லது

இதைவிட தெளிவான அறிவுரை எதுவுமில்லை

உலகை கொஞ்சமாவது உயர்ந்த இடமாக்க

உன்னையே உற்றுப்பார்

உன்னிடம் மாற்றத்தை உருவாக்கு

இப்போது.. இக்கணமே

அருமையான ஒரு உணர்வாக அதை நீ உணரப்போகிறாய்

உன்னைத் தூக்கியெடு

சில மாற்றங்களை உருவாக்கு

தடுக்க எதுவுமேயில்லை

கண்ணாடியில் வாழும் மனிதா

நீ அங்கிருந்து நகரவேண்டும்

நகர்.. நகர்... எழு... உன்னைத் தூக்கியெடு

நீ மட்டும்தான் அந்த மாற்றத்தை உருவாக்க முடியும்

அது உனக்கு தெரியும், உனக்கு தெரியும்

கண்ணாடியில் வாழும் மனிதா

நீ மட்டும் தான் அந்த மாற்றத்தை உருவாக்க முடியும்.

உயிர்மை - 2014

மறைந்துவிட்ட மகேந்திர ஜாலக்காரன்

காட்சி 1

அதிகாலை நேரம்

இருள் விலகத் துவங்கியிருக்கிறது

திருநெல்லி மலைப்பகுதி

வயநாடு மாவட்டம்

கேரளம்

வளைந்து நெளிந்து கரடுமுரடான மலைப் பாதைகளுடன் மல்லுக்கட்டி, முகடுகளை நோக்கி இரைந்துசெல்லும் ஒரு வெள்ளை நிற அம்பாசடர் கார்.

அதில் ஐந்து பேர் நெரிசலாக அமர்ந்திருக்கிறார்கள்.

தோ பிகா ஜமீன், மதுமதி, ஆனந்த், செம்மீன் போன்ற இந்திய சினிமாவின் எக்காலத்திற்கும் உரிய படங்களுக்கு அதிசய இசையமைத்த மாமேதை சலில் சௌதுரி, பல தேசிய விருதுகள் பெற்ற செம்மீன் திரைப்படத்தின் இயக்குநர் ராமு காரியாட், அவரது துணை இயக்குநர் கே ஜி ஜார்ஜ், சிறந்த திரைக்கதை ஆசிரியருக்கான தேசிய விருது பெற்ற எஸ் எல் புரம் சதானந்தன். இவர்களுடன் பெஞ்சமின்

பாலநாதன் மகேந்திரா எனும் இளைஞன். வரும் காலத்தில் ஒரு சிறந்த ஒளிப்பதிவாளனாகப் போவதை கனவு கண்டோ என்னவோ அவர் தூங்கிக் கொண்டிருக்கிறார்! அந்த ஆழ்ந்த அதிகாலைத் தூக்கத்தை சலில் சௌதுரியின் குரல் கலைத்து விடுகிறது.

"ஆகா.. என்னவொரு அற்புதமான காட்சி! காலைச் சூரியன் பச்சை மலைகளுக்கு பின்னாலிருந்து அதோ எழுந்து வருகிறது. ஆழ்தடத் தாழ்வாரங்கள் ஒளிர்ந்து மின்னுகிறது.. பாலு.. இதை நீங்கள் இப்போதே படமெடுக்க வேண்டும். நாம் இன்றைக்கு படப்பிடிப்பு துவங்கப்போகும் 'நெல்லு' படத்திற்காகவே".

கார் நிறுத்தப்படுகிறது. பாலு மகேந்திரா வெளியே இறங்கி அக்காட்சியைப் பார்க்கிறார். தனது கேமராவை எடுத்து அதை படமாக்க ஆயத்தமாகிறார். இருள் விலகிவரும் அந்த தாழ்வாரங்களை விட, புல்நுனிகளிலிருந்து உதிரும் பனித்துளிகளுக்குமேல் விழும் சூரிய ஒளியை படமாக்கத்தான் அவர் விரும்புகிறார். ஆனால் புல்களில்மேல் போதுமான அளவிற்கு பனித்துளிகள் இல்லை! ஒரு கணம் யோசித்த பாலு மகேந்திரா அனைவரையும் வரிசையாக நின்று புல்களின் மேல் சிறுநீர் கழிக்கச் சொல்கிறார்! அனைவரும் ஒத்துழைக்கிறார்கள்! சிறுநீர் துளிகளின்மேல் சூரியக் கதிர்கள் விழுந்து மஞ்சள் ஒளி பரப்புவதை பாலு மகேந்திராவின் கேமரா படமாக்குகிறது...

காட்சி 1/1

இரவு

திருவனந்தபுரம்

கேரளம்

1974ஆம் ஆண்டிற்கான மாநில திரைப்பட விருதுகள் வழங்கும் விழா.

சிறந்த வண்ணத் திரைப்பட ஒளிப்பதிவாளனுக்கான விருது பெற்றுக்கொள்கிறார் பாலு மகேந்திரா. சிறுநீர்த்துளிகளை தனது கேமராவினால் பனித்துளிகளாக்கிய அந்த மகேந்திர ஜாலத்திற்காக...

காட்சி 2

அந்தி சாயும் நேரம்

1982 காலம்

சாகரா திரையரங்கம்

கட்டப்பன

கேரளம்

பதிமூன்று வயதான ஒரு சிறுவன், பாலு மகேந்திரா இயக்கிய 'ஓளங்ஙள்' மலையாள திரைப்படத்தை பார்த்துக் கொண்டிருக்கிறான். திரையில் அழகான ஒரு ஆண்குழந்தை அசாத்தியமான முறையில் கால்பந்து விளையாடுகிறது. அக்குழந்தையின் மின்னல்வேகம் கொண்ட கால்களின் அசாத்தியமான காட்சிகள்... இருட்டில் தெரியும் ஒரு நீர்வீழ்ச்சி மெல்ல மெல்ல ஒளிமயமாகிறது! இருட்டை விலக்கி ஒரு புது பகல் பிறப்பதுபோல்! இளையராஜாவின் அற்புதப் பாடல்கள்..

அவற்றிற்கு பாலு மகேந்திரா அளித்த கனவு போன்ற காட்சிகள்... ஒரு காட்சி பாதியில் முறிந்துபோகிறது! ஆனால் அதில் பேசப்பட்டுகொண்டிருந்த வசனங்கள் அடுத்த காட்சிக்குமேல் அசரீரியாக தொடர்கிறது! இதெல்லாம் என்ன மாயவித்தை என்று வியந்துபோகிறான் அச்சிறுவன். அதுவரைக்கும் பிச்சாத்திக் குட்டப்பன், தெம்மாடி வேலப்பன், ரௌடி ராஜம்ம, பட்டாளம் ஜானகி, மனுஷ்ய மிருகம், இடிமுழக்கம் என மலையாள அடிதடிப் படங்களை மட்டுமே பார்த்து வந்த அவனது சினிமா ரசனையை பாலு மகேந்திராவின் 'ஓளங்ஙள்' என்றைக்குமாக மாற்றியமைக்கிறது.

காட்சி 3

சென்னை மாநகரம்

காலம் 2004

முந்தைய காட்சியில் பார்த்த சிறுவன் இப்போது 34 வயது முதிர் இளைஞனாக காட்சியளிக்கிறான். இக்காலகட்டங்களுக்கிடையே அவர் நெல்லு, ப்ரயாணம், ராகம், சட்டக்காரி, சுவந்ந ஸந்த்யகள், சீனவல, உள்க்கடல் போன்ற மலையாளப் படங்களில் பாலு மகேந்திரா கையாண்ட இயல்பானதும் வித்தியாசமானதுமான ஒளிப்பதிவின் தீவிர ரசிகனாகியிருந்தார். பாலு மகேந்திரா முதன்முதலில் இயக்கிய திரைப்படமான கோகிலா (கன்னடம்), அதன் மலையாள வடிவம் ஊமக்குயில், அவர் இயக்கிய தெலுங்கு படமான நிரீக்ஷணா, அதன் மலையாள வடிவம் யாத்ரா, இந்திப்படமான ஸத்மா, அதன் தமிழ் வடிவம் மூன்றாம் பிறை போன்றவற்றை பார்த்திருந்தார் அவர். அழியாத கோலங்கள், மூடுபனி, நீங்கள் கேட்டவை, வீடு, சந்தியா

ராகம், மறுபடியும், சதி லீலாவதி போன்ற பாலு மகேந்திராவின் தமிழ்ப் படங்களையும் அவர் ஆழ்ந்து ரசித்திருந்தார்.

இசைமேதை சலில் சௌதுரியின் அதிதீவிர ரசிகனான அந்த இளைஞன், பாலு மகேந்திராவுக்கும் சலில் சௌதுரிக்குமிடையே இருந்த ஆழ்ந்த உறவைப் பற்றி நன்கு அறிந்தவர். நெல்லு, ராகம் போன்ற படங்களினூடாக அவர்களுக்கிடையே ஏற்பட்ட புரிதலும் நட்பும் தான் கோகிலாவின், அழியாத கோலங்களின் அதிசய இசையாக வெளிப்பட்டது என்பது அந்த இளைஞனுக்கு தெரியும். 1995ல் மறைந்துபோன சலில் சௌதுரியின் நினைவிலான அற நிறுவனத்தின் தென்னிந்திய பொறுப்பாளராகயிருக்கிறார் அந்த இளைஞன் தற்போது. அவர் முகத்தில் ஒரு வகையான பதற்றத்தைக் காணலாம். ஏன் என்றால் அவர் தனது ஆதர்சங்களில் ஒருவரான பாலு மகேந்திராவிடம் முதன்முறையாக தொலைபேசியில் பேசப்போகிறார்.

பாலு மகேந்திராவுக்கு இப்போது 65 வயது. மூளையில் ரத்த அழுத்தம் காரணமாக ஏற்பட்ட பக்கவாதத்தால் பாதிக்கப்பட்டு, நிற்கவும் நடக்கவும் பேசவும் கூட சிரமப்பட வேண்டிய நிலைமையில் இருக்கிறார். அந்த இளைஞனின் தொலைபேசி அழைப்பு வருகிறது. சலில் சௌதரியின் நினைவு நாளையொட்டி நடக்கப்போகும் நிகழ்ச்சியில் கலந்துகொள்வதற்கான வேண்டுதல் தான் அது. சலில் சௌதுரியின் பேரைக் கேட்டதும் உற்சாகமடைகிறார் பாலு மகேந்திரா! ''எனக்கு நிற்பதும் நடப்பதும் கூட கடினம். இருந்தும் சலில்தாவின் நினைவிற்காகத் தானே. அவசியம் வருகிறேன்'' என்று சொல்கிறார்.

காட்சி 4

2004 நவம்பர் 19

மாலை நேரம்

சென்னை மாநகரம்

ம்யூசிக அகாடமி அரங்கம்

மேடையில் பாலு மகேந்திரா, இளையராஜா, பத்மா சுப்ரமணியம், சலில் சௌதுரின் மனைவி சபிதா சௌதுரி. மேடைக்கு பின்னால் சலில் சௌதுரியின் மகன், மகள். அவர்களுடன் முன் காட்சிகளில் பார்த்த அந்த இளைஞன்.

உடல் நலக்குறைவினால் அமர்ந்துகொண்டே உறையாற்றுகிறார் பாலு மகேந்திரா.

'' கடந்த கால் நூற்றாண்டு காலமாக எனது படங்களின் இசையமைப்பு சார்ந்து நண்பர் இளையராஜாவுடன் அமர்ந்த ஒவ்வொரு முறையும் சலில் சௌதுரி பற்றியும் அவரது இசை வல்லமை பற்றியும் நாங்கள் மணிக்கணக்காக பேசாத நாட்களில்லை. சலில்தாவைப் போன்ற ஒரு இசை மேதையை, இனிமையான மனிதரை எனது வாழ்நாளில் நான் சந்தித்ததேயில்லை. அவர் போன்ற மாமேதைகள் ஒருபோதும் இறக்கப் போவதில்லை'' என்று கண்ணீர் துளிர்க்க தன் உரையை முடிக்கிறார் பாலு மகேந்திரா. தொடர்ந்து வரும் இசை நிகழ்ச்சியில் பாலு மகேந்திராவின் அழியாத கோலங்களுக்காக சலில்தா இசையமைத்த அழியாப் பாடல்கள் பாடப்படுகிறது...

...நெஞ்சில் இட்ட கோலமெல்லாம் அழிவதில்லை

என்றும் அது கலைவதில்லை

எண்ணங்களும் மறைவதில்லை.....

காட்சி 5

2006 காலம்

மதிய நேரம்

சென்னையில் ஒரு உணவு விடுதி

பாலு மகேந்திரா, எழுத்தாளர் ஜெயமோகன், முன் காட்சிகளில் பார்த்த அந்த இளைஞன்.

சில மணி நேரம் நீண்ட உரையாடல். இலக்கியம், இசை, சினிமா, தனது திரைப்படங்கள், தனது வாழ்க்கை, மனித உறவுகள், பெண்கள், காதல், காமம் என பரந்து ஒழுகிய பேச்சு அது. தான் ஆரம்பிக்க விரும்பும் திரைப்படக் கல்லூரியைப் பற்றியான தனது கனவுகளை விரிவாக பேசுகிறார் பாலு மகேந்திரா. திரைப்படமாக்கத் தகுந்த சில கதைகளைப்பற்றி ஜெயமோகனிடம் விவாதிக்கிறார். ''சலில்தாவின் குழந்தைகள் அனைவரும் நல்ல நிலையில் இருக்கிறார்களா?'' என்று சலில் செளதுரியின் குடும்பத்தினரை பற்றி அந்த இளைஞனிடம் நலம் விசாரிக்கிறார்.

காட்சி 6

ஒட்டிணைப்புக் காட்சிகள் (Montages)

சென்னை நகரில் நடக்கும் பல இலக்கிய, சினிமா நிகழ்வுகள்.

சிலவற்றில் மேடை விருந்தினர்களில் ஒருவராக அமர்ந்திருக்கிறார் பாலு மகேந்திரா. மேடைப் பேச்சுகளில் ''எனக்கு இனி காலம் அதிகமில்லை. அதனால் நான் இதை இங்கு சொல்லித்தான் தீரவேண்டும்'' என்று சிலவற்றை தொடர்ந்து சொல்கிறார். பொதுவான உடல் நலக்குறைவும், சில நேரம் மன அழுத்தமும் அவரது

உடல்மொழியிலும் வார்த்தைகளிலும் தென்படுகிறது. பல இலக்கிய நிகழ்ச்சிகளில் தனியனாக உள்ளே வந்து பார்வையாளர்களில் ஒருவராக அமர்ந்துகொள்கிறார். ஆனால் அவரது நீண்டு மெலிந்த உருவமும், என்றும் இளமையான உடைகளும் எந்தவொரு கூட்டத்திற்கு நடுவேயும் அவரை தனித்து அடையாளம் காட்டுகின்றன! மங்கலான உரப்புப் பருத்தி கால்ச் சட்டையும் தொப்பியும், தடித்த பருத்திச் சட்டை.

சில நிகழ்வுகளில் முன் காட்சிகளில் பார்த்த இளைஞனும் இருக்கிறார். அவர் பாலு மகேந்திராவின் பக்கத்தில் அமர்ந்து பேசுகிறார். இசை, இலக்கியம், அன்றைக்கு நடக்கும் நிகழ்ச்சி என பலதரப்பட்ட விஷயங்கள். மலையாள சினிமாவின் சமகாலப் போக்குகள் பற்றி அந்த இளைஞனிடம் ஆர்வமாக கேட்கிறார் பாலு மகேந்திரா.

காட்சி 7

பகல்

காலம் 2013 செப்டம்பர்

சென்னை

'பாலு மகேந்திரா சினிமாப் பட்டறை' திரைப்படக் கல்லூரி.

முன் காட்சிகளில் பார்த்த அந்த முன்னாள் இளைஞன் இப்போது 44 வயதாகி தொப்பையும் தொந்தியுமாக நடந்துவருகிறார். 74 வயதான பாலு மகேந்திராவோ உடலில் தளதளப்பேதுமில்லாமல் கம்பீரமாக தனது அறைக்குள்ளே அமர்ந்திருக்கிறார். எப்போதும்போல தனித்துவமானது, இனிமையானது அவரது ஆங்கிலப் பேச்சு. அந்த முன்னாள் இளைஞனிடம் அவர் உரையாடுகிறார்.

முன்னாள் இளைஞன்: ஐயா.. தரமான மலையாள சினிமாவில் எனது ஆதர்ச இயக்குநரான கே ஜி ஜார்ஜைப் பற்றி சில நண்பர்கள் ஒரு ஆவணப் படமெடுக்கிறார்கள். அதில் அவரைப்பற்றி நீங்கள் ஓரிரு வார்த்தைகள் பேச வேண்டும் என்று உங்களிடம் வேண்டித்தான் வந்திருக்கிறேன். நீங்கள் பணியாற்றிய முதன்முதல் திரைப்படத்தின் துணை இயக்குநர் கே ஜி ஜார்ஜ். உங்களது நெருங்கிய நண்பர். பின்னர் அவர் இயக்கிய சில படங்களுக்கு நீங்கள் ஒளிப்பதிவாளராகவும் பணியாற்றியிருக்கிறீர்கள். குறிப்பாக உள்க்கடல் என்ற படம். அப்படத்தின் கதாநாயகி உங்களது கண்டுபிடிப்பான ஷோபா. ஷோபாவுடன் உங்களுக்கு இருந்ததாக கூறப்பட்ட உறவையும், பின்னர் நிகழ்ந்த சோபாவின் தற்கொலையையும் கதைக்கருவாக்கி கே ஜி ஜார்ஜ் 1983ல் 'லேகயுடெ மரணம் ஒரு ஃப்ளாஷ் பேக்' என்ற திரைப்படம் இயக்கினார். அத்துடன் உங்களுக்கிடையேயான நட்பு உடைந்துபோனது. அல்லவா?

பாலு மகேந்திரா: ஆமாம். அப்போது அவன் மீது எனக்கு மிகுந்த வருத்தமும் கோபமும் இருந்தது. ஒரு நண்பனின் தனிமனிதத் துயரத்தை அவன் எப்படி வணிக நோக்கத்துடன் பொதுமக்கள் நுகர்வுக்கு வைக்கலாம் என்று யோசித்து ஆத்திரம் அடைந்திருக்கிறேன். ஆனால் இப்போது ஜார்ஜ் மீது எனக்கு எந்த வருத்தமும் இல்லை. எனக்கு நேர்ந்த மூளை ரத்த அழுத்தத்தாலான பக்கவாதம் சமீபத்தில் அவனையும் கடுமையாக தாக்கியது என்று அறிந்து நான் மிகவும் சங்கடமடைந்தேன். ஜார்ஜ் ஒரு மகத்தான கலைஞன், மகத்தான இயக்குநர். அதில் எந்த சந்தேகமுமில்லை.

முன்னாள் இளைஞன்: 'லேகயுடெ மரணம் ஒரு ஃப்ளாஷ் பேக்' படத்தை நீங்கள் பார்த்திருக்கிறீர்களா?

பாலு மகேந்திரா: இல்லை. அதை பார்க்க நான் விரும்பவில்லை.

முன்னாள் இளைஞன்: ஐயா.. என்னோட திரை ரசனையின் படி 'லேகயுடெ மரணம் ஒரு ஃப்ளாஷ் பேக்' ஒரு மிகச் சிறந்த படம். அப்படத்தில் நீங்கள் என்று சொல்லப்படும் பாத்திரத்தை நடித்திருப்பவர் மலையாள சினிமாவின் ஆகச் சிறந்த நடிகரான பரத் கோபி. அப்பாத்திரம் மிக வலிமையாகவும் நுட்பமாகவும் எழுதப்பட்டு எடுக்கப்பட்ட ஒன்று. தவறான எந்த விஷயத்தையும் அப்பாத்திரம் செய்வதில்லை. படத்தில் அந்த நடிகைப் பாத்திரத்தின் குடும்பத்தினரும், துயரம் மிகுந்த அவளது பதின்பருவ அனுபவங்களும், மன அழுத்தங்களும் முதிர்ச்சியின்மையும் தான் அந்த பரிதாபமான முடிவிற்கு காரணமாகிறது.

பாலு மகேந்திரா: அந்த நாட்களில் எவ்வளவு கற்கள் என்மேல் வீசப்பட்டன! ஷோபாவின் மரணத்திற்கு எவ்வகையிலும் நான் காரணமில்லை என்று எல்லா சட்ட விசாரணைகளிலும் நிரூபணமான பின்னரும், பாலு மகேந்திரா இலங்கைக்காரன், சட்ட விரோதமாக இங்கு தங்கியிருக்கிறான், அவனை இலங்கைக்கே திருப்பி அனுப்பவேண்டும் என்று என்மேல் வழக்குகள் தொடரப்பட்டன! அவ்வழக்குகள் எதுவுமே வெற்றிபெறவில்லை என்றாலும் அந்த ரணங்கள் என்னுள் ஒருபோதும் ஆறப்போவதில்லை. கே ஜி ஜார்ஜ் என்மேல் பெரும் கற்களை வீசவில்லை என்று இப்போது தெரிந்ததில் சிறு ஆசுவாசம்!

முன்னாள் இளைஞன்: அப்படத்தின் சிறந்த பிரதி என்னிடம் இருக்கிறது. இப்போது இணையத்திலும் அப்படம் வந்துள்ளது. நீங்கள் அதை அவசியம் பார்க்கவேண்டும் என்பது எனது வேண்டுகோள்.

பாலு மகேந்திரா: கொடுங்கள், பார்க்கிறேன். முடிந்தால் நெல்லு, உள்க்கடல் போன்ற எனது படங்களையும் கொடுங்கள். அவற்றையும்

நான் முழுசாகப் பார்த்ததில்லை!

காட்சி 8

ஒரு முன் நிகழ்வு (Flash Back)

பகல்

கண்டி மாகாணம்

இலங்கை

க்வாய் நதிப் பாலம் (The Bridge on the River Kwai) எனும் ஆங்கில திரைப்படத்தின் படப்பிடிப்பு நடந்துகொண்டிருக்கிறது. சுற்றுலாவிற்கு வந்த பள்ளி மாணவர்களின் கூட்டம் ஒன்று அப்படப்பிடிப்பைப் பார்க்க அங்கு வந்து குவிகிறது. அவர்களுக்கிடையே 13 வயதான சிறுவன் பாலநாதன் மகேந்திரா. அத்திரைப்படத்தின் இயக்குநர் டேவிட் லீன் "மழை பெய்யட்டும்" என்று மெகஃபோனில் ஆணையிடுகிறார். உடன் மழை பொழியத் துவங்குகிறது. பாலுவிற்கு அடங்காத ஆச்சரியம். 'இதுபோல் ஒருநாள் நான் சொன்னவுடனும் மழை பொழியப்போகிறது' என்று அவன் உறுதிகொள்கிறான்.

குறிப்பு

பாலு சார் கேட்ட எல்லாத் திரைப்படங்களையும் எடுத்துக்கொண்டு ஒருநாள் அவரது திரைப்படக் கல்லூரிக்கு மீண்டும் சென்றேன். ஆனால் மீண்டும் ஒருமுறை அவரை பார்க்கும் வாய்ப்பு எனக்கு கிடைக்கவில்லை. திரைப்படங்களை அவரது உதவியாளரிடம் கொடுத்துவிட்டு வந்தேன். அப்படங்களை பாலு சார் பார்த்திருப்பாரா? தெரியவில்லை.

தனிப்பட்டமுறையில் நெருங்கிய உறவு எதுவும் எனக்கு பாலு

சாருடன் இருந்ததில்லை. அவருடன் நின்று ஒரு புகைப்படத்தைக் கூட நான் எடுக்கவுமில்லை. ஆனால் 2014 பிப்ரவரி 13 அன்று, அவரது மரணம் அறிவிக்கப்படுவதற்கு முன்பே அச்செய்தி அறிய நேர்ந்து நான் கதறி அழுதேன். பாலு மகேந்திரா எனும் அற்புதக் கலைஞனுடன் எனக்கிருந்த உறவு அக்கண்ணீர் துளிகளைப்போன்றது. வார்த்தைகளால் விளக்க முடியாதது அது. அவரது உயிரற்ற உடலைப் பார்க்க நான் விரும்பவில்லை. அந்த இறுதிச் சடங்குகளுக்கு நான் போகவுமில்லை. பாலு மகேந்திரா எனும் மகா கலைஞன் இந்த எளிய ரசிகனின் இதயத்தில் என்றென்றும் உயிருடன் நீடித்திருப்பார்.

அந்திமழை - 03/2014

தோற்கடிக்க முடியாதவன்

வில்லியம் ஹென்லீ
மொழி : ஆங்கிலம்
நாடு : இங்கிலாந்து
ஆண்டு : 1888

தோற்கடிக்க முடியாதவன்

சூழ்ந்திருக்கும் கோரமான இரவிலிருந்து
துருவத்திலிருந்து துருவம் வரைக்கும்
பாதாளமாக நெளியும் இருட்டிலிருந்து
நான் நன்றி சொல்கிறேன்
இருக்கும் அல்லது இல்லாமலிருக்கும் கடவுளுக்கு
தோற்கடிக்க முடியாத எனது ஆன்மாவிற்காக

விழவைக்கும் சூழ்நிலைகளின் இறுக்கமான பிடியில்
நான் துவண்டு சுருங்கவில்லை
கதறி அழவில்லை
தற்செயல் நிகழ்வுகளின் கடும் தடியடிகளால்
எனது தலை ரத்தத்தில் குளித்திருக்கிறது
இருந்தும் அது குனியவேயில்லை

வெறுப்பும் கண்ணீரும் நிரம்பி வழியும் இவ்விடத்திற்கு அப்பால்
பீதியின் கருநிழல்கள் மட்டுமே காணக்கிடைக்கிறது
ஆனால் கடந்தோடும் ஆண்டுகளின் அச்சுறுத்தல்கள் ஒவ்வொன்றும்
பயம் அறியாதவனாகவே என்னைக் கண்டடையும்

வாசல் குறுகியதோ அகலமானதோ ஆகட்டும்
தண்டனைகளாலும் வதைகளாலும் அது என்னை வரவேற்கட்டும்
எதுவும் என்னை சிதறடிக்க முடியாது
ஏனெனில் நான் எனது விதியின் எஜமான்
எனது ஆன்மாவின் படைநாயகன்

உயிர்மை - 2014

பாட்டே வராதா? சினிமாவில் பாடுங்கள்!

''போற வழியில அப்டியே ஸ்டுடியோ வந்திட்டு போடா. புதுசா ஒரு மேட்டர் வந்திருக்கு. காட்டறேன்''. நண்பர் தினேஷின் அழைப்பு. தினேஷ் சாதாரண ஆள் இல்லை. மலையாள திரைப்படங்களில் பெரும் புகழ்பெற்ற ஓரிரு பாடல்களை பாடியிருக்கிறார். ஆனால் அது எதுவும் முக்கியமில்லை. சலில் சௌதுரி, இளையராஜா, லட்சுமிகாந்த ப்யாரேலால், பாம்பே ரவி, யேசுதாஸ் போன்றவர்களுடன் இசையமைப்பு உதவியாளர், ஒலித்தடப் பாடகர், ஒலிப்பதிவாளர் என பல முறைகளில் பணியாற்றியிருக்கிறார். திரைப்படப் பாடல் எனும் கலையைப் பற்றி ஆழ்ந்த புரிதல்கள் கொண்டவர். வயது ஏற ஏற இனிமை கூடும் குரலுக்குச் சொந்தக்காரர். அனைத்து வகைமைப் பாடல்களையும் வெகு சிறப்பாகப் பாடும் ஆற்றல் படைத்தவர். தினேஷ் என்ற அரிதான பாடகனை சினிமா உலகம் பயன்படுத்தவேயில்லை! இருந்தும் ஒரு இசைஞனாக, ஒலிப்பதிவாளனாக சென்னை இசை வட்டாரங்களில் நன்கு அறியப்படுபவர் தினேஷ். 'பரவாயில்லையே!' என்று தானே நினைக்கிறீர்கள்?

'பரவாயில்லை', ஓரளவுக்கு 'ஓகே' போன்ற சொல்லாடல்கள் வழியாகத்தான் இன்று நாம் பலவகையான சாதனைகளுக்கு நம்முடைய பாராட்டுகளை தெரிவித்துக் கொண்டிருக்கிறோம்! அல்லவா? ஆனால் உண்மையில் என்ன நடக்கிறதென்று தெரியாமல்' பயங்கரமாயிருக்கே! 'என்னா ஒரு பாட்டு!' என்றெல்லாம் சொல்லி 'ஃபை ஃபை ஃபை கலாய்ச்சி ஃபை' வகையறாக்களை தலையில் ஏற்றி நாம் இன்று நடனமாடிக் கொண்டிருக்கிறோம்.

கோடம்பாக்கம் பாத்திமாப் பள்ளிக்கு அருகிலுள்ள அவரது ஒலிப்பதிவு கூடத்திற்குள் நான் நுழையும்போது தினேஷ் கணினியில் ஏதோ 'நோண்டி'க்கொண்டிருந்தார். அதில் புதிதாக 'மெலோடைன்' (Melodyne) எனும் இசையுருவாக்க மென்பொருளின் புத்தம் புது வடிவம் ஒன்றை பொருத்தியிருந்தார். அதன் மாய வித்தைகள் செயல்முறை விளக்கம் காட்டுவதற்குதான் என்னை அழைத்திருக்கிறார்! பிரபல பாடகர் ஒருவர் சற்று முன்பு பாடிவைத்துப் போன ஒரு பாடலை அந்த மென்பொருள் வழியாக கடத்தி விட்டு அதை சின்னஞ்சிறு துணுக்குகளாக பிரித்தார். அதாவது அப்பாடலின் ஒவ்வொரு சுரங்களையும் பல வண்ணங்களில் ஒலியலைக் கற்றைகளாக (Wave Blocks) கணினித் திரையில் காணலாம்!

இ ஈ உ ஊ எ அ ஆ இ எனும் சுரங்களை கீழ் கீழாக அடுக்கியிருக்கும் ஒரு சட்ட வடிவத்திற்குள், அந்தந்த சுரங்களுக்கு நேராக அந்த பாடலின் துணுக்குக் கற்றைகள் ஆங்காங்கே நிற்கின்றன! இசையின் இலக்கணமும் மெலோடைன் மென்பொருள் இயக்கு முறையும் நன்கு தெரிந்த தினேஷ் அந்த சுரங்கள் ஒவ்வொன்றையும் எலி (Mouse) வைத்துப் பிடித்து அங்கும் இங்கும் இடம் மாற்றி வைக்கிறார். அரைமணி நேரத்திற்குள் அதே குரலில் அந்த பாடல்வரிகள் முற்றிலும் மாறுபட்ட ஒரு மெட்டாக ஒலிக்கத் துவங்கியது! சுருதியும் தாளமும்

எல்லாமே மாறிப் போனது! ஆனால் வரிகளுக்கோ பாடகனின் குரலுக்கோ எந்த மாற்றமுமில்லை! நான் வாய் பிளந்துபோனேன்.

இப்படி எத்தனை முறை வேண்டுமானாலும் அப்பாடலை மாற்றியமைத்துக் கொண்டே போகலாம் போலும்! பாடகன் மெட்டை சரியாகப் பாடவில்லையென்றால் கவலையே வேண்டாம். பாடல் முழுவதும் சுருதி சேரவே இல்லையென்றாலும் பிரச்சினை இல்லை. பாடி வைத்ததை அக்கு அக்காகப் பிரித்து அது எந்தெந்த சுரங்களாக வெளியே கேட்க வேண்டுமோ அச்சுரங்களின் தடத்திற்குள் இழுத்து வைத்தாலே போதும்! குரலும் பாடலும் கனக் கச்சிதமாக சுருதி சேர்ந்து ரீங்கரிக்கும்! 1992ல் ஃபோட்டோஷாப் (Photoshop) எனும் புகைப்படம் மற்றும் வரைகலை மென்பொருளின் செயல்முறை விளக்க நிகழ்ச்சியில் பங்கேற்றபோது தான், இதற்கு முன்பு நான் இந்த அளவுக்கு ஆச்சரியப்பட்டுபோனேன்.

அப்போது எங்கள் நிறுவனத்தின் விளம்பர வடிவமைப்புகள் செய்துகொண்டிருந்த சிட்டி டிசைன் ஸ்ரீநிவாசன் போன்றவர்களிடம் நான் சொன்னேன் 'ஓவியங்கள் வரைந்தும் கையால் விளம்பரங்களை வடிவமைத்தும் வாழும் உங்களைப் போன்றவர்களின் சோற்றில் இதோ மண் விழப்போகிறது!'. அதை யாரும் அப்போது பெரிதாக பொருட்படுத்தவில்லை. ஆனால் ஓரிரு ஆண்டுகளுக்குள் புகைப்படத்துறை, ஓவியக்கலை, அச்சு ஊடகங்கள், விளம்பரத்துறை போன்றவற்றிலிருந்த கணிசமான வேலை வாய்ப்புகளை ஃபோட்டோஷாப் ஒரு பேரலையாக அடித்துச் சென்றது. இன்றைக்கு யார் வேண்டுமானாலும் ஒரு ஃபோட்டோஷாப் ஓவியராகலாம்!

இசைத்துறையில் இன்று நடப்பதும் இதுவே தான். ஒரு மடிக்கணினி கையில் இருப்பவர்கள் யாவரும் இசையமைப்பாளர்கள் ஆகலாம்.

அவற்றில் யார் யாரோ முன்னமே உருவாக்கி வைத்திருக்கும் மெட்டுக்கள், தாளக்கட்டுகள், இசைத்துணுக்குகள் போன்றவற்றை எடுத்து நீட்டியும் குறுக்கியும் அங்கும் இங்கும் மாற்றியமைத்து தொகுத்தால் நொடிநேரத்தில் இசை தயார். அதேபோல் ஒரு பாடல் எந்த அளவைக்குள்ளே அடங்கவேண்டும், அதில் எந்தெந்த சுரங்கள் இடம்பெறவேண்டும் என்பதை மென்பொருளுக்கு ஊட்டிவிட்டால் (Feed) போதும். யார் வேண்டுமானாலும் பாடகனாகலாம்!

பாடகன் எப்படிப் பாடினாலும் பாடிக்கொண்டிருக்கும்போதே தானியங்கி சுருதி சேர்த்தல் மென்பொருள் (Auto Tune) பொருத்தப்பட்ட கணினி அதை முன்பதிவு செய்யப்பட்ட சுரங்களாக மாற்றி வெளியே கேட்க வைக்கும். பாடி முடித்த பின்னர் அதை மீண்டும் நுட்பமாக சுருதி சேர்க்கலாம். ஒலிப்பதிவு, ஒலிக்கலவை, ஒலித்தொகுப்பு போன்றவை முன்பு எப்படி ஒரு தனித் தொழிலாக இருந்ததோ அதைப்போல் சுருதி சேர்த்தலும் இன்று ஒரு தனித் தொழிலாக மாறிவிட்டிருக்கிறது.

தொலைக்காட்சிகளில் இன்று நாம் காணும் அனைத்து இசை நிகழ்ச்சிகளும் இத்தகைய சுருதி சேர்த்தல் வித்தையினூடாக கடந்து வருபவை! ‘யதார்த்த’ இசை நிகழ்ச்சிகள் உட்பட! ’வாயில் வருவது கோதைக்கு பாடல்’ என்பதுபோல் ஏனோ தானோ என்று சுருதியே சேராமல் பாடி வைத்ததையெல்லாம் கொண்டுவந்து ஒலிப்பதிவு கூடங்களில் சுருதி சேர்க்கிறார்கள். அவற்றை பின்னர் காணொளியுடன் இணைத்து (குதூணஞ்சிட) ஒலிபரப்புகிறார்கள்! விஷயம் தெரியாத நம் போன்ற முட்டாள்கள் ’ஆகா! என்னமா பாட்றாய்ங்க! எப்படிப் பாட்றாய்ங்க! என்று புகழ்ந்து தள்ளுகிறோம்!

தொலைக்காட்சிப் பாடகர்கள் முதலில் ஒலிப்பதிவு கூடத்திற்குச் சென்று அங்கு பாடலை பதிவு செய்கிறார்கள். மென்பொருட்களின்

உதவியுடன் சுருதி சேர்த்து சரி செய்து கொண்டுவரப்படும் அப்பாடல்களுக்கு அந்த ‘பாடகர்கள்’ வாயசைப்பது தான் நாம் அன்றாடம் தொலைக்காட்சிகளில் பார்த்து மகிழ்ந்து கொண்டிருக்கிறோம்! தொலைக்காட்சி நிலையங்கள் வழங்கும் விருது விழாப் பிரம்மாண்டங்களில் காணப்படும் பெரும்பாலான 'பாடும் காட்சி'களும் இவ்வகையானதே!

இந்த ஏமாற்று வேலைகள் உலக அளவில் இன்றோ நேற்றோ ஆரம்பித்ததல்ல. 1997ல் அன்டாரெஸ் எனும் நிறுவனம் தானியங்கி சுருதி சேர்த்தல் மென்பொருளான ஆட்டோ ட்யூன் வெளியிட்ட அன்று தான் இதன் துவக்க விழா. 2002ல் செலிமணி எனும் ஜெர்மானிய நிறுவனம் முன் சொன்ன மெலோடைன் மென்பொருளின் முதல் வடிவம் வெளியிட்டனர். ஆனால் இந்த தொழில்நுட்பங்கள் இந்தியாவை அடைந்தது 2005-2010 காலகட்டத்தில் தான்.

2002ல் ஆலிசன் மூறர் எனும் கண்ட்ரி பாடகன் ‘இத்தொகுப்பில் உள்ள பாடல்களில் ஆட்டோ ட்யூன் பயன்படுத்தப்படவேயில்லை’ என்ற அறிவிப்பை ஒட்டிவைத்து தான் தனது இசைத் தொகுப்பை வெளியிட்டார். தானியங்கி சுருதி சேர்த்தல் ஒரு வெட்கம் கெட்ட வேலைதான் என்பதை நல்ல பாடகர்கள் அப்போதே உணர்ந்திருந்தனர் என்பது தானே இதன் அர்த்தம்? க்ரிஸ்டீனா அக்விலேரா எனும் அசாத்தியமான அமேரிக்க பாடகி ’ தானியங்கி சுருதி சேர்த்தல் கூக்கு உள்ளது’ (Auto Tune is for Pussies) என்று அச்சிடப்பட்ட சட்டையை அணிந்து 2009ல் மேடைகளில் தோன்றினார்.

நமது நாட்டில் சுருதி சேர்த்தல் செய்துகொண்டிருக்கும் மாயவித்தைளுக்கு ஒரு உதாரணம் சொல்கிறேன். ‘ஃபை ஃபை ஃபை கலாய்ச்சி ஃபை’ எனும் தேவகானத்தைப் பாடிய திரைப்பட நடிகை

ரம்யா நம்பீசன் மலையாளத்தில் ‘ஆண்டெ லோண்டே’ எனத்துவங்கும் நாட்டுப்புற பாணி பாடல் ஒன்றைப் பாடினார். அலாதியான சுருதி சுத்தத்துடன்! அப்பாடல் ஒரு மாபெரும் வெற்றி. ஒருமுறை தொலைக்காட்சியில் ஒரு கலந்துரையாடல் நிகழ்ச்சியில் எதிர்பாராமல் அப்பாடலை பாட நடிகையிடம் கேட்டார்கள்! வேறு வழியில்லாமல் தனது 'இயல்பான' சுருதி சுத்தத்தில் அப்பாடலை அவர் பாடும் கர்ணகடூரமான காட்சி யூடியூபில் பார்க்க நேர்ந்தது. அப்பாடலின் இசையமைப்பாளரோ பாலமுரளி கிருஷ்ணாவின் முதற்கண் சீடனாக தன்னை முன்னிறுத்துபவர். யதார்த்த இசை நிகழ்ச்சிகளில் இளம் பாடகர்களின் சுருதியை மயிரிழை கீறி விமர்சிப்பவர்!

குரல்களை இயந்திரத்தனமானதாக மாற்றுவதற்கு, ஒருவர் பாடியதை ஓராயிரம் பேர் பாடுவது போல் ஆக்குவதற்கு, ஒரு சுரத்தை வைத்து எண்ணற்ற இசையொருமிப்புகளை (ஏச்ணூட்ணிணதூ) உருவாக்குவதற்கு, குரலின் தன்மை மாறாமல் தாள வேகத்தை ஏற்றவும் இறக்கவும், ஒரு சுருதியில் பாடியதை எந்த சுருதிக்கு வேண்டுமானாலும் மாற்றுவதற்கு, வார்த்தைக்கு வார்த்தை மூச்சு திணறிப் பாடியதை மூச்சே விடாமல் நன்றாக இழுத்து பாடியது போல் மாற்றியமைக்க, எதை வேண்டுமானாலும் அங்கிருந்து இங்கும் இங்கிருந்து அங்கும் வெட்டி ஒட்ட என அனைத்து வேலைகளுக்கும் இன்று மிக எளிதான குறுக்கு வழிகள் இருக்கின்றன.

இனிமேல் குரல் வளம், சுருதி சுத்தம், இசை ஞானம், மூச்சுக் கட்டுப்பாடு என எதுவுமே ஒரு பாடகனுக்கு துளிகூடத் தேவையில்லை. இதனால் இன்று நாம் கேட்கும் அனைத்து பாடும் குரல்களுக்கும் ஒரே பாணி! அனைத்து பாடல்களுக்கும் ஏறத்தாழ ஒரே தொனி.

''தினேஷ்.. அண்ணன் 'மெலோடைனின்' பாதங்களைக் கும்பிட்டு நானும் ஒரு சினிமா ப்ளே பேக் சிங்கர் ஆகட்டுமா?''

''நீ ஓரளவுக்கு பாடுவியே! அப்பொ என்ன பிரச்சினை?''

''அதானே பிரச்சினையே! ஒரு சுரம் கூட பாட முடியாத யாரையாச்சும் கூட்டிட்டு வரலாம். அவர எதாவது ஓளர வெச்சு ரெக்கார்ட் பண்ணுவோம். அப்புறம் அத மெலோடைன், ஆட்டோ ட்யூண், வேவ்ஸ் ட்யூண் அப்டீன்னு எதாச்சும் ஒரு சாஃப்ட்வேரில ஏத்தி நாட்ஸ் ஆக்கி, சுதி சேத்து, தாளம் போட்டு ஒரு பாட்டாக்கிருவோம். என்னமா பாட்றாரு! எப்படி பாட்றாரு!!! அப்டீன்னு ஒலகம் தலயில ஏத்தி டான்ஸ் ஆட்ற வர்ல்ட் ஃபேமஸ் சாங்கா அது மாறாதுண்ணு யாருக்கு தெரியும்?

யாருக்கு தெரியும்?!!!

தினேஷ் கணினியை நிறுத்தினார். இருட்டாகிப்போன அதன் திரையில் அவரது முகத்தின் வெறுமை மட்டும் பிரதிபலித்தது.

தீராநதி - 01/2014

இயல்பாக நடிப்பது

பாடியவர் - பக் ஓவன்ஸ் (Buck Owens)

எழுதி இசையமைத்தவர்கள் - ஜானி ரசல் மற்றும் வோனி மாரிசன்

பாடல் வகைமை - கண்ட்ரி

நாடு - அமேரிக்க

மொழி - ஆங்கிலம்

ஆண்டு - 1963

இயல்பாக நடிப்பது (Act Naturally)

அவர்கள் என்னை திரைப்படத்தில் நடிக்க வைப்பார்கள்
என்னை ஒரு பெரும் நட்சத்திரமாக்குவார்கள்
துயரத்தில், தனிமையில் ஒடுங்கிப்போன ஒருவனின் கதை அப்படம்
நான் செய்யவேண்டியதெல்லாம் இயல்பாக நடிப்பது

ஒரு பெரும் நட்சத்திரமாகப் போகிறேன்

சொல்ல முடியாது, ஆஸ்கர் கூடக் கிடைக்கலாம்

ஏன் என்றால் அந்த பாத்திரத்தை மிகச் சிறப்பாக்க என்னால் முடியும்

நான் செய்யவேண்டியதெல்லாம் இயல்பாக நடிப்பது

படம் பார்க்க நீங்கள் வருவீர்கள் என நம்புகிறேன்

அப்போது உங்களுக்குத் தெரியவரும்

அவ்வளவு பெரிய இடத்தை அடைந்த மூடர்களில் முதல்வன் நான்

நான் செய்யவேண்டியதெல்லாம் இயல்பாக நடிப்பது

துயரத்தில், தனிமையில் ஒடுங்கிப்போன ஒருவனின் கதை அப்படம்

கருணைக்காக அனைவரிடமும் மண்டியிட்டு மன்றாடுபவன் அவன்

ஒத்திகைகள் எதுவுமில்லாமல் அதை மிகச் சிறப்பாக்க என்னால் முடியும்

நான் செய்யவேண்டியதெல்லாம் இயல்பாக இருப்பது.

உயிர்மை - 2014

திரும்பிப் பார்க்கையில்

அப்போது எனக்குப் பதினைந்து வயதிருக்கும். எங்களுக்கு அயல் வீட்டில் வசித்து வந்தவரின் பெயர் கருணாகரன் பிள்ள. வயதைத் தாண்டி பலகாலமான பின்னர்தான் அவருக்குத் திருமணம் நடந்தது. அழகற்று வினோதமான முகத்தோற்றம் கொண்ட, சதா சிடுமூஞ்சியான கருணாகரன் பிள்ள பேரழகியான ஓமனச் சேச்சியை திருமணம் செய்து கொண்டுவந்தார்! 'இது எப்படி நடந்தது? இந்த சேச்சிக்கு என்ன கண்பார்வை இல்லையா?' என்றெல்லாம் ஆதங்கமடைந்து ஒருவருக்கொருவர் புலம்பிக்கொண்டனர் அங்குள்ள இளவட்டங்கள்.

நானும் அவர்களில் ஒருவன். திருமணமாகி ஒரு வாரம்கூடக் கடக்காத நிலையில் மனைவியை அடித்துத் துவைக்க ஆரம்பித்தார் கருணையே இல்லாத கருணாகரன் பிள்ள! தனது மனைவியை அவர் அடிப்பதன் காரணம் தாழ்வுணர்ச்சிதான் என்று அனைவரும் நினைத்தனர். ஆனால் உண்மை அதுவல்ல என்பதை முதலில் கண்டுபிடித்தது நான் தான்!

அவர்களது வீட்டிற்குச் செல்லும்போதெல்லாம் அங்கு உணவு மேசைக்குக் கீழ் வைத்திருந்த ஒரு பாறாங்கல்லைப் பார்த்திருக்கிறேன். திருமணம் முடிந்து சில நாட்களிலேயே கருணாகரன் அக்கல்லை அங்கு

கொண்டு வந்து வைத்தார். மனைவி சமைக்கும் உணவு வகைகளைக் கொஞ்சம் சுவைத்துப் பார்த்தவுடன் அவற்றை வைத்திருக்கும் பீங்கான் பாத்திரத்தை அக்கல்லில் அடித்து உடைப்பார்! பின்னர் பொங்கி எழுந்து மனைவியின் முடியைப் பிடித்து இழுத்து அடித்து நொறுக்குவார். சுவையற்ற உணவு சமைத்ததற்கான தண்டனை!

கருணாகரன் பிள்ளாவைப் பொறுத்தவரையில் ஓமனச் சேச்சி சமைக்கும் உணவை விடச் சப்பையானதும் ருசியற்றதுமான ஒன்று இவ்வுலகில் வேறு எதுவுமே இல்லை. தன்னுடன் சண்டையிட்டு தொலைதூரத்திலுள்ள அண்ணனின் வீட்டிற்குப் போய்விட்டிருந்தார் என்றாலும், தனது அம்மா போடுவதைப்போல் ஒரு குவளைக் காப்பி கூட இந்த 'எரணம் கெட்டவளால்' போட முடியவில்லையே என்ற ஆத்திரத்தில் கருணாகரன் மனைவியை அடித்து பாத்திரங்களை உடைத்துக் கொண்டிருந்தார்.

வெயில் தகிக்கும் கோடைப் பகல்களில் அழகாக நறுக்கிய பச்சை மிளகாய்த் துண்டுகளும் மெலிதாக நசுக்கிய கருவேப்பிலைகளும் மிதக்கும், உப்பும் புளிப்பும் கலந்த பதமான நீர்மோரை ஓமனச் சேச்சியின் கையிலிருந்து எத்தனையோ முறை வாங்கிக் குடித்திருக்கிறேன்! இலையடை, கும்பிளப்பம், மத்தி சதச்சு பற்றிச்சது, மயக்கிய கப்பையுடன் மீன் வற்றிச்சது, அவல் நிறச்சது என ஓமனச் சேச்சி சமைத்துச் சாப்பிடத் தந்த பலவகையான கேரள உணவுகள் இன்றும் எனது நினைவுகளில் சுவைக்கின்றன. மிகவும் அழகான பெண்மணி அவர் என்பதனால் பதின்பருவக் காமம் கலந்த ஒரு ஏக்கம் அவர்மேல் எனக்கு இருந்திருக்கலாம். இருந்தும் அவரது தோற்றப்பொலிவை விட அந்தச் சமையலின் சுவைதான் இன்றும் எனது நினைவில் தேங்கியிருக்கிறது.

அபாரமாகச் சமைக்கும் வல்லமை கொண்டிருந்த ஒரு பெண்மணியைச் சமைக்கவே தெரியாதவள் என்று அடித்து கொடுமைப்படுத்திய கருணாகரன் பிள்ளாவின் பிரச்சினை என்னவாக இருந்திருக்கக் கூடும்? கருணாகரனின் அம்மா இச்சேயி சமைத்த மிகச் சுமாரான உணவுகள் எனக்கு நன்கு பரிச்சயமானவை. சிறு வயதிலிருந்தே பலவகையான சமையல்களுக்கு பழக்கப்பட்டிருந்தவன் நான். பாட்டி வீட்டு உணவுகள், எண்ணற்ற நண்பர்களின் வீட்டு உணவுகள் எனப் பல வீட்டுக் கூட்டாஞ்சோற்றைச் சாப்பிட்டுப் பழகியவன். மேலும் எனது அம்மாவும் அப்பாவுமே நன்றாக சமைக்கக் கூடியவர்களாக இருந்தனர். இச்சேயியின் உணவுகளின் ஒட்டுமொத்தச் சுவையின்மையைப் பலமுறை நான் உணர்ந்திருந்தேன்.

பிறரின் வீடுகளிலிருந்து பச்சைத் தண்ணீர் கூடக் குடிக்காத 'குணம்' படைத்த கருணாகரன் பிள்ள அவரது நினைவுகள் தொடங்கும் காலத்திலிருந்தே தனது அம்மா சமைத்த உணவுகளை மட்டுமே சாப்பிட்டு வளர்ந்தவர். உணவுச்சுவையின் அளவுகோலாக அவருக்கு இருந்தது தனது அம்மாவின் சமையல் மட்டுமே! அவரால் அதிலிருந்து மீள முடியவில்லை. சிறந்த சுவை கொண்ட உணவுகளைச் சுவையற்றவையாகவும், தனது தாயின் உப்புச் சப்பில்லாத சமையலைச் சுவை மிகுந்ததாகவும் உணரும் அளவிற்குத் தாறுமாறாகத்தான் அவரது உணவு ரசனை உருவாகியிருந்தது.

சென்னையில் அசலான வங்காள நாட்டார் உணவு வகைகள் கிடைக்கும் ஒரே ஒரு உணவகம் இருந்தது. எழும்பூரில் உள்ள அன்னபூர்ணா என்னும் மிகச்சிறிய உணவுக்கடை. அருணனுடன் ஒருமுறை மதிய உணவிற்கு அங்கு சென்றிருந்தேன். மாச்சேர் தேலா

ஜொல் (கொழுத்த மீன் குழம்பு), கொஷா மாங்க்ஷோ (ஆட்டுக்கறி வறுவல் குழம்பு), துயீ மாச் (மீன் ரெட்டை வறுவல்), சோலார் தால் ஃபாத் (நீர்த்த பருப்புக் குழம்பும் சோறும்) என நான் ருசித்துப் புசித்து கட்டு கட்டும்போது திடீரென்று அருணனைக் காணவில்லை! அவ்வுணவுகள் ஏற்படுத்திய குமட்டலினால் அவர் வாந்தியெடுக்கப் போயிருந்தார்!

வங்க உணவின் முக்கியமான செய்பொருட்களில் ஒன்றான கடுகு எண்ணையின் சுவையை அவரால் சகித்துக்கொள்ள முடியவில்லை. மேற்கு வங்காளத்திலும் வங்காள நாட்டிலும் வசிக்கும் இருபத்தைந்து கோடிக்கும் அதிகமான மக்கள் விரும்பிச் சாப்பிடும் அந்த உணவு வகைகள், தமிழ்நாட்டில் திருவண்ணாமலையைச் சேர்ந்த அருணனுக்கு ஒரே கணத்தில் குமட்டலை ஏற்படுத்தியது! கடுகு எண்ணையின் சுவை இதை விட அதிகமாகக் குமட்டலை ஏற்படுத்தக் கூடிய உணவுப் பழக்கங்கள் இருக்கும் பகுதியிலிருந்து வருபவன் நான். ஆனால் எனது தேடல் என்னை வங்காள உணவுகளின் ரசிகனாக்கியது.

இந்த தேடல் பெரும்பாலும் இங்கு நிகழ்வதேயில்லை. உலக உணவுகளின் தலைநகரம் என்றழைக்கப்படும் பாரீஸ் சென்றிங்கிய உடன் சரவண பவனைத் தேடி ஓடுகிறார்கள்! அதிசயமான அராபிய உணவுகளுடைய வளைகுடா நாடுகளில் பழுப்பு நிற உருண்டை அரிசிச் சோற்றுக்காகவும் தேங்காய் எண்ணையில் குளிப்பாட்டிய மீன் வறுவலுக்காகவும் ஏங்குகிறார்கள்! பழக்கத்திற்கும் பரிச்சயத்திற்கும் உள்ளடங்காத எதுவுமே சுவையாக இருக்காது, ஒருவேளை சுவையாக இருந்தாலும் செரிமானமாகாது என்பதில் பெரும்பாலானோருக்குச் சந்தேகமேயில்லை! உணவின் சுவையும் சுவையின்மையும்

போலவேதான் மனிதனின் அடிப்படை ரசனையுமே! விடுபடமுடியாதவை என்று வெறுமனே நாம் நினைக்கும் பழக்கம்.

இசை சார்ந்த எழுத்துகளினூடாக தமிழில் எனக்குக் கிடைத்தது எல்லையற்ற பாராட்டுகள் தாம் என்றபோதிலும் என்மேல் வீசப்பட்ட கற்களையும் அவ்வப்போது நான் திரும்பிப் பார்ப்பதுண்டு. ''டேய்... மலையாளித் தா---ளீ.... தமிழ்நாட்டில் வந்து இசை அரசியல் பண்றியாடா? நீ இசை விமர்சித்து கிழிச்சது போதும். ஒழுங்கு மரியாதையா கேரளாவுக்கு மூட்டை கட்டு...''! இதே தொனியிலான பல கடிதங்கள் கடந்த பத்தாண்டுகளில் எனக்கு வந்திருக்கின்றன. இது ஏதோ அறிவுகெட்டவன் எழுதியது என்று நீங்கள் நினைக்கலாம். ஆனால் அறிவுஜீவிகளாகத் தங்களை முன்வைக்கும் சில எழுத்தாளர்கள் ''ஷாஜியின் எழுத்தில் தென்படும் இசையாணவம் அவர் பிறந்து வளர்ந்த பிராந்தியத்தினுடையது' என்றெல்லாம் எழுதினர்!

எனது இரண்டாவது தமிழ்ப் புத்தகத்தின் வெளியீட்டுவிழாவை நடக்காமல் தடுக்க மும்முரமாக வேலை செய்தனர் சிலர். அவ்விழாவிற்கு வரவேண்டியிருந்த சிறப்பு விருந்தினர்களில் சிலரை வரவிடாமல் தடுப்பதிலும் வெற்றி கண்டனர். அதுவும் போதாமல் 'ஷாஜிக்கு இசையே தெரியாது, மலேசியா வாசுதேவனின் கீழ் ஸ்தாயியை அவரால் கண்டுபிடிக்கவே முடியவில்லை' போன்ற வினோதமான பிரகடனைகள் அடங்கிய சில கட்டுரைகளை எழுதி ஆயிரக்கணக்கான மின்னஞ்சல் முகவரிகளுக்கு இலவசமாக அனுப்பி வைத்தனர்!

இதெல்லாம் எதற்காக? இவர்களில் யாருக்குமே ஒரு தனி மனிதனாக என்னைத் தெரியாது. என்மேல் கோபமும் பகைமையும் பாராட்டவேண்டிய எந்தத் தேவையும் இவர்களுக்கில்லை. தனிப்பட்ட

முறையில் எந்தவொரு வன்மமும் அவர்களுக்கு என்மேல் இருப்பதாக நான் நினைக்கவில்லை. பழகிப்போன அவர்களது ரசனைகளுக்கு எதிரான சில கருத்துக்கள் இசையை மையமாக வைத்து நான் எழுதிய சில கட்டுரைகளில் இருந்தன. அது அவர்களுக்குப் பிடிக்கவில்லை! அவ்வளவு தான்!

இந்த விஷயங்கள் எதுவுமே ஒருபோதும் என்னைப் பாதித்ததில்லை. ஏனென்றால் இவையெல்லாம் ரசனையைச் சார்ந்த சிக்கல்கள் என்று நான் நன்கு அறிவேன். தங்களது ரசனையைச் சார்ந்திருக்கும் புரிதல்களுக்கு எதிரான கருத்துக்கள் வரும்போது திணறிப் போகிறார்கள். ஆழ்ந்த கடவுள் பக்தியுடன் இருக்கும் ஒருவரிடம் 'கடவுள் என்பது ஒரு கற்பிதம், அப்படி எதுவுமே இல்லை' என்று இன்னொருவர் எளிதாகச் சொல்கிறார் என்று வைத்துக் கொள்ளுங்கள். திடீரென்று அங்கு உருவாகும் கோபதாபங்களுக்குக் கடவுள் நம்பிக்கையுடன் எந்தத் தொடர்பும் இருக்காது! 'ஆமாம்.. நீ மட்டும் பெரிய அறிவாளி! பரம்பரை பரம்பரையாகக் கடவுள் பக்தர்களாயிருக்கும் நானும் எனது தாய்தந்தையரும் முட்டாள்களா?'' என்கின்ற கடும் கோபம் தான் அப்போது அந்த பக்தனுக்கு மேலோங்கும்!

புரிந்து வைத்திருப்பவற்றிலிருந்து முற்றிலுமாக மாறுபடும் கருத்துகளைத் திறந்த மனத்தோடு பரிசீலிக்க இயலாமல் அவற்றை முன்வைத்தவர் மீது தனிமனித விரோதத்தை வளர்த்தெடுக்கிறார்கள்! அவ்விரோதம் தீர்க்க மொழி, பிராந்தியம், சாதி, மதம், இனம், தனிமனித வாழ்க்கை என எதை வேண்டுமானாலும் ஆயுதமாகப் பயன்படுத்துகிறார்கள். '''பதினெட்டு வயதில் ஒரு பெண்ணைக் காதலித்து கைவிட்டவன் தானே இவன்? முகேஷின் காதல் பாடல்களை

விமர்சிக்க இவனுக்கு என்ன உரிமை இருக்கிறது?''' என்ற அளவிற்கு இருக்கும் அத்தாக்குதல்கள்!

ஒருமுறை ஒரு பொதுக் கூட்டத்தில் ''எங்கள் கலாச்சாரத்தின் பகுதிகளாக இருக்கும் கலைஞர்களை நீ விமர்சனம் பண்ணுறியே, உனது கலாச்சாரத்தில் இருக்கும் யாரையாவது நாங்கள் விமர்சனம் செய்தால் உனக்கு எப்படியிருக்கும்?'' என்று ஒருவர் கடும் சினத்துடன் கேட்டார்! எனது காலாச்சாரமும் அவர்களது கலாச்சாரமும் வேறா? நான் என்ன செவ்வாய் கோளிலிருந்து இறங்கி வந்தவனா? தமிழ் மொழியிலிருந்து அறுநூறு ஆண்டுகளுக்கு முன்பு பிறந்த மலையாளத்தை எனது தாய்மொழியாக நானா தேர்ந்தெடுத்தேன்?

தமிழ்நாட்டு எல்லைப் பகுதிக்கு நெருக்கமாக இருக்கும் ஓர் ஊரில் பிறந்து தமிழ் கேட்டு வளர்ந்த என்னை முற்றிலுமாக வேறு ஏதோ கலாச்சாரம் கொண்டவனாகச் சித்தரிப்பது எதனால்? மலையாளத் திரையிசையின் மையங்களாக அறியப்படும் யேசுதாஸ், தேவராஜன் போன்றவர்களைப் பற்றி நான் எழுதியிருக்கும் விமர்சனக் கட்டுரைகளின் ஒரு வரியைக்கூட படிக்காமல் எழுப்பபப்படும் இத்தகைய கேள்விகளின் காரணமும் அடிப்படை ரசனையிலிருந்து உருவாகும் தவறான புரிதல்களேயாகும். ஒரு எழுத்தாளனாக நான் சந்தித்த பலவகையான அனுபவங்களின் அடிப்படையில் நமது காலமும் ரசனையும் உருவாக்கும் புரிதல்களைப் புரிந்துகொள்வதற்கான முயற்சிதான் இந்த கட்டுரைத் தொடர்.

கடந்தகால ஏக்கங்கள் தான் பலசமயம் மனிதனின் ரசனையை தீர்மானிக்கிறது என்பது ஓர் உண்மை. 'நேற்று என்பது இறந்து மறைந்து விட்டது, கண்ணுக்குத் தெரியாத தொலைவில் நாளை, இந்த இரவை மட்டும் கடக்க எனக்கு உதவுங்கள்...' என்கிறார் க்ரிஸ் கிரிஸ்டஃபர்சன்

தனது உலகப் புகழ்பெற்ற பாடலில். சென்றகாலம் சென்று விட்டது, ஆனால் நாளை நம்முடையது என்பது மற்றுமொரு கருத்து. இந்த இரண்டு கருத்துகளிலும், நேற்று என்பது முடிந்துபோன விஷயம். அதற்கு எந்த முக்கியத்துவமும் இல்லை! 'இந்தக் கணத்தை நினைத்து மகிழ்வாயிருங்கள். ஏனெனில் இந்தக் கணம்தான் உனது வாழ்க்கையே' என்கிறார் ஓமார் கய்யாம்!

'இந்தக் கணம்' என்று சொல்லி முடிப்பதற்குள்ளேயே அக்கணமும் அதற்கடுத்த பல கணங்களும் முடிந்து விடுகின்றன! நொடிநேரத்தில் பாய்ந்தோடிப் பழையதாகிக் கொண்டேயிருக்கும் காலத்திலிருந்து இந்தக் கணத்தைப் பிடித்து நிறுத்தி அதில் வாழ்வது எப்படி? 'நடந்தது நடந்து முடிந்தது, ஆகவேண்டியதைப் பார்ப்போம்' என்று வருங்காலத்தைப் பற்றி சிந்திக்கலாம்தான். ஆனால் சிந்திக்க மட்டும்தான் முடியும். உண்மையில் வருங்காலம் என்று ஒன்று இல்லவே இல்லை! ஒவ்வொரு நொடியிலும் வருங்காலம் நிகழ்காலமாகி, நிகழ்காலம் கடந்தகாலமாகிக் கொண்டேயிருக்கிறது. நமக்கு இருப்பது கடந்த காலம் மட்டும் தான்! ஆதலால் கடந்தகால ஏக்கங்களிலிருந்து விடுபட்டு ஓடவேண்டும் என்று நினைப்பதில் பொருளில்லை.

எனது கடந்தகால ஏக்கங்களின் கிளையொன்றில் கழுத்தில் இறுகிய சேலை விளிம்பில் தொங்கியாடுகிறார் ஓமனச் சேச்சி. ரசனையற்றவர்களுடன் வாழ்வதைவிட தற்கொலைதான் மேலானது என்று அவர் நினைத்தாரா? தனது ரசனைக்கு எதிரானவள் சாவது நல்லது என்று கருணாகரன் முடிவெடுத்தாரா? இன்றுவரைக்கும் யாருக்குமே தெரியாது.

உயிர்மை - 11/14

மனிதன் மனிதனிடம்

எழுதி இசையமைத்து பாடியவர் : பாப் மார்லி (Bob Marley)

இசை வகைமை : ரேகே

நாடு : ஜமாய்க்கா

ஆண்டு : 1971

மனிதன் மனிதனிடம் (Man to Man / Who the Cap Fits)

மனிதன் மனிதனிடம் நீதியற்றே நடக்கிறான்
யாரை நம்புவதென்று குழந்தைகளே தடுமாறுகிறார்கள்
கடும் விரோதிகள் சிறந்த நண்பர்களாகலாம்
நெருங்கிய நண்பன் கொடூர எதிரியாகலாம்
தலைக்கேற்ற தொப்பிகள் தேடுபவர்கள்!

உன்னுடன் தின்று குடிப்பார்கள்
பின்னாலிருந்து உன்மேல் மூத்திரம் பெய்வார்கள்

உன் நண்பனுக்கு நன்கு தெரியும் உனது பலவீனங்கள்
உன்னை எளிதில் சேதப்படுத்த அவனால்தான் முடியும்
தலைக்கேற்ற தொப்பிகள் தேடுபவர்கள்!

சிலர் உன்னை வெறுத்துக் கொண்டேயிருப்பார்கள்
உன்னை நேசிப்பதாக நடித்தபடியே
உன்னை அழிக்க முயன்றபடியே
ஆனால் கடவுளுக்கு நன்றி
இதை விட மோசமானவற்றை நீ கடந்து வந்திருக்கிறாய்

பாசாங்குகாரர்களும் ஒட்டுயிர்களும்
உனது பங்கை கடித்து தின்பார்கள்
உனது இரவு திடீரென்று பகலானால்
ஒளியிடம் தேடி உனதருகிலிருந்து பலர் ஓடுவதை காண்பாய்
தலைக்கேற்ற தொப்பிகள் தேடுபவர்கள்!

உயிர்மை - 2014

ரித்விக் கட்டக்கின் காதலி

"திதாஷ்... கல்கத்தாவில் தானே இருக்கிறாய். அடிக்கடி சென்று ஷுரமாதியைப் பார்த்துக்கொள். தேவையான உதவிகளைச் செய். 93 வயதில் மிகவும் கஷ்டப்பட்டு வாழ்ந்துகொண்டிருக்கிறார். இப்போதெல்லாம் அவரது வீட்டுத் தொலைபேசியை யாருமே எடுப்பதில்லை. போனவாரம்கூட அழைத்திருந்தேன்" என்று அலைபேசியில் சொன்னேன். "ஐயோ சார்... உங்களுக்குத் தெரியாதா? ஷுரமாதி இறந்துபோய் இரண்டு மாதம் ஆகிறதே" என்றாள் திதாஷ். தலையில் யாரோ ஓங்கி அறைந்ததுபோல் இருந்தது எனக்கு. அவள் சொன்னது ரித்விக் கட்டக்கின் மனைவி ஷுரமா கட்டக்கின் மரணம் குறித்து. பலநாட்களாக உடல்நலமற்று இருந்தார். வயதும் அதிகமாகியிருந்தது. ஆனால் ஒரு மகனைப்போல் என்னை நேசித்த ஷுரமாதியை இறுதியாக ஒருமுறை சென்று பார்க்க முடியவில்லையே!

ஷுரமாதி இறந்த செய்தியை காலதாமதமாக எனக்கு வழங்கிய திதாஷ் 23 வயது மட்டுமேயான இளம்பெண். ரித்விக் கட்டக் நினைவு அறக்கட்டளை வழியாக எனக்கு அறிமுகமானவள். அவளது வித்தியாசமான பெயர் ரித்விக் கட்டக்கின் திரைப்படமான 'திதாஷ் எக்தி நதிர் நாம்' என்பதிலிருந்து எடுக்கப்பட்டது. திதாஷின் தாய்

ரித்விக் கட்டக்கின் தீவிர ரசிகை. மகளுக்கு திதாஷ் என்றும் மகனுக்கு ரித்விக் என்றும் பெயர் வைத்து ரித்விக் கட்டக்கின் மீதான தனது காதலை வெளிப்படுத்தியவர். வெறிகொண்ட இத்தகைய எத்தனையோ ரசிகர்களை தனக்கென்று உருவாக்கியிருக்கிறார் ரித்விக் கட்டக். பதினான்காவது வயதில் ரித்விக் கட்டக்கின் சுவர்ண ரேகா படத்தைப் பார்த்த நாள்முதல் நான் அவரது தீவிர ரசிகன். பல பதிற்றாண்டுகள் கடந்தபோது கட்டக்கின் மனைவி ஷுரமா கட்டக்குடனும் அவரது மகள் சம்ஹிதா கட்டக்குடனும் நெருங்கிப் பழகும் வாய்ப்பு எனக்குக் கிடைத்தது. சத்யஜித் ரே, பிரபல பெங்காலிக் கவிஞரும் விமர்சகருமான சங்கா கோஷ் போன்றவர்களுடன் சேர்ந்து ஷுரமா கட்டக் உருவாக்கிய ரித்விக் கட்டக் நினைவு அறக்கட்டளையின் தென்னிந்தியப் பொறுப்பாளராக நான் வரவேண்டுமென்று ஷுரமாதி என்னிடம் சொன்னார். அதற்கு நான் தகுதியானவன் அல்லன் என்று சொன்னபோதிலும் ஷுரமாதி அதை ஏற்றுக்கொள்ளவில்லை.

ரித்விக் கட்டக்கின் தொண்ணூறாவது பிறந்தநாளான 2015 நவம்பர் 4 அன்றைக்கு கல்கத்தாவின் சத்யஜித் ரே அரங்கில் நடந்த விழாவில் ‘ரித்விக் கட்டக், இந்திய மாற்றுச் சினிமாவின் வானுயரம்’ எனும் தலைப்பில் ஓர் உரையை நிகழ்த்தினேன். சென்னையில் ரித்விக் கட்டக் திரைப்பட விழா ஒன்றை நடத்தி அதில் கட்டக் அறக்கட்டளையின் முக்கியப் பொறுப்பாளரும் கட்டக்கின் மூத்த மகளுமான சம்ஹிதா கட்டக்கைப் பங்கேற்க வைக்கலாம் என்று தமிழ் ஸ்டுடியோ அருணிடம் பேசிக்கொண்டிருந்த நாட்களில் சம்ஹிதா கட்டக் அகாலத்தில் இறந்துபோனார். இப்போது ஷுரமாதியும் இறந்துவிட்டார். இனிமேல் கட்டக்கின் பெயரால் நாம் எதைச் செய்தாலும் அதை நினைத்து சந்தோஷப்பட ஷுரமாதி இல்லையே.

துணிவு, எளிமை, கருணை போன்ற குணங்களால் நிரம்பியிருந்தவர் ஷுரமாதி. ரித்விக் கட்டக் எனும் மாமேதையுடன் தான் வாழ்ந்த காலங்களைப் பற்றி விரிவாக அவர் என்னிடம் பேசியிருக்கிறார். சொல்லப்போனால் ஒரு காலத்தில் தீவிர கம்யூனிஸ்டாகயிருந்த ரித்விக் கட்டக்கை விடவும் பெரிய அரசியல் போராளி ஷுரமா கட்டக். 1940களில் கம்யூனிஸ்ட் கட்சிக்கு அஸ்திவாரமிடுவதற்காக அரும்பாடுபட்டவர். அதற்காகச் சிறைக்குச் சென்றவர். ஆச்சரியமான முறையில் ஒரே நாளில் பிறந்தவர்கள் கட்டக்கும் ஷுரமாதியும். 1925 நவம்பர் 4 அன்று. வங்கப் பிரிவினையின் இருண்ட நாட்களை, அவை உருவாக்கிய லட்சக்கணக்கான மரணங்களை, வன்முறையை, பசியை, உணவுப் பஞ்சத்தைக் கண்கூடாகப் பார்த்து வளர்ந்தவர்கள் இருவருமே. ரித்விக் கட்டக்கின் ஆன்மாவில் என்றுமே நெருப்பாய் எரிந்து கொண்டிருந்தது வங்கப் பிரிவினை உருவாக்கிய ஆற்றொணாத் துயரம். அது தன்னையே துடைத்தழிக்குமளவில் ஒரு வாதையாக அவரைப் பின்தொடர்ந்து தாக்கியது. தனது வாழ்வின் பெரும்பகுதியை அதே மனநிலையில் வாழ நேர்ந்த கட்டக்கைப் பத்திரமாகப் பாதுகாத்து, கலையும் திரைப்படமும் சார்ந்து அவருக்கிருந்த பேராவல்களை நனவாக்கும் வகையில் போராட முயன்றார் ஷுரமாதி. ஆனால் அது அவருக்கு கொடும் துயரங்களை அளித்தது.

1971 ஜூலையில் ஷுரமாதிக்கு ஒரு கடிதம் வந்தது. இந்திய கம்யூனிஸ்ட் கட்சியின் ஆரம்பகாலப் பொறுப்பாளராகயிருந்த, மதிப்பிற்குரிய தலைவர் பி சி ஜோஷி எழுதிய கடிதம் அது. ''நேற்று நான் ரித்விக்கை அவன் தங்கியிருக்கும் அறைக்குச் சென்று பார்த்தேன். அவனது நிலை மிகவும் கவலைக்குரியதாக இருக்கிறது. 45 வயது

மட்டுமே இருக்கும் அவன் ஒடுங்கிப்போன ஒரு கிழவனைப்போல் காணப்படுகிறான். உடல்நலம் மிகவும் மோசமாக இருக்கிறது. நாள்முழுவதும் குடிபோதையிலேயே இருக்கிறான். மதுப்பழக்கத்தை விட்டு விலக அவனுக்குப் பல அறிவுரைகளை சொன்னேன். ஆனால் எதுவுமே அவன் காதில் விழவில்லை. இவ்வுலகில் அவனுக்கென்று இருப்பது நீ மட்டும்தானே! இப்படி விலகி நிற்காமல் கல்கத்தாவிற்குத் திரும்பிவந்து எதாவது வழியில் அவனைத் தேற்ற நீ முயற்சி செய்யக் கூடாதா?''.

அக்காலத்தில் ஷுரமாதி கட்டக்கை விட்டுவிலகி கல்கத்தாவிலிருந்து 150 மைல் தொலைவிலுள்ள சைந்தியா எனும் ஊரில் ஒரு பள்ளிக்கூட ஆசிரியையாக வேலையைப் பார்த்துக்கொண்டிருந்தார். 5, 7, 9 வயதான மூன்று குழந்தைகளும் அவருடன் இருந்தனர். கட்டக்கும் ஷுரமாதியும் என்றைக்குமாகப் பிரிந்து விட்டனர் என்றே அனைவரும் நம்பினர். ஆனால் ஓரளவிற்குப் போதுமான ஏதாவது ஒரு வேலை கல்கத்தாவில் கிடைத்தால் அங்கேயே திரும்பிப் போகலாம் என்றே ஷுரமாதி யோசித்துக்கொண்டிருந்தார். ஆனால் அங்கு வேலை எதுவும் கிடைக்காததால் சைந்தியாவிலேயே தொடர நேர்ந்தார். அப்போது ரித்விக் கட்டக் கிட்டத்தட்ட ஓர் அகதியைப்போல் கல்கத்தாத் தெருக்களில் அலைந்துகொண்டிருந்தார்.

இன்றைய பெங்களாதேஷ் நாட்டின் தலைநகரமான தாக்காவுக்கு அருகேயுள்ள ராஜ்ஷாஹி எனும் ஊரில் ஒரு பணக்கார நிலக்கிழார் குடும்பத்தில் பிறந்தவர் ரித்விக் குமார் கட்டக். ஒரு பெண்குழந்தையுடன் இரட்டைக் குழந்தைகளில் ஒருவராகப் பிறந்தவர் அவர். ஒன்பது குழந்தைகளில் கடைக்குட்டி. ஏழாம் மாதத்திலேயே பிறந்தமையால்

குழந்தையின் எடை மிகவும் குறைவாக இருந்தது. அது உயிர்பிழைக்க வாய்ப்பில்லை என்றே அனைவரும் எண்ணினர். தனது நிரந்தரப் பிரார்த்தனைகள் ரித்விக்கை உயிர்தப்ப வைத்தது என்று அவரது தாய் நம்பினார். மாவட்ட நீதிபதியாகயிருந்த அவரது அப்பா தான் பெரும் பணத்தைச் செலவுசெய்து வைத்தியம் பார்த்தமையால் குழந்தை உயிர் பிழைத்தது என்று சொன்னார். ஆனால் வளர வளர ரித்விக் தனது அப்பாவின் ஜமீன்தார் மனோபாவத்தையும் அவரது குடிப்பழக்கத்தையும் வெறுக்கத் தொடங்கினார். தனது வாழ்நாளில் ஒருபோதும் மதுவைத் தொடப்போவதில்லை என்று பால்யத்திலேயே அவர் உறுதிபூண்டார்.

இளமைக்காலத்தில் கண்கூடாகப் பார்க்கநேர்ந்த அரசியல் சந்தடிகள் அவரைப் பெருங்குழப்பத்திற்கு ஆளாக்கின. ஒரு மனிதனாகத் தனது இருத்தல், தனது தேசியம், அரசின் அதிகார அடக்குமுறைகள் போன்றவற்றைப் பற்றி உள்ளே எழுந்த பெரும் கேள்விகள் அவரை நிம்மதியிழக்கச் செய்தன. எனது இந்தியா என்பதிலிருந்து எனது பெங்க்ளாதேஷ் என்று தனது தேசிய அடையாளம் மாறிப்போனதை அவரால் ஏற்றுக்கொள்ள முடியவேயில்லை. அப்பிரிவு கொண்டுவந்த அடக்குமுறைகளையும் குடும்பப் பிரிவினைகளையும் அவரால் தாங்கிக்கொள்ளவும் முடியவில்லை. வேர் பிடுங்கப்பட்டுச் செத்துக்கொண்டிருக்கும் ஒரு மரத்தைப்போலவே தன்னை உணர்ந்தார். தங்களது உடைமைகள் அனைத்தையும் அங்கேயே கைவிட்டு அவரது குடும்பத்தினர் அகதிகளாகக் கல்கத்தாவிற்கு இடம் பெயர்ந்தனர். கல்கத்தாவில் உணவுப் பஞ்சம் தலைவிரித்து ஆடிக்கொண்டிருந்தது. எங்கே பாரத்தாலும் பசியால் மெலிந்து ஒடுங்கிப்போன மனிதர்கள்.

தாய்மார்களின் அழுகிநாறும் சடலங்களுக்கு அருகே படுத்துக்கொண்டு கதறி அழும் பிஞ்சிளம் குழந்தைகள். கட்டக்கை நிலைகொள்ளாமல் தவிக்கவிட்ட அக்காட்சிகள்தாம் பின்னர் அவரது திரைப்படங்களின் நிரந்தரப் பிம்பங்களாக உருமாறின.

மேகாலயா மாநிலத்தின் தலைநகரமாகப் பிற்காலத்தில் மாறிய ஷில்லோங் நகரில்தான் பிறந்தார் ஷுரமாதி. வசதியான பெங்காலிக் குடும்பம். பன்னிரெண்டாம் வயதில், அவர் வயதுக்கு வந்த அதே நாளில் அவரது தாய் இறந்துபோனார். ஒரு வங்கியை நடத்துமளவிற்குச் செல்வந்தராக இருந்த அவரது தந்தை ஷில்லோங் இலக்கியச் சங்கத்தின் தலைவராகவும் இருந்தவர். ஓர் ஆண் குழந்தையை வளர்ப்பதுபோலவே எல்லாச் சுதந்திரங்களுடனும் ஷுரமாதியை வளர்த்தார். சுதந்திரமான எண்ணங்களும் புத்தக வாசிப்பும் சமூக அக்கறையும் ஷுரமாதியை கம்யூனிஸ்ட் கட்சியின் இளைஞர் அணித் தலைவியாக ஆக்கின. இளவயதில் பேரழகியாக இருந்த ஷுரமாதி இஸ்லாம் மதத்தைச் சேர்ந்த ஓர் இளைஞனுடன் காதலில் விழுந்தார்.

1949ல் கம்யூனிஸ்ட் கட்சி தடைசெய்யப்பட்டபோது தலைவர்கள் அனைவரும் தலைமறைவானார்கள். தலைமறைவாக மறுத்த ஷுரமாதியைக் கைதுசெய்து சிறையில் அடைத்தது அரசு. இளமை துடிக்கும் வயதில் கொடுங் குற்றவாளிகளும் விலைமாதர்களும் சூழ இரண்டு ஆண்டுகள் சிறையில் கழித்தார். விடுதலையான உடன் அவரது தந்தை அவரைக் கல்கத்தாவிற்கு அனுப்ப விரும்பினார். வேற்று மதத்தினருடனான ஷுரமாதியின் காதலைப்பற்றிப் பரவிய மதவெறிச் சாயல்கொண்ட பேச்சுகள் அவரை அஞ்சச் செய்திருந்தன. ஆனால் ஷுரமாதி அதையெல்லாம் அஞ்சவில்லை. 'சிறையில் இருந்தபோது

பாலியல் ரீதியாக உனக்கு என்னென்ன நடந்தது?' என்று கேள்விகேட்ட கேடுகெட்ட அந்தக் காதலனுடனான உறவை முறிக்கவே அவர் கல்கத்தாவுக்குப் புறப்பட்டார்.

ரித்விக் கட்டக் தனது ஆங்கிலப் பட்டப்படிப்பை முடித்து இந்திய மக்கள் நாடக அமைப்பில் (இப்டா) இணைந்து நாடகங்களையும் பாடல்களையும் எழுதிவந்தார். விரைவில் மாற்றுத் திரைப்படங்களின்பால் ஈர்க்கப்பட்டு திரைக்கலையைக் கற்றுக்கொண்டார். 1950ல் நெமய் கோஷ் இயக்கிய 'ச்சின்னமூல்' எனும் படத்தில் துணை இயக்குநராகவும் நடிகராகவும் பணியாற்றினார். பின்னர் தனது முதல் படமான நாகரிக் ஐ எடுத்து முடித்தார். அக்காலத்தில் ஷுரமாதி கல்கத்தாவில் தனது அத்தையின் வீட்டில் தங்கிக் கட்சிப் பணிகளில் ஈடுபட்டு வந்தார். இப்டாவுடன் இணைந்து இயங்கத் தொடங்கினார். கட்டக்கும் ஷுரமாதியும் இப்டாவில்தான் முதலில் சந்தித்தனர். அவர்கள் ஒருவருக்கொருவர் ஈர்க்கப்பட்டனர். அடிக்கடிச் சந்திக்கத் தொடங்கினர். கல்லூரிச் சாலையிலுள்ள உணவுவிடுதிகளில் அமர்ந்து மீன் கபிராஜியும் காப்பியும் சாப்பிட்டுக்கொண்டு பலமணிநேரம் அரசியல், கலை, இலக்கியம், தத்துவம், சினிமா எனப் பேசிக்கொண்டனர்.

அக்காலக் கல்கத்தாவில் அறிவுஜீவிகளாகத் திகழ்ந்த பல முக்கிய நபர்களின் நட்பு இருவருக்கும் கிடைத்தது. அவர்களில் முக்கியமானவர் இசை மாமேதை சலில் சௌதரி. சலில் அப்போது பம்பாயில் ஹிந்தித் திரைப்படங்களின் இசையமைப்பாளராக பணிபுரிந்துகொண்டிருந்தார். 1955 மே மாதம் 8ஆம் தேதி கட்டக்கும் ஷுரமாதியும் திருமணம் செய்துகொண்டனர். மகிழ்வான ஓர் எதிர்காலத்தை ஷுரமாதி கனவுகண்டார். விரைவில் ஹிந்தித் திரைப்பட

உலகிற்கு வருமாறு சலில் சௌதரியிடமிருந்து கட்டக்கிற்கு அழைப்பு வந்தது. கணவனும் மனைவியும் பம்பாய் பறந்தனர்.

பம்பாயின் புகழ்பெற்ற ஃபில்மிஸ்தான் ஸ்டுடியோவில் கதை, திரைக்கதை எழுத்தாளராக கட்டக் சேர்ந்தார். ஆனால் அந்த வேலையும் அதன் வணிகச் சூழலும் அவருக்குப் பிடிக்கவில்லை. கேளிக்கைத் திரைப்படம் என்கின்ற சொல்லாடலையே கட்டக் வெறுத்தார். சமூக யதார்த்தங்களைப் பிரதிபலித்து சமூக மாற்றத்திற்கு உதவும் மாற்றுத் திரைப்படம்தான் தனது ஊடகம் என்று அவர் திட்டவட்டமாக நம்பினார். அதற்காக ஃபில்மிஸ்தான் ஸ்டுடியோவுக்குள்ளேயே பரீட்சார்த்த சினிமாப் பிரிவு ஒன்றை அமைக்கும்படி நிர்வாகத்திடம் கேட்டுக்கொண்டார்.

ஹிந்தி சினிமாவின் புகழ்பெற்ற முகர்ஜி குடும்பத்தின் தலைவரும் தயாரிப்பாளருமாகயிருந்த சஷாதர் முகர்ஜிக்கு அனுப்பிய ஒரு கடிதத்தில் கட்டக் இப்படி எழுதினார். ''உங்கள் கேளிக்கைச் சினிமாக்காரர்களுக்கு முன்னால் எல்லாவகையான தடைகளையும் வைத்துப் பாருங்கள். மிகக் குறைந்த பணம், பழைய தொழில்நுட்பம், நட்சத்திர நடிகர்கள் இல்லை, பெரும் இசையமைப்பாளர்களோ தொழில்நுட்பக் கலைஞர்களோ இல்லை, பிரம்மாண்ட படப்பிடிப்புத் தளங்கள் இல்லை.. அப்படியொரு சூழலில் நின்றுகொண்டு அவர்கள் எடுக்கும் படங்களைப் பாருங்கள். அவைதாம் அவர்களது உண்மையான கலைத் திறனையும் கலைத் தரத்தையும் வெளிப்படுத்தும்''.

பிமல் ராய் இயக்கிய மதுமதி, ஹ்ரிஷிகேஷ் முகர்ஜி இயக்கிய முசாஃபிர் போன்ற வணிக வெற்றிப் படங்களுக்குத் திரைக்கதை எழுதிய பின்னர் ஹிந்தித் திரைத்துறையில் கட்டக்கிற்கு வாய்ப்புகள்

குவிந்தன. ஆனால் பம்பாயின் வணிகச் சினிமா வழங்கிய அந்த பொருளாதார மயக்கத்தில் தொடர அவர் விரும்பவில்லை. கல்கத்தாவுக்கே திரும்பினார். கல்கத்தாவில் சத்யஜித் ரே, ம்ருணால் சென், உத்பல் தத் போன்றவர்களை அடிக்கடிச் சந்தித்தார். அவர்களது ஒற்றுமையுள்ள அரசியல் சிந்தனை, சமூகத்தின்மேலும் மனிதத்தின்மேலுமுள்ள ஆழ்ந்த அக்கறை போன்றவற்றை அச்சந்திப்புகள் வலுவாக்கின. 1952லேயே தான் எடுத்து முடித்த நாகரிக் திரைப்படம் வெளியிடமுடியாமல் தவித்துகொண்டிருந்தபோதிலும் 1958ஆம் ஆண்டில் அஜாந்த்ரிக், பாரி தேக்கே பாலியே எனும் இரண்டு படங்களை எடுத்து வெளியிட்டார். அப்படங்களுமே பரவலாக வெளியிடப்படவோ பேசப்படவோ இல்லை. கலைசார்ந்த தனது கனவுகள் நனவாகாமல் போவதை நினைத்து மிகவும் வருத்தமடைந்தார் கட்டக். தனது கவலைகளுக்கு மருந்தாக அவர் மதுவை நாடத் தொடங்கினார்.

1955ல் வெளியான பதேர் பாஞ்சாலி வழியாக பெரும்புகழடைந்திருந்த சத்ய்ஜித் ரேயும் கட்டக்கும் நெருங்கிய நண்பர்கள். ஆனால் படைப்புருவாக்கம் சார்ந்து ஒருவருக்கு அடுத்தவர்மேல் கடுமையான விமர்சனங்கள் இருந்தன. அந்த விமர்சன வாக்குவாதங்களுக்கு மௌன சாட்சியாக இருப்பார் ம்ருணால் சென். கட்டக் - ரே வாக்குவாதங்கள் பலமுறை எல்லைமீறி, குடிபோதையில் ரேயை உடல்ரீதியாகத் தாக்குமளவிற்குச் சென்றிருக்கிறார் கட்டக். ரே விலகிக்கொள்வார். 1960ல் கட்டக் எடுத்த மேகே டாக்கா தாரா வெளியாகிக் கலைரீதியாகவும் வணிகரீதியாகவும் வெற்றி பெற்றது. அது கட்டக் - ஷுரமா தம்பதியினரை மிகவும் மகிழ்வித்தது.

தொடர்ந்து எடுத்த கோமள் காந்தார் பெரும் தோல்வியைத்

தழுவியது. கலைரீதியாகவும் அது புரிந்துகொள்ளப்படவில்லை. ரித்விக் மனமுடைந்துபோனார். ஷுரமாதி அப்போது ஜாதவ்பூர் பல்கலையில் முதுகலை பயின்றுகொண்டிருந்தார். கட்டக்கின் மனச் சோர்வுகள் ஷுரமாதியைப் படிப்பை விட்டு விலகும்படிச் செய்தன. மீட்கமுடியாத அளவில் கட்டக் குடிபோதைக்கு அடிமையாகியுள்ளார் என்பதை அக்காலத்தில்தான் ஷுரமாதி அறிந்துகொண்டார். ஒரு மாமேதைதான் தனது கணவர் என்பதையும் அவருக்குத் தன்னுடைய உதவி தேவை என்பதையும் ஒருபோதும் மறுக்கவில்லை என்றாலும் தொடர்ந்த பொருளாதாரச் சிக்கல்களும் அன்றாடம் அரங்கேறும் குடும்பப் பூசல்களும் ஷுரமாதியை நிலைகுலையச் செய்தன.

சமாளிக்க முடியாத சூழ்நிலையில் தாற்காலிகமாகக் கட்டக்கை விட்டு விலகி கல்கத்தாவிலேயே தனியாக வாழ ஆரம்பித்தார் ஷுரமாதி. அப்படிச் செய்வதனால் கட்டக் மனம் திருந்துவார் என நம்பினார். தனக்கு ஒரு வேலை கிடைத்தால் பணப் பிரச்சினைகள் ஓய்ந்துவிடும், குடும்பத்தின் எல்லாச் செலவுகளையும் தன்னால் சமாளிக்க முடிந்தால் கட்டக் தனது படைப்புகளைச் சார்ந்து மட்டும் இயங்க முடியும். அத்துடன் சிக்கல்கள் இல்லாமலாகும் என்று ஷுரமாதி எண்ணினார். விரைவில் அவருக்கு வேலை கிடைத்து விட்டது. வேலையில் சேரப்போகிறேன், சம்பளம் வரத்தொடங்கியதும் மீண்டும் சேர்ந்து வாழ்வோம் என்று கட்டக்கிடம் தெரிவித்தார். ஆனால் அதற்கு கட்டக் சொன்ன பதில் ஷுரமாதியின் இதயத்தைச் சுக்குநூறாக்கியது.

''மீரா ஜென்னா என்ற பெண்ணுடன் நான் காதலில் இருக்கிறேன். ஒன்றாக வாழ முடிவெடுத்துவிட்டோம். இதைப்பற்றி உனது கருத்து என்ன? உனக்கு ஆட்சேபனை இல்லை என்றால் மூவரும் ஒன்றாக வாழ்வோமே'' என்று சர்வசாதாரணமாகச் சொன்னார். குழந்தைகளை

அழைத்துக்கொண்டு தனது சொந்த ஊரான ஷில்லோங்கிற்கே திரும்பினார் ஷுரமாதி. அந்த அதிரடியைக் கட்டக் எதிர்பார்க்கவில்லை. பல விஷயங்களில் தாராள மனப்பான்மைகொண்டவரான ஷுரமாதி இதையும் ஏற்றுக்கொள்வார் என்றே கட்டக் எண்ணியிருந்தார். எல்லாமே கைவிட்டுப் போயின என்று உணர்ந்த கட்டக் ஏற்கனவே திருமணமாகியிருந்த மீரா ஜென்னாவுடனான உறவை விட்டு விலகினார்.

இக்காலத்தில் குடிப்பழக்கத்தை விடுவதற்கான தீவிர சிகிச்சையை எடுத்துக்கொண்டார். உடல்நலம் தேறியது. மன அழுத்தங்களும் குறைந்து விட்டன. கட்டக் படங்களின் ரசிகையாக இருந்த பாரதப் பிரதமர் இந்திரா காந்தியின் பரிந்துரையால் பூனே திரைப்படக் கல்லூரியின் தலைவராக கட்டக் நியமிக்கப்பட்டார். அங்கு அவர் ஒரு மிகச்சிறந்த ஆசிரியராக விளங்கினார். இயக்கம், நடிப்பு ஆகிய பிரிவுகளின் பாடத்திட்டங்களை மாற்றியமைத்தார். கருத்தியல் கோட்பாடுகளைக் குறைத்து செய்முறைப் பயிற்சிகளுக்கு முக்கியத்துவம் அளித்தார். மணி கௌள், குமார் சாஹ்னி, ஜான் அபிரஹாம் போன்ற பல முக்கியச் சீடர்களின் அன்பிற்கும் அபிமானத்திற்கும் பாத்திரமானார். ஆனால் விரைவில் அவ்வேலையிலுமே அவர் சலித்துப் போனார். எண்ணற்ற அலுவலகக் காகிதங்களைச் சரிபார்க்கும் ஓர் அரசாங்க ஊழியராக இருப்பதை அவர் விரும்பவில்லை.

திடீரென்று ஒருநாள் கட்டக் ஷில்லோங்கில் ஷுரமாதியிடம் வந்தார். தன்னையும் குழந்தைகளையும் பூனேவுக்கு அழைத்துச் செல்வதற்காக வந்தார் என்றே ஷுரமாதி எண்ணினார். ஆனால் அந்த வேலையை என்றைக்குமாக விட்டுவிட்டதாக அறிவித்தார் கட்டக். சில

நாட்கள் ஷில்லோங்கிலேயே தங்கினார். பெரும்பாலும் மௌனமாகயிருந்தார். பின்னர் உட்புறமாகத் தாழிடப்பட்ட அறைக்குள் தன்னைத்தானே பூட்டிக்கொண்டு வெளியே வராமல் கழித்தார். அவ்வறையில் இரவும் பகலும் விளக்குகள் எரிந்துகொண்டிருந்தன. உரத்த குரலில் கதாபாத்திரங்களைப்போல் தனக்குத் தானே பேசிக்கொண்டிருந்தார். சிலநேரம் அலறினார். ஷுரமாதி வேலையிலிருந்து திரும்பி வரும்போது குடிபோதையில் மயக்கமாகிக் கிடக்கும் கட்டக்கைத்தான் பலநாள் பார்த்தார். குடியை விடுவதற்கான சிகிச்சைகளை மறுபடியும் எடுத்துக்கொண்டார். ஓரளவிற்குக் குணமான பின்னர் இருவரும் கல்கத்தா திரும்பினார்கள்.

எல்லாவற்றிலிருந்தும் தன்னைத்தானே அகற்றிக்கொண்டு எழுத்திற்கு இறங்கினார் கட்டக். திரைப்படக்கலையின் அனைத்து அம்சங்களையும் தொட்டுச் செல்லும் ஏராளமான கட்டுரைகளை அந்நாட்களில் எழுதினார். பல கதைகளையும் எழுதினார். எடுக்கப்போகும் படங்களுக்கான திட்டங்களை ஷுரமாதியிடம் பகிர்ந்தார். சில திரைக்கதைகளை எழுத ஆரம்பித்தார். ஆனால் அத்திரைக்கதைகள் முடியும் தருவாயில் அவரது மனப்பிறழ்வுகள் மீண்டும் தலைநீட்டத் தொடங்கின. அது கட்டுப்படுத்த முடியாமலானபோது கட்டக்கை மனநலக் காப்பகத்தில் சேர்க்கவேண்டிய கட்டாயத்திற்கு ஷுரமாதி தள்ளப்பட்டார்.

ஷுரமாதியிடம் அன்றாடச் செலவுகளுக்கான பணம்கூட அப்போது இருக்கவில்லை. எங்கேயாவது ஒரு வேலை கிடைக்குமா என்று அவர் அலைந்துகொண்டிருந்தார். எதுவுமே அமையவில்லை. இறுதியில் கட்டக் படங்களின் ஒளிப்பதிவாளரான மகேந்திர குமார்தான் அவருக்கு உதவினார். சிகிச்சை பலனளிக்கவில்லை.

இறுதியில் மூளையில் மின்சாரம் பாய்ச்சும் அதிர்வுச் சிகிச்சையைத் தவிர வேறு வழியில்லை என்று மருத்துவர்கள் முடிவெடுத்தனர். அதை அனுமதிப்பதைத் தவிர ஷுரமாதியிடமும் வேறுவழி இருக்கவில்லை. அச்சிகிச்சை மேலும் பல சிக்கல்களைத்தாம் வரவழைத்தன. பலசமயம் தான் யாரென்றே கட்டக்கிற்குத் தெரியாமலாகியது.

ரத்தத்தில் குளித்த பெண்களும் குழந்தைகளும் தன் கண்முன்னால் அங்குமிங்கும் ஓடுகிறார்கள் என்று ஷுரமாதியிடம் சொன்னார் கட்டக். அவர்களை 'பெங்க்ளாதேஷின் ஆவிகள்' என்று குறிப்பிட்டார். தினமும் எண்ணற்ற மருந்து ஊசிகளை அவரது உடம்பில் செலுத்தினார்கள். ஒவ்வொரு ஊசிக்குப்பின்னும் மயக்கமானார். தன்னால் எதையுமே சரியாகச் சிந்திக்கவோ நினைவுகூறவோ முடியவில்லை என்று சொல்லித் தன்னை வீட்டுக்குக் கொண்டுபோகுமாறு ஷுரமாதியிடம் கெஞ்சினார். ஆனால் அவர் முழுக் குணமடையும்வரை மனநலக் காப்பகத்தில் இருப்பதே நல்லது என்று மருத்துவர்கள் ஆலோசனை வழங்கினார்கள். கட்டக்கை காப்பகத்தில் விட்டுவிட்டு ஷுரமாதி மீண்டும் ஷில்லோங் கிளம்பினார்.

இதற்கிடையே இந்திய மாற்றுச் சினிமாவின் ஒப்பற்ற கலைஞனை மனநலக் காப்பகம் மனிதாபிமானமற்று நடத்துவதாக செய்தி பரவியது. திரைப்படத் துறையினரும் எழுத்தாளர்களும் அறிவுஜீவிகளும் கட்டக்கிற்காகக் குரல் கொடுத்தனர். இறுதியில் மாநில அரசின் ஆணையின்படி கட்டக் விடுதலையாகி வீடு திரும்பினார். முற்றிலும் குணமடைந்து மனம் திருந்திய கட்டக்கைப் பார்க்கக் கல்கத்தாவிற்கு வந்த ஷுரமாதியின் முன்னால் கடும் சினத்துடன் நின்றார் கட்டக். ''திரைப்படம் சார்ந்து பெருங்கனவுகளைக் கொண்டிருக்கும் என்னை

நீ ஒருபோதும் மதிக்கவோ எனக்கு துணையாக நிற்கவோ இல்லை'' என்று அவர் ஷுரமாதியைக் குற்றம் சாட்டினார். ஷுரமாதியாலும் கோபத்தைக் கட்டுப்படுத்த முடியவில்லை. அந்தச் சச்சரவுகள் ஒவ்வொருநாளும் அதிகரித்துக்கொண்டே போயின.

ஒருநாள் ஷுரமாதி வீட்டுக்கு வரும்போது உச்சபட்சக் குடிபோதையில் கட்டக் தரையில் படுத்திருந்தார். அவருடன் காளிகட்டம் மயானத்தில் பிணங்களை எரிக்கும் வேலை செய்யும் சிலரும் அமர்ந்திருந்தார்கள். தனது இறுதிச் சடங்குகளை எப்படி நடத்தவேண்டும், தனது பிணத்தை வித்தியாசமான முறையில் எப்படி எரிக்கவேண்டும் என்றெல்லாம் கட்டக் அவர்களுக்கு விளக்கிக்கொண்டிருந்தார். இந்த விபரீத நடத்தைக்கு விளக்கம் கேட்ட ஷுரமாதியிடம் தான் செய்துகொண்டிருப்பது கலைரீதியான சில பரிசோதனை முயற்சிகள் என்று சொன்னார். வருத்தமும் கோபமும் உந்திவிட்ட ஷுரமாதி குழந்தைகளை இழுத்துக்கொண்டு சைந்தியா ஊருக்குக் கிளம்பினார்.

சதாநேரமும் குடிபோதையில் அலைந்துகொண்டிருந்த கட்டக்கிற்கு பிரபல ஹிந்தி, பெங்காலி நாயக நடிகரும் பெங்காலிப் பாடகருமான பிஸ்வஜித் ஆதரவளித்தார். தனது வீட்டிலேயே அவர் கட்டக்கைத் தங்கவைத்தார். அத்துடன் கட்டக்கிற்கு ஆலோசனைகளையும் வழங்கினார். சில மாதங்கள் கழித்து ஷுரமாதியையும் குழந்தைகளையும் பார்க்க கட்டக் சைந்தியாவுக்கு வந்தபோது அவரது தோற்றமே மாறியிருந்தது. ஆரோக்கியமாகக் காட்சியளித்தார். சிலநாட்கள் அங்கேயே தங்கி முன்பு எழுதிப் பாதியில் விட்டுவிட்ட திதாஷ் எக்தி நதிர் நாம், ஜுக்தி தக்கொ ஆர் கப்போ எனும் படங்களின் திரைக்கதைகளை எழுதி முடித்தார். பின்னர் பிஸ்வஜித் போன்ற

அபிமானிகளின் உதவியினால் பெங்க்ளாதேஷ் சென்று திதாஷ் படத்தை எடுத்தார். படப்பிடிப்பு முடியும் தருவாயில் கட்டக் ரத்தம் கக்கி மயக்கம்போட்டு விழுந்தார்.

அவருக்குக் கடுமையான காசநோய் முற்றிப் போயிருப்பதாக மருத்துவர்கள் சொன்னார்கள். தனது மேகே டாக்கா தாராவின் கதாநாயகியைப் பீடித்து ஒடுக்கிய அதே கொடும் நோய் அறம் பாடப்பட்டதுபோல் கட்டக்கின்மேல் விழுந்திருந்தது. அப்போது கல்கத்தாவிற்கு வந்திருந்த பிரதமர் இந்திராகாந்தி தனது தனிப்பட்ட ஹெலிகாப்டரை உடனடியாக தாக்காவிற்கு அனுப்பி கட்டக்கை அங்கிருந்து கல்கத்தாவிற்குக் கொண்டுவந்து மருத்துவக் கல்லூரியின் சிகிச்சைப் பிரிவில் அனுமதித்தார். பிரபல பெங்காலி நடிகர் உத்தம்குமார் தேவையான பொருளாதார உதவிகளைச் செய்தார். கட்டக் மாதக்கணக்காக மருத்துவமனையில் இருந்தார். சைந்தியாவில் வேலை செய்துகொண்டே ஷுரமாதி அடிக்கடி கல்கத்தாவிற்கு வந்து கட்டக்கைக் கவனித்தார்.

நோய் ஓரளவிற்குக் குணமாகி வெளியே வந்த கட்டக்கை மீண்டும் நடிகர் பிஸ்வஜித் தனது இல்லத்திற்கு அழைத்துச் சென்றார். நண்பர்களுடன் சேர்ந்து அவர் திரட்டிய பணத்தினால் கட்டக்கின் கனவுத் திரைப்படமான ஜுக்தி தக்கொ ஆர் கப்போ வும் எடுத்துமுடிக்கப்பட்டது. படம் ஓடவில்லை என்றாலும் தனது பொருளாதார நிலைமை மேம்பட்டதாகவும் தான் கல்கத்தாவில் புதுவீடு வாங்கி அங்கே ஒரு புதுவாழ்வை அமைக்கப் போவதாகவும் ஷுரமாதிக்கு கடிதம் எழுதினார் கட்டக். பின்னர் திடீரென்று ஒருநாள் சைந்தியாவிற்கு வந்தார். பெரும்பாலும் மௌனமாகவே இருந்தார். ஆனால் குழந்தைகளிடம் அன்பாகப் பழகி அவர்களுடன் நேரத்தைச்

செலவிட்டார். மகன் ரிதபென் பாடிய பாடல்களை ஆர்வத்துடன் கேட்டுரசித்து அவனை ஆரத்தழுவினார். ஆனால் அன்றைய இரவு அவர் அவ்வீட்டில் தங்கவில்லை.

அடுத்தநாள் காலையில் திரும்பி வந்து ஷுரமாதியிடம் கொஞ்சம் பணத்தை கடன் கேட்டார். இவ்வுலகையே மறந்தவரைப்போல் காட்சியளித்தார். பணம் கிடைத்தவுடன் அங்கிருந்து கிளம்பினார். ஓரிரு நாட்களில் மீண்டும் கல்கத்தா மருத்துவமனையில் அவர் அனுமதிக்கப்பட்டதாகத் தகவல் வந்தது. இதற்கிடையே கட்டக்கின் கலைப் பங்களிப்பைக் கருத்தில்கொண்டு அரசுக் கல்வித்துறையில் ஷுரமாதிக்கு வேலை வழங்கி பெங்கால் முதலமைச்சர் உத்தரவிட்டார். அந்த உத்தரவு ஷுரமாதியின் கைக்கு வந்த அதே நாளில், அதாவது 1976 பிப்ரவரி ஆறாம் தேதி ரித்விக் கட்டக் இறந்துபோனார்.

50 ஆண்டுகள் மட்டுமே வாழ்ந்த ரித்விக் கட்டக்கின் கலை அவர் வாழ்ந்த காலத்தில் மிகக் குறைவாகவே புரிந்துகொள்ளப்பட்டது. ஆனால் இறப்புக்குப் பிறகு இந்திய மாற்றுச் சினிமாவின் மிகமுக்கியமான ஆளுமைகளில் ஒருவராக அவர் அங்கீகரிக்கப்பட்டார். உலகம் முழுவதும் மாற்றுச் சினிமாவைக் கவனித்து ரசிக்கும் பார்வையாளர்களுக்கு மத்தியில் அவர் ஓர் இதிகாச நாயகனாக மாறினார். அவர் எடுத்த பெரும்பாலான படங்களை மாற்றுச் சினிமாவின் பாடப் புத்தகங்களாக உலகம் முழுவமுதுமுள்ள திரைப்படக் கல்லூரிகள் ஏற்றெடுத்தன. முன்னோடிகள் என்று யாருமே இல்லாமல் யதார்த்தம், உணர்ச்சிநாடகம், தொன்மம் போன்றவற்றைக் கலந்து தனக்கெனத் தனித்துவமான ஒரு திரைப் பாணியை உருவாக்கியவர் என்று கொண்டாடப்பட்டார்.

''கட்டக் யாராலேயுமே முற்றிலும் புரிந்துகொள்ள முடியாத

மாமேதை. நானோ மிகவும் சாதாரணமானவள். ஒரு மாமேதையுடன் ஒரு சாதாரணப்பெண் வாழும்போது நிகழும் புரிதலின்மைகள்தாம் என்னை அப்போது அலக்கழிக்க வைத்தன. மேலும் சற்று புரிதலுடனும் தெளிவுடனும் நான் இருந்திருக்காலாம். இப்போது வருத்தப்பட்டு பயனில்லையே'' என்று கட்டக்கின் மரணத்திற்குபின் ஷுரமாதி சொன்னார். ஆனால் அப்போதும் அவரது வாழ்க்கை துயரங்களிலிருந்து துயரங்களுக்குத்தான் பயணித்துக்கொண்டிருந்தது.

அதீதமான அறிவுக் கூர்மையை வெளிப்படுத்திய அவரது மகன் ரிதபென் நல்ல ஓவியராகவும் நன்றாகப் பாடக்கூடியவராகவும் இருந்தார். அவர் ஒரு திரைப்பட இயக்குநராக வருவார் என்று பலரும் எண்ணினார்கள். ஆனால் கடுமையான மனநோயினால் பாதிக்கப்பட்டு வாழ்நாள் முழுவதும் ஓர் அறைக்குள்ளே ரிதபென் கட்டக் அடைபட்டுப் போனார். ஷுரமாதியின் இளைய மகள் ஸுசிஸ்மிதா கட்டக் ஓவியராகவும் சிற்பக்கலைஞராகவும் தன்னை முன்வைத்தவர். ஆனால் எதிலுமே சோபிக்கமுடியாமல் இளவயதிலேயே மதுப்பழக்கத்திற்கு அடிமையாகிப் பலவகையான நோய்களால் பீடித்து தனது 49ஆவது வயதிலேயே அவர் இறந்துபோனார்.

ஷுரமாதியின் மூத்த மகளான சம்ஹிதா கட்டக் தனது தந்தையின் மரபுரிமைச் செல்வங்களை மீட்டெடுக்கப் பாடுபட்டவர். சம்ஹிதாவின் ஒரே மகள் அதிதி கட்டக் 2012 நவம்பர் 30 அன்று ஷுரமாதியின் வீட்டிலிருந்து நண்பர்களைச் சந்திக்கப்போனாள். பத்தொன்பதே வயதான அவள் அன்று இரவில் கல்கத்தா நகரின் ஒரு கால்வாய்க்குள்ளே இறந்து கிடந்தாள். விபத்து என்று காவல்துறை அதை எழுதித்தள்ளியது. தன் மகளை யாரோ திட்டம் போட்டுக்

கொலை செய்தார்கள் என்று நம்பிய சம்ஹிதா கட்டக் அத்துயரத்திலிருந்து மீளமுடியாமல் அறுபது வயதாகும் முன்னே இறந்து போனார்.

வாழ்க்கையின் எண்ணற்ற கொடூரங்களை சந்தித்துக்கொண்டு நீண்டகாலம் வாழநேர்ந்த ஷுரமாதி தனது முதியவயது முழுவதும் தன் கணவரின் புகைப்படங்களை, புத்தகங்களை, திரைப்படங்களை, திரைக்கதைகளை, கடிதங்களைச் சேகரிப்பதில் செலவிட்டார். எந்த வசதிகளுமேயில்லாத இடுங்கலான தனது வீட்டின் பூட்டப்பட்ட அறையிலிருந்து தொடர்ந்து ஒலிக்கும் தனது மகனின் மனநோய்க் கதறல்களுக்கு நடுவே வாழ்ந்தார். ரித்விக் கட்டக்கின் புகைப்படங்கள் சூழ்ந்த அறையில் அவரது படத்தைக் கட்டிப்பிடித்துக்கொண்டே தூங்கினார். இன்று தனது துயரங்களிலிருந்து என்றைக்குமாக ஓய்வுபெற்று ரித்விக் கட்டக்குடன் மரணத்தில் இணைந்திருக்கிறார் ஷுரமாதி. கட்டக்கின் நிரந்தரக் காதலிக்கு இந்த எளிய ரசிகனின் பிரியாவிடை.

படச்சுருள் - 2019

அனைவருடன் தனியே

சார்லெஸ் ப்யுகோவ்ஸ்கி

(Charles Bukowski 1920&1994)

எலும்புகளுக்குமேல் தசை மூடியிருக்கிறது
நடுவில் எங்கோ ஒரு மனதை வைத்தார்கள்
அவ்வப்போது ஒரு ஆன்மாவையும்

பெண்கள் பூப்படிகங்களை எறிந்து உடைக்கிறார்கள்
ஆண்கள் மிதமிஞ்சி குடிக்கிறார்கள்
தனக்கு மிகவும் பொருத்தமான ஒருவரை
யாருமே ஒருபோதும் கண்டடைவதில்லை

தேடிக்கொண்டேயிருக்கிறார்கள்
கட்டில்களில் மாறிமாறிப் புரண்டபடியே
எலும்புகளுக்குமேல் தசை மூடியிருக்கிறது

அத்தசை அதீதமான தசையொன்றைத் தேடுகிறது

வேறு வழிகள் எதுவுமில்லை
அனைவரும் விலக்கமுடியாத ஒரே விதிக்குள்
என்றைக்குமாக அகப்பட்டவர்கள்
தனக்கு மிகவும் பொருத்தமான ஒருவரை
யாருமே ஒருபோதும் கண்டடைவதில்லை

நகரின் அழுக்குக் கிடங்குகள் நிரம்புகின்றன
யாருக்குமே வேண்டாத பழங்காலப் பொருட்கள்
குப்பை மலைகளாக குவிந்து நிரம்புகின்றன
பைத்திய இல்லங்கள் நிரம்புகின்றன
மருத்துவமனைகள் நிரம்புகின்றன
மயானங்கள் நிரம்புகின்றன
வேறு எதுவுமே ஒருபோதும் நிரம்புவதில்லை
இவ்வாழ்க்கையில்....